பிரபு தர்மராஜ்

நூலாசிரியர் குறிப்பு:

நாகர்கோவிலைச் சேர்ந்த பிரபு தர்மராஜ் விஷுவல் கம்யூனிகேஷன் பட்டதாரி. அவரது பகடியும் நையாண்டியும் கலந்த எழுத்துகளால் தனித்துத் தெரிபவர். இலக்கியத்தில் இப்படியான எழுத்துகளைப் பார்ப்பது வெகு அபூர்வமான நிகழ்வு. 'அரேபியாவுக்குப் போன தீக்கொளுத்தி ஆவரான்', 'ஆதிக்குடிமக்களும் ஆல்கஹாலும்', 'கசவாளி காவியம்', 'கோலப்பனின் அடவுகள்', 'ழ்', 'சக்ரவர்த்தி திரையரங்கம்' போன்ற படைப்புகள் வழியாகக் கவனம் ஈர்த்தவர்.

அத்தியாயம் – 1

அலறல் ஒரு அறிமுகம்

2008 ஆம் ஆண்டு. அது ஒரு ஞாயிற்றுக்கிழமை நள்ளிரவு. சுமார் பதினோரு மணியளவில் கழிவறைக்குள் அமர்ந்திருந்தேன். மதியம் சாப்பிட்ட நாட்டுக் கோழி தன் வேலையைக் காட்டிவிட்டது. "கொக்கரக்கோ" என வயிற்றுக்குள் ஒரே கூச்சல். கழிவறைக் கோப்பை மீதமர்ந்து புத்தகம் படித்துக் கொண்டிருந்தேன். அப்போதுதான் அந்த குரல் என் இடது காதுக்குள் சன்னமாய்க் கேட்டது.

"எனக்க வீட்டுல ஒனக்கென்னடே வேல?"

அது ஒரு பெண்ணின் குரல். அத்தனைத் தெளிவாகக் கேட்டது. சடாரென எழுந்து திரும்பினேன். யாரும் இல்லை. மீண்டும் அதே சத்தம்... இம்முறை மிகுந்த உக்கிரத்தோடு கேட்டது,

"இந்த வீட்ட விட்டு வெளிய போ..."

'இறைவா...! இந்த நேரத்துல யாராயிருக்கும்? இப்புடியே எப்படி வெளியே போவ???? கடவுளே! கழுவ நேரம் இருக்குமா?'

என் மண்டைக்குள் பயம் அப்பிக் கொண்டு உடலெங்கும் வியர்வை வழிந்தது. அதுவரை அந்த வீட்டில் நிறைய அமானுஷ்யங்களைக் கண்டிருந்தாலும் அன்று நடந்த சம்பவம் புதிது. நான் அந்தக் குரலை மிகத் தெளிவாகக் கேட்டேன்.

1958 ஆம் ஆண்டில் கட்டப்பட்ட 'ராணி இல்லம்' என்ற பெயரையுடைய அந்த வீட்டின் வயது சுமார் ஐம்பது ஆண்டுகள். முப்பது செண்டு இடத்தில் குறைந்தது பதினெட்டு செண்டுகளை வீடு மட்டுமே

ஆக்கிரமித்துக் கொண்டிருந்தது. வீட்டின் முன்பக்கம் நிறைய இடம் விட்டுக் கட்டியிருக்கிறார்கள். நாங்கள் அங்கு குடியேறி ஆறு மாதங்களே ஆகியிருந்தன.

தரைத் தளமும், மேல்தளமும் கொண்ட வீடு. மேல்தளத்திற்கு செல்ல வீட்டின் வெளியே வலது பக்கத்தில் படிக்கட்டுகள் இருந்தன. வீட்டின் உள்ளேயிருந்தும் படிக்கட்டுகள் உண்டு. ஒரு குறிப்பிட்ட அறைக்குள் இருந்து அந்தப் படிக்கட்டுகள் துவங்கும். அந்த அறையின் சாவி வீட்டின் உரிமையாளரிடமிருந்தது. தரைத்தளம் மாத்திரமே எங்களுக்கு அனுமதி.

முன்வாசலில் இருந்து பின்வாசல் வரைக்கும் இரண்டு முறை நடந்தாலே கால் வலிக்கும் அளவுக்கு அந்த வீட்டின் பரப்பு இருந்தது. வெளியே எவ்வளவு வெயிலடித்தாலும் வீட்டினுள்ளே மின்விசிறியைச் சுழல விட்டால் போர்த்திக் கொண்டுதான் தூங்க முடியும். அவ்வளவு குளிரும். அந்தக்காலத்தில் கருப்பட்டியும், முட்டையும் கலந்து சுவரைப் பூசியிருக்கிறார்கள். பழைய காலத்துக் கட்டுமான முறை.

எல்லா அறைக்கும் இரண்டு மூன்று கதவுகளும், நான்கைந்து சன்னல்களும் உண்டு. அவ்வளவும் தேக்கு. பன்னிரண்டு அறைகள் கொண்ட ஒரு குட்டி அரண்மனை என்று கூடச் சொல்லலாம். வீட்டின் பின்பக்கம் ஒரு பெரிய மாமரமும், ஏழு தென்னை மரங்களும் ஒரு கிணறும் இருந்தன. வீட்டுக்குள்ளே மிகப்பெரிய மரத்தாலான அலமாரி ஒன்று வைக்கப்பட்டிருந்தது. சுவற்றில் ஒரு குறிப்பிட்ட ஷெல்ஃப்பை மட்டும் ஏனோ பிளைவுட் வைத்து மூடி ஆணியடித்திருந்தார்கள்.

இந்த இரண்டுமே எங்களுக்கு ஒரு குழப்பத்தைத் தந்தாலும்கூட அது வீட்டின் உரிமையாளரது பொருட்கள் இருக்கும் அலமாரி மற்றும் அந்த ஷெல்ஃப்பை ஆணியடித்து மூடுவது அவரது விருப்பம் என்று விட்டு விட்டோம்.

அந்த வீட்டில் நாங்கள் குடியேறியது முதலே எங்கள் குடும்பத்தில் ஒரே குழப்பம். மன நிம்மதியில்லை, வியாதிகள், அடிக்கடி யாராவது ஒரு ஆள் ஆஸ்பத்திரியில் போய்ப் படுக்க வேண்டியிருந்தது. அப்போது நான் கல்லூரியில் முதலாமாண்டு படித்துக் கொண்டிருந்தேன்.

அந்த வீட்டை முதல் தடவை பார்ப்பதற்காக நாங்கள் வந்தபோது சில எச்சரிக்கை சமிக்ஞைகளை உணர்ந்தேன். தூசியின் மணம் மற்றும் அழுகிய முட்டையின் துர்நாற்றம் வீசியதைக் கவனித்தேன். இம்மாதிரியான அறிகுறிகளைப் பேய்கள் உலவும் இடங்களில் மட்டுமே உணரமுடியும் என்று ஒரு புத்தகத்தில் படித்திருக்கிறேன்.

சொல்ல முடியாத ஒரு இருள் அந்த வீட்டைச் சூழ்ந்திருந்தது. கேட்டின் நுழைவாயிலில் ஒரு பெரிய முல்லைப் பூக்கொடி படர்ந்து கிடந்தது. பூக்களின் மணம் வேறு ஒருவித அமானுஷ்யத் தன்மையை உணர்த்தியதால் நான் உடனடியாக அம்மாவிடம் சொன்னேன்,

"எம்மா! இந்த வீடு கொஞ்சம் செரியில்ல கேட்டியா....? எனக்குப் புடிக்கலை!"

அம்மா கடுப்படித்தாள், "எந்த வீட்டத்தான் ஒனக்குப் புடிச்சிருக்கு? பேய் இருக்கு! நாயிருக்குன்னுகிட்டு...? வாய மூடிட்டு வா! ஒனக்கு பழைய வீட்டுப்பக்கத்துல உள்ளவாபொளந்தானுவளவுட்டுப் பிரிய முடியலன்னா நீ அங்கயே ஒரு வீடு எடுத்து தங்கிக்கா! எங்கள ஆளுவளப்போட்டு சல்லியப் படுத்தாத...!"

"இல்லம்மா இந்த வீட்டோட காரியங்கள், அமைப்புகள் எனக்கு ஒண்ணும் சரியாப்படலை!"

"ஆமா! ஒனக்கு எப்பவும் இதே வேலை...! ராத்திரி முழுசும் கண்ட கூதரைப் பேய்ப்படங்கள பாத்துகிட்டு கக்கூஸ் போணும்னாலும் கூட ஒரு ஆளு தொணைக்கி வந்து நிக்கணும்? பேசாம வாடே... ஓங்கப்பாக்க காதுல கேட்டுராம... வாளுவாளும்பாரு!"

இதோ இங்கு குடியேறி ஆறுமாதங்களாகி விட்டன. வீட்டில் வந்தது முதல் யார்க்கும் சரியான தூக்கமில்லை. ராத்திரி ரெண்டு மணிக்கு தாகம் எடுத்து தண்ணீர் குடிக்க கிச்சனுக்குள் நுழையும்போதும் அம்மா விழித்திருந்து எதையாவது பேசிக்கொண்டிருப்பாள். அப்பா வழக்கம் போல விழித்திருந்து கேட்டுக் கொண்டிருப்பார். ஆரம்பத்தில் புது வீடுதானே? போகப் போக பழகிரும்! என்று நினைத்தோம். ஆறு மாதமாகியும்

பழகாத வீடு என்ன எழுவு வீடோ செவம்? என்று நினைக்கையில் எனக்குக் கோபமாக வந்தது.

இதோ கையறு நிலையில் கழிவறையில் கொண்டு வந்து நிறுத்தி இருக்கிறது. இப்போது குரல் கேட்கவில்லை. மாறாக, என்செவிமடல்களில் ஒரு மூச்சுக்காற்று படர்ந்ததை உணர்ந்தேன். தேகம் சிலிர்த்துப் போனது. காதுகளின் மிக அருகில் யாரோ நிற்கிறார்கள். திரும்பிப்பார்க்க முடியாது.

அய்யோ! தொலைந்தேன்! குனிந்து கீழே பார்த்தால், தரையின் ஈரத்தில் ஒரு பெண்ணின் முகம் மங்கலாய்த் தெரிந்தது. என் மூச்சு ஒருமுறை நின்று போனது. அம்மாவை அழைத்துவிட வேண்டியதுதான்.

அலறினேன்..

"அம்ம்மமம்ம்மா........ பே........யி.....!"

உள்ளேயிருந்து அம்மாவின் குரல் கேட்டது.

''பாய் போட்டாச்சி...! போய்ப் படாம்டே... பக்கத்து வீடுகள்ல மனுசன் ஒறங்காண்டாம்! கக்கூசுல கெடந்து பெகளம் வக்கி செவத்து நாயி?''

எனக்குத் தலை சுற்றாத குறை. "பேயி"ன்னு சத்தம் போட்டா "பாய் விரிச்சி போட்டுருக்கேன் போய்ப் படு!" என்று பதில் சொன்ன பாதகத் தாயை அன்றுதான் நான் கண்டேன். "ஓண்ட வந்த பிடாரி ஊர்ப் பிடாரியை விரட்டிய" கதை மாதிரி கக்கூசுக்கு வந்த என்னை அந்தக் குரல் மிரட்டி வெளியே ஓடச் சொன்னது.

"ஓடுலே வெளிய!"

'இப்புடியே எப்புடி வெளிய போறது இறைவா? கழுவவா? துணிய உடுத்தவா? கதவத் தொறக்கவா? நடக்கவா? ஓடவா? அய்யோ!'

இப்போது அந்த உருவம் என் முதுகுக்குப் பின்னால் வெகுநெருக்கமாக என்னுடைய காதின் அருகில் நின்று கொண்டிருந்ததை என்னால் முழுவதுமாக உணர முடிந்தது.

'இன்னக்கி நம்ம சோலி முடிஞ்சி! நாளைக்கி காலைல பெட்டி எடுத்துற வேண்டியதாம் போலுக்கு!'

கழுவியும், கழுவாமலும் துண்டையும் துணியையும் காணாமல் ஓடி வந்தேன். வெளியே வந்து பார்த்தால் தலையில் முக்காடு போட்ட ஒரு உருவம் முட்டி போட்டு உட்கார்ந்திருந்தது. மீண்டும் அலறவே, முக்காடை அகற்றி விட்டு அந்த பேய் நிமிர்ந்து பார்த்தது.

'அட எங்கேயோ பார்த்தா மாதிரி இருக்கே? என்று எண்ணினால் என் அம்மாதான் அது! பைபிள் படித்துவிட்டு ஜெபம் பண்ணியிருக்கிறாள். நள்ளிரவு ஜெபமாம்!'

'அடப்பாவி மட்ட! கக்கூஸ்ல சாத்தான் அவ்வளவு போக்கிரித்தனம் செஞ்சி நம்மள வெரட்டிருக்கு? வெளில என்னடான்னா ஆவியில நெரஞ்சி நிக்கா! என்னத்த சொல்ல?'

அம்மாவின் பக்கத்தில் உட்கார்ந்தேன். ஜெபம் முடியவும் விஷயத்தைச் சொன்னேன். தலையில் கை வைத்து ஜெபம் செய்துவிட்டு அம்மா சொன்னாள்.

"நா ஒனக்காக ஜெபம் பண்ணா மட்டும் பத்தாது...! நீயும் ஜெபிக்கணும்...! புரிஞ்சா? போ போ! போய்த் தூங்கு....!"

நானும் அறைக்குள் போய் ஜெபித்தேன்.

"கடவுளே! ராத்திரில மறுபடியும் கக்கூஸ் போக வேண்டிய சூழ்நிலை வந்துறப்புடாது...! எம்மா நாட்டுக் கோழி தெய்வமே! ஒன்னைய உரிச்சிக் கொன்னு தின்னது தப்புதான்! எங்கள மன்னிச்சிரு தாயே! ஆமென்...!"

'ஆம் அது ஒரு பெட்டைக் கோழி!'

மதுவின் பக்கத்தில் போய் படுத்தேன். படுத்த கொஞ்ச நேரத்தில் என்னுடைய கழுத்து, வாய், தொண்டை மற்றும் அடிவயிற்றில் தொடர்ச்சியாக மிதிகள் விழுந்தன. கண்டிப்பாய் இது பேய் இல்லை என்று தெரியும்.

'செவத்துப் பயவுள்ள! வேணும்னே செய்யிதோ? தூங்கத்தானே செய்யான்...? என்ன செய்யப்போறான்...? மூத்தவம்லா'ன்னு பகல்ல அடிக்க முடியாது! இப்புடி தூங்குற மேனிக்கி நாலு எத்து குடுத்தாத்தான்

உண்டு..! கேட்டா தூக்கத்துல தெரியாம மிதிச்சிட்டேன்னு சொல்லி சமாளிச்சிரலாம்'னு எண்ணம் போலிருக்கு!'

மது என்னுடைய தாய்க்கு நான் பிறந்து மூன்றாண்டுகளில் பிறந்த ஒரு வலிய சாதனம். என்னுடைய தம்பி. பெயருக்கு ஏற்ற மாதிரியே மது வெள்ளத்தில் மிதக்கும் ஒரு ஆகாய வள்ளம். எனக்கு மீதி வாங்கியதில் கோபம் வந்திருந்தது.

'இருலே! ஒன்னயக் காலைல வச்சிக்கிடுகேன்...!'

எப்போது உறங்கினேன் என்று தெரியாது. அதிகாலையில் எங்கள் வீட்டு வாசலில் நடிகை பானுப்பிரியா நின்று கொண்டிருந்தாள். காலிங் பெல் சத்தம் கேட்டு என் அம்மா கதவைத் திறக்கவும் வெளியே பானுப்பிரியா நின்று கொண்டு, "என்னுடைய அத்தான் பிரபு எங்கே இருக்கிறார்?" என்று கேட்கிறாள்.

அம்மா பானுப்பிரியாவிடம், "அத்தானா? யார் அம்மா நீங்கள்? பிரபுவைக் கேட்கிறீர்கள்? அவன் நித்திரை கொள்கிறான்!"

பானுப்பிரியாவுக்கு கோபம் பொத்துக் கொண்டு வந்தது.

"என்னது? நா உனக்கு அம்மயா? ஏடி கெழுட்டுத் தள்ளே! கூப்புடு ஓம்மவன?"

அம்மா கடுங்கோபத்தில் கத்தினாள், "கெழவி, கொழவின்னா நாக்க அறுத்து நாய்கிட்ட வீசிருவேம் போட்டி வெளிய! சில்லாட்ட...!"

எனக்கு மயக்கமே வந்து விட்டது. 'இந்த அம்மக்கி என்னாச்சி? வழக்கமா இப்புடி பேச மாட்டாளே! வயசாய்ட்டுல்லா? தலைக்கி சொகமில்லாம போய்ட்டு.... நடிகை பானுப்பிரியா வந்துருக்கா! அவளப் போயி வெரட்ட நிக்காளே?'

நான் எழுந்து வாசலை நோக்கிக் கதறியபடியே ஓடினேன்.

"அடியேய் அம்மாவாச! நீயெல்லாம் ஒரு அம்மயா? பிசாசு புடிச்சி நடக்கா...!"

'என்னவொரு கொடுமை?' அதற்குள் பானுப்பிரியா கோபத்தில் வெளிவாசலைக் கடந்து ஆட்டோவில் ஏறிப்போய் விட்டாள்.

அம்மாவிடம் திரும்பி, "ஏம்மா இப்படிச் செஞ்ச? சை...! நா சந்தோசமா இருந்தா ஒனக்குப் புடிக்காதே....!"

எனக்குக் கோபமான கோபம். அம்மா என்னிடம், "போனாப் போறாலே! நீ வா மக்ளே! ஒனக்கு ஜெனிலியா டிசூசா மாதிரி பொண்ணு பாப்போம்... இவ கெடக்கா கெழவி...!"

நான் அம்மாவிடம், "போம்மா! ஒனக்கு அறிவே கிடையாதா?" என்று சொல்லிக் கொண்டிருக்கும்போதே என் வாயில் ஒரு எத்து விழுந்தது. பக்கத்தில் கிடந்த சைத்தானின் கைங்கர்யம். மிதி தந்த வேதனையைவிட அதிகம் வலித்தது ஒன்றுதான், 'கடவுளே! இந்த மூளை ஏன் இன்னும் அப்டேட் ஆவலை? பானுப்பிரியாவுக்கு அப்புறம் எத்தனையோ கனவுக் கன்னிகள் வந்தாயிற்று! நம்ம மண்டைக்குள்ள இன்னும் பானுப்பிரியா இருக்காளே...? அய்யோ! சரி... பேய்க்கி பயந்து நாய்கிட்ட மிதி வாங்கி சாவ முடியாது...! கட்டிலில் இருந்து இறங்கி தரையில் கட்டையை சாய்ப்போம்...!' என்று எழுந்து தரையில் படுத்தேன். அப்போது மணி அதிகாலை நான்கு.

விடிந்து விட்டது. வீட்டு வாசலில் மூன்று பேர் நின்று கொண்டிருந்தார்கள். தலை நிறைய வெள்ளைமுடிகளோடு இரண்டு கூன் விழுந்த கிழவிகளும், சந்தன நிறத்தில் ஒரு தேவதையும் வந்து என் அம்மாவை அழைத்தார்கள். கிழவிகள் இருவரும் மஞ்சள் நிறப்புடவையும், அந்த இளம்பெண் அடர் சிகப்பு நிறப்புடவையும் கட்டியிருந்தார்கள். கையில் ஒரு தட்டு வைத்திருந்தாள் அந்த அழகுப் பதுமை.

அம்மா அவர்களிடம் போய், "நீங்கல்லா யாரும்மா? ஒங்களுக்கு என்ன வேணும்?"

அதில் ஒரு கிழவி சிரித்துக் கொண்டே, "நிங்களுடே தரவாட்டில் ஒரு குமாரன் உண்டல்லோ?" (அடிசக்க... மல்லு கேர்ள்)

அம்மா அவர்களிடம், "ஒண்ணு இல்லம்மா... ரெண்டண்ணம் கெடக்கு... என்ன விசேசம்?"

"ஞங்களுடே மணவாட்டி தாராவுக்கு வரன் அன்னியோஷிக்கினுண்டு..."
(எங்கள் பெண் தாராவுக்கு மாப்பிள்ளை தேடுகிறோம்)

"சரி... அதுக்கு ஏன் இங்க வந்தீங்க? ரெண்டு பேரும் படிச்சிகிகிட்டுல்லா இருக்கானுவோ...? மூத்தது ஒரு பொண்ணு இருக்கா! அவளுக்கு அடுத்த மாசம் கல்யாணம்! இப்போதைக்கு இவனுகளுக்கு பொண்ணு கட்டி வச்சி, உங்க புள்ளைக்கும் சேத்து நாங்கதான் சோறு போடணும்! கெளம்புங்க!"

'அடப்பாவி அம்மா! ராத்திரி பானுப்பிரியாவ வெரட்டி உட்டுட்ட! காலையில ஒரு அழகான புள்ளைய வெரட்டுகியா? இரு உனக்கு வெசம் வைக்கேன்... அடியே தாரா போயிறாதம்மா! எங்கம்மக்கி தலைக்கி வட்டு!' என்னுள்ளம் கதறியழுதது.

அம்மாவின் பதிலைக் கேட்டதும் மூன்று பேரின் கண்களும் ரத்தச் சிவப்பாகி, முகம் விகாரமாய் மாறி, அவர்களது கோரைப் பற்கள் முன்னுக்கு நீண்டன... மூவரும் பூமியில் இருந்து எழுந்து அந்தரத்தில் எழுந்து பறந்தார்கள்.

"அய்யோ அம்மா! பேயி..!" நான் பதறினேன். அம்மா பயப்படவில்லை. மூன்று பேரும் மாயமாய் மறைந்தார்கள்.

அலறியடித்துக் கொண்டே எழுந்தேன். "அம்மா! வெளியே பேய் நிக்கு..."

கிச்சனிலிருந்து அம்மாவின் குரல் கேட்டது, "நாய் நிக்கு நாயே! போய் வாயக் கழுவிட்டு வா! காப்பி போட்டு வச்சிருக்கேன்...!"

'அடப்பாவமே! பேய்னு சொன்னா வாய்'னா கேக்கும்?'

வெளியே எட்டிப் பார்த்தேன். அந்த மூன்று பேரும் கனவில் வந்த காட்சியில் வெளியே உள்ள லைட்டிங்கில் இருந்து, காம்பவுண்டுக்குள் நின்றிருந்த எனது பைக் மற்றும் கார் எல்லாம் அப்படியே ஒரு அச்சரம் பிசகாமல் நின்றிருந்தன. கொடியில் காய்ந்து கொண்டிருந்த ஜட்டிகளும் புல்லரித்துக் கிடப்பதைக் கண்டு அதிசயித்து விட்டேன். அப்போ நான் கண்டது கனவு இல்லை. விக்கித்துப் போனேன்.

'இங்கு என்ன நடக்கிறது...??????'

பிரின்சிபாலும், பியந்து போன பிசாசும்

'ராத்திரில பேய் வருது! மென்னியில மிதிச்சிட்டு போகு! அதுல ஒரு நியாயம் இருக்கு..! அதிகாலையில வந்து டிராகுலா மாதிரி, அதுவும் கூட ரெண்டு பாட்டி பேயோட வந்து பயங்காட்டுறதெல்லாம் ரொம்பப்ப்ப்ப்ப ஓவர்...!' என்னுடைய மனம் கிடந்து குமைந்து போனது.

'இன்னிக்கி கல்லூரிக்கி போவாண்டாம்... கள்ளு குடிக்கப் போயிருவோம்!' என்று திட்டம் போட்டேன். மைத்துனன் வெங்கடேசுக்குப் போனைப் போட்டேன். ஃபோனை எடுத்தவன் முதலில் வேறு ஏதோ காரணங்களைச் சொல்லி மறுத்தாலும் பானம் அருந்தும் திட்டம் குறித்து சொன்ன அடுத்த ஐந்து நிமிடங்களில் வீட்டு வாசலில் வந்து நின்றான்.

இதுவே வேறு ஏதேனும் வேலைக்காக அவனை அழைத்திருந்தால் தனக்கு முக்கியமான வேறுசில பணிகளில் தன்னைப் புதைத்துக் கொண்டதாக கற்பனையில் பதில் சொல்லியிருக்கும் சனியன். 'கள்' என்றவுடன் எள்ளாய் மாறினான். அவனது குரல் வெண்கலப் பானையை நாய் உருட்டியதைப் போல இருக்குமாதலால் நான் அவனை 'வெங்கலம்' என்றுதான் அழைப்பேன்.

அம்மாவிடம் போய் கொஞ்சம் மீன் குழம்பும், கிழங்கும் பார்சல் செய்து தருமாறு சொன்னதும் எங்களது கள்வெறி அவளுக்கு புரிந்து போனது.

"காலேஜிக்கிப் போவாம தெரு தூத்திட்டு நாளைக்கி எங்க பிரின்சிபால் பேரண்ட்சை கூட்டிட்டு வரச் சொன்னாம்னு வந்து வீட்டு வாசல்ல நின்னீன்னா வாரியலு பிஞ்சிரும்! பிரின்சிபாலுக்கும் நாலு செருப்படி விழும்னு சொல்லி வை...!" என அம்மா வெடித்தாள்.

"செவத்த விடும்மா... பிரின்சிபாலே இன்னிக்கு காலேஜிக்கி வரமாட்டான்... வெளிய ரோட்டுல ஒரு செகப்பு கலர் காரு நிக்கு பாத்தியா? அது அந்தாளோட காருதான்! அந்த ஒந்தான் வெளிய எறங்கி நிக்கு பாரு! காரு ரிப்பேரு'ன்னு நெனைக்கேன்!" என்று சன்னல் வழியாக வெளியில் கைகாட்டிச் சொன்னேன். அம்மா எட்டிப் பார்த்துவிட்டு என்னிடம்,

"இந்த பென்சில் மூஞ்சன்தான் ஓங்க பிரின்சிபாலா! காத்து அலையா அடிக்கி ஆளத் தூக்கிறாம! காருக்குள்ள ஏறி ஒக்கார சொல்லுடே!"

நான் சடாரென வீட்டை விட்டு வெளியேறி சாலையில் நின்றிருந்த எங்கள் பிரின்சிபாலை நோக்கி நடந்து போனேன். காலை லேசாகத் தூக்கித் தூக்கி வைத்து நடந்ததில் பிரின்சிபால் என்னைக் கவனித்து விட்டார். அருகில் சென்றவுடன் பிரின்சிபால் என்னிடம்,

"என்ன ஸார்! காலேஜிக்கிப் போவலியா? காலுக்கு என்ன ஆச்சி? பாந்திப் பாந்தி வாரியோ?"

நான் இளித்துக் கொண்டே, "ஸார் நான் உங்க காலேஜிலதான் படிக்கேன்! விஸ்காம் டிபார்ட்மெண்டு... என்னத் தெரியலியா?"

(எங்கள் பிரின்சிபாலின் அபார நினைவாற்றல் குறித்து தனியாக ஒரு கதையையே எழுதி விடலாம்)

பிரின்சிபால் கோபமடைந்தார், "யூ ஸ்டுப்பிட் மோரான்! காலேஜிக்கி போவாம இங்கன கெடந்து லாந்திட்டு திரிய? கால்ல என்ன எழவோ? செவத்துப் பயல்..."

"ஸார்! இதுதான் எங்க வீடு! நேத்து ராத்திரி கக்கூஸ்ல வழுக்கி விழுந்துட்டேன் ஸார்! இங்க பாத்தீங்களா?"

(ரெண்டு வருஷத்துக்கு முன் வாங்கிய காயத்தின் வடுவைக் காண்பித்தேன்)

பிரின்சிபால் என்னிடம் சீரியஸாக, "ஏ ஆமடே! நல்ல வீங்கிருக்கே? பாத்து நடக்கணும்... வாயப் பொளந்துகிட்டே நடந்தா இப்புடித்தான்... சரி இந்த காலோட எப்படி காலேஜிக்கி வருவ?"

நான் வேதனையோடே முகத்தை வைத்துக் கொண்டு, "என்ன ஸார் செய்ய? படிச்சாகணுமே? வீட்டுல கெடந்தா ஒரு நாள் பாடம் மூச்சூடும் வம்பாப் போயிரும்லா? ரெண்டாவது அடிக்கடி லீவெடுக்குறது வேற உங்களுக்குப் புடிக்காதுல்லா ஸார்?"

பிரின்சிபால் என்னிடம், "ஆமாமா... ஓங்க டிப்பார்மெண்டு கெடக்க கெடைக்கி வந்தாலும் கிழிச்சி நாட்டிருவியோ! போல போ... போயி ரெஸ்டு எடு! ஓங்க ஹெச்.ஓ.டி கிட்ட நாஞ்சொல்லிருகேன்..! ஆமா நீ பயோ டிப்பார்ட்மெண்டுதானே?" (வெளங்கியாச்சி)

"இல்ல ஸார்! விஸ்காம்..."

"எனக்கு எல்லாந்தெரியும் மூடிகிட்டு போ!"

என்று அவர் கதறவும் நான் உத்தரவு வாங்கிக் கொண்டேன் கடைசி வரைக்கும் அவரது காருக்கு என்ன நிகழ்ந்தது? என்று நான் கேட்கவேயில்லை. அவருக்கும் தன்னுடைய காருக்கு என்ன நேர்ந்தது என்பது மறந்திருக்கலாம். பிரின்சிபாலை மாதிரியே காரும் பழைய மாடல்... என்ன செய்ய? எல்லாம் விதி...!

நானும் வெங்கலமும் கிளம்பிப் போய் பூதப்பாண்டி மலையில் கள்ளு கிடைக்கும் ஸ்தலமெங்கும் சுற்றியும் கள்ளு கிடைக்கவில்லை. கடைசியாக தெள்ளாந்தி மலைப்பகுதியில் கள்ளு கிடைப்பதாக வந்த ரகசிய தகவலை முன்னிட்டு அங்கு விஜயம் செய்தோம். 'ஆனால் அங்கு அதிகாலையில்தானே கிடைக்கும்? சரி எதுக்கும் போய் ஒரு எட்டு பாத்துட்டு வந்துரலாமே!' என்ற நப்பாசையில் நடந்தோம்.

அங்கே போகவேண்டுமானால் ஒரு பொத்தையில் ஏறி கொஞ்ச தூரம் நடக்க வேண்டும். சாலையோரத்தில் ஒரு போலீஸ் ஜீப் நின்றது. மதுவிலக்குப் பிரிவு ஆசாமிகள்.

அரசாங்கமே ரசாயனக் கலப்பு உள்ள விஷச் சாராயத்தை 'மது' என்ற பெயரில் குப்பியில் அடைத்து வைத்து அதிக விலைக்கு விற்பனை செய்யும் தமிழ்நாட்டில் மதுவிலக்கு பிரிவு என்னவோ மர்லின் மன்றோ அணிந்திருக்கும் ஆடையைப் போன்றதுதான். 'கட்டினாலும் ஒன்றுதான்! கழற்றினாலும் ஒன்றுதான்...!'

"அடடா! என்ன பிரச்சினைன்னு தெரியலியே...?" என்று வெங்கலம் புலம்ப, தூரத்தில் கள்ளிறக்கும் பிரகஸ்பதியை போலீசார் அள்ளையில் நாலு போடு போட்டுத் தூக்கி வந்து கொண்டிருந்தனர்.

'இயற்கையாக பனைமரத்தில் பூக்கும் கள்ளை என்னிக்கிடா மதுவோட சேத்தீங்க???'

வெங்கலத்துக்கு அச்சம் ஏற்பட்டது. அவன் என்னிடம், "ஓய் மச்சா வாரும் ஓடிரலாம்...!"

"சும்மா கெடயாம் மூதேவி! எல்லாரும் நமக்குத் தெரிஞ்ச போலீசுதான்... இப்ப பாத்துக்கா?"

என்றவாறே நேராக நடந்து போலீசிடம் சென்றேன். அருகில் சென்று பார்த்தால், கள்ளை விற்றுப் பிடிபட்ட ஆசாமியைத் தவிர்த்து போலீஸ்காரர்கள் யாரும் தெரிந்த முகமாக இல்லை. கையில் கள்ளுக் கலயம் சகிதம் பிடிபட்டிருந்தான். (அட வெங்கப் பயலே!)

கள்ளு ஆசாமி என்னிடம், "தம்பி இன்னைலேர்ந்து லீவு... பதினஞ்சி நாள் கழிச்சித்தான் வருவம் பாத்துக்கா!"

(அட பாழுடைஞ்ச பாவி, பெரிய கலெக்டரு... லீவு போட்டுட்டு ஊட்டிக்கி டூரு போறாரு...? ஜெயிலுக்கு போறத என்னா பந்தாவா சொல்லுது மூதேவி)

எஸ்.ஐ. முறைத்துக் கொண்டே என்னிடம், "என்னப்போ! எதுக்கு இங்க வந்தீய?"

"ஸார் நாங்க காலேஜ் ஸ்டுடெண்ட்சாக்கும்! ப்ராஜெக்ட் விசயமா கொஞ்சம் போட்டோஸ் எடுக்க வந்தோம்...!"

"நாங்க நாங்கன்னு சொல்லுக! நீ மட்டுந்தான் நிக்க?"

அப்போதுதான் திரும்பிப் பார்த்தேன். வெங்கல மூதேவி தூரத்தில் ஒரு மரத்தின் பின்பக்கம் ஒளிந்து நின்று கொண்டிருந்தது. பாலைவனத்தில் ஒட்டகம் ஒளிந்து நின்ற கதையாக அது ஒரு கமுகு மரம். வெங்கலத்தின் பிருஷ்டபாகம் மரத்தின் பின்பக்கம் தெரிந்ததைக் கண்ட போலீஸ்காரர் எஸ்.ஐயிடம்,

"ஸார்! அங்க ஒண்ணு பேந்தப் பேந்த முழிச்சிட்டு நிக்கி! லே... இங்க வாடே!"

வெங்கல ராசா லேசாக காலைக் கிந்திக் கிந்தி நடந்து வந்தான். காலையில் பிரின்சிபால் முன்பு நான் எடுத்திருந்த கதாபாத்திரத்தை தற்போது வெங்கலம் மனப்பூர்வமாக ஏற்றுக் கொண்டிருந்தது.

வெங்கலம் எஸ்.ஐயிடம், "ஸார் வணக்கம் ஸார்! மை நேம் இஸ் வெங்கலம்!"

(நல்ல வேளையாக அவன் கையில் கேமரா இருந்தது)

எஸ்.ஐ அவனிடம், "என்னது வெங்கலமா? நல்ல பேருதான்!"

"ஆமா ஸார்! எங்க மச்சா வச்ச பேரு!"

"ஓங்க மச்சா என்ன பெரிய பாரதிராஜாவா? எவம்டே அது!"

"இந்தா நிக்கில்லா!" என்று என்னைக் கையைக் காட்டினான். இன்ஸ்பெக்டர் முறைத்த படியே, "கைல என்னடே? காலை ஏன் நொண்டுக?"

"ஸார் இது கேமரா ஸார்! வற்ற வழியில ஓடையில விழுந்துட்டேன் ஸார்!" (நடிக்கிராறாமாம்)

இந்த போலீஸ்காரர்கள் எப்போதுமே இப்படித்தான். சந்தேகம் என்ற பெயரில் சம்மந்தமே இல்லாத கேள்விகளைக் கேட்டுத் தொலைப்பார்கள். கைதாகி நின்று கொண்டிருந்த கள் இறக்கும் பிரகஸ்பதி வெங்கலத்தைப் பார்த்து,

"என்னடே! வழக்கமா வற்ற இடந்தானே? பாத்து வரப்புடாதா?"

எஸ்.ஐ இடைமறித்து கள்ளு இறக்குபவரிடம், "இவங்க ரெண்டு பேரையும் ஒனக்கு மொதல்லயே தெரியுமாடே?"

கள் இறக்குபவர் எஸ்.ஐயிடம், "தெரியும் ஸார்! ரொம்ப தங்கமான பையம்மாருவ ஸார்... அடிக்கடி வருவானுவோ... பைசாவெல்லாம் அசால்ட்டா தந்துட்டுப் போவானுவள்! (அடக் கூதரப் பயல)

நானும் வெங்கலமும் ஒருவரையொருவர் பார்த்துக் கொண்டோம்.

எஸ்.ஐ. மறுபடியும் முறைத்தார். "கெளம்புங்க டே ரெண்டு பேரும்..." என்று அதட்டினார். நான் உடனே கல்லூரி ஐ.டி கார்டை காட்டினேன். புகைப்படத்தில் கோட் சூட் மாட்டி கம்பீரமாய் இருந்ததால் எஸ்.ஐ நம்பி விட்டார்.

"சரி சரி... போட்டோ எடுத்துட்டு சீக்கிரம் போயிரணும்... புரிஞ்சா? நீ வாலே! இன்னிக்கி ஒனக்கு ஸ்டேசன்ல போயி ஒத்தல் வச்சாத்தான் நீ அடங்குவா! ஒனக்கு ஒரு மூஷணம் பனையேத்தம் இல்லியா?"

என்றவாறே கள்ளுக் கைதியை இழுத்துப் போனார்கள். எங்கள் மனம் சோர்ந்து போனது.

'கடவுளே! இப்போ கள்ளுக்கு எங்கே போவ?'

நல்லவேளையாக போலீசார் எங்கள் கேமரா பேக்கிலிருந்த கிழங்கையும், மீன் குழம்பையும் கவனிக்கவில்லை. பார்த்திருந்தால் பறிமுதல் செய்திருப்பார்கள். கொஞ்ச தூரம் நடந்தோம். திடீரென்று ஒரு பாறை மறைவில் பச்சை நிறத்தில் ஒரு சாதனம். அருகே சென்று பார்த்தால் அது ஒரு பிளாஸ்டிக் குடம். குடம் முழுக்க சூடான கள்ளு...

'ஆகா! போலீஸ்காரர்கள் இதைக் கவனிக்க வில்லை! பயபுள்ளை மரத்திலிருந்து கள்ளை இறக்கி ரகசியமாபாதுகாத்து வச்சிருக்கு! மதுவிலக்குப் போலீசார் ரொம்பத்தான் கெடுபிடியாக இருக்கிறார்கள் போலும்! கடவுளே காந்தி தாத்தா இன்னும் சாவலை!' மனிதம் இன்னும் செத்துப் போகவில்லை.

நானும் வெங்கலமும் கள்ளில் குளிக்க ஆரம்பித்தோம். வெங்கலம் ஒரு நாலு சொம்பு குடித்துவிட்டு என்னிடம் திரும்பி, "வெ மச்சா மயிறாண்டி! என்னவோ சொன்னீழு? இப்ப பாத்தீழா ஓய்? அஞ்கூழு ழூவா குதுத்தாழும் கெடைக்காழு.. குடியிம்...!"

(ஐநூறு ரூபாய் குடுத்தாலும் கிடைக்காதாம், கள்ளு வெங்கலத்தின் நாக்கை சீவியிருந்தது)

நானும் அவனிடம், "ஆமாழ்ழூா மாப்ப்ழை...?" என்று குழைஞ்தேன்.

கள்ளின் உபயத்தால் வெங்கலத்தின் வயிறு இளகியது, ஓடத்துவங்கினான். எனக்கு மனம் இளகியது பாடத் துவங்கினேன்.

"மூஜ மூஜ ஜோழன் நாண்! எணை ஆழும் காதழ் தேஜம் ணீதான்! ப்பூவே! காதழ் ழீவே....! கழ்மூர ஊழும் பார்வை உ!" என்றவாறே ஜேசுதாஸ் அந்த வனமெங்கும் கரைந்து திரிந்தார். வெங்கலம் ஒரு நாலு தடவையாவது சானல்கரை பக்கம் போய் வந்துவிட்டான்.

"ஓய்ய் மச்சா! எனக்கு வயிறு கிளீனாயிட்டு ஓய்... ஓமக்கு????"

"எனக்கு நேத்து நைட்டே கிளீனாயிட்டு மாப்ள...."

"என்னாச்சி ஓய்?" என்றவனிடம் துக்கத்தோடு முந்தின நாள் நடந்த கதையையும், வாங்கின உதையையும் குறித்து சொன்னேன். அவனது கண்ணில் நீர் கோர்த்து விட்டது. அவன் எனக்காக அழுததாக எண்ணிக் கொண்ட அடுத்த நொடி,

"சை மொளகாய கடிச்சிட்டே ஓய்! எழுவு என்னா எரிப்பு?"

'அட நாய்! பய புள்ளை மீன் குழம்பில் கிடந்த மிளகாயை எடுத்து கடிச்சிருக்கு... நமக்கு ஒரு சம்பவம்னா செவத்துப் பயலுவளுக்கு இளிப்புத்தானே வரும்... அழவா செய்வான்கள்?'

"ஓய்ய்... அந்தப் பேயா வந்தப் புள்ள அழகா இருந்தாளா?"

(செத்தபய வெங்கலம்!)

"சவுட்டிப் பிதுக்கிருவேந் தா...ளி... மூடிட்டு குடி.... அழகாயிருந்தா மட்டும் கெடந்து தள்ளிருவியா? செவங்கள் நமக்குன்னு வந்து சிக்குது?"

குடித்துப் போக மிச்சத்தை பாட்டிலில் எடுத்துக் கொண்டு, குடத்தை கள்ளிறக்கும் மகானின் வீட்டில் கொடுத்து, மகான் கைது செய்யப்பட்டு சிறை புகுதல் நிகழ்வையும் அவர் மனைவியிடம் எடுத்தியம்பி, குடித்த கள்ளுக்கு நூறு ரூபாயும் கொடுத்து விட்டு புறப்பட்டோம். கள்ளு இறக்கும் மகானின் மனைவி சிரித்த முகத்தோடு பணத்தைப் பெற்றுக் கொண்டு எங்களை வழியனுப்பினாள்.

வீடு வந்து சேர்ந்த போது மதியம் மணி ரெண்டு. வீட்டில் யாருமில்லை. அம்மா சித்தி வீட்டிற்குச் சென்றிருந்தாள். சாவியை எடுத்து வீட்டைத் திறந்து நான் நேராக படுக்கைக்குச் சென்று தலை குப்புறப்படுத்தேன். வெங்கலம் என்னுடைய கணிப்பொறி அறைக்குச் சென்று கம்பியூட்டரை ஆன் செய்து படம் பார்க்கத் துவங்கினான்.

படுக்கையறைக்கும், கணிப்பொறி அறைக்கும் இடையில் ஒரு பெரிய ஹால். எங்கள் ரெண்டு பேரையும் ஆல்கஹால் அணைத்துக் கொண்டிருந்ததால் அந்தப் பெரிய ஹால் எங்களுக்கிடையில் பெரிய தூரத்தை உருவாக்கியிருக்கவில்லை.

நான் நல்ல உறக்கம். திடீரென்று ஒரு வாடை முகரும் சக்தி வசப்படவில்லை. 'இது என்ன நெடி?' குழம்பினேன். கட்டிலில் கவிழ்ந்து படுத்திருந்த என் கை கட்டிலில் இருந்து கீழே தொங்கிக் கொண்டிருந்தது. திடீரென ஒரு பிசுபிசுப்பில் கை நனைவதை உணர்ந்தேன். அந்த திரவத்தின் அடர்த்தி மனதை நெருடியது.

அந்த வீட்டின் தரை ரெட் ஆக்சைடு கொண்டு பூசப்பட்டிருக்கும். பாதி உறக்கத்தில், மீதிக்கண்ணைத் திறந்து கட்டிலுக்குக் கீழே பார்த்தால் வழவழவென்று ஏதோ சொட்டிக் கொண்டிருக்கிறது. கருஞ்சிவப்பு நிறத்தில் கைகளில் தெரிந்ததை மெதுவாய்த் தூக்கி முகர்ந்து பார்த்தேன்.

'கடவுளே ரத்தவாடை!'

கண்ணைத் திறந்து பார்த்தால் கையெல்லாம், தரையெல்லாம் ரத்தம் சிந்தி அறை முழுக்கப் பரவிக்கொண்டிருக்கிறது. 'தெய்வமே என்னது இது?' என்று அரண்டு போய்த் தலையைத் திருப்பி மேலே பார்க்கவும் இதயம் ஒரு நொடி நின்று விட்டது. ரத்தம் தோய்ந்த ஒரு பெண்ணின் கூந்தல் என் முகத்துக்கு நேராகத் தொங்கிக் கொண்டிருக்கிறது.

ஒரு பெண் ரத்த வெள்ளத்தில், ரத்தம் வழிய வழிய தலைகீழாகத் தொங்கிக் கொண்டிருக்கிறாள்.

அரண்டு போய்க் கத்தினேன், "ஏலேய் மா.........ப்.....................ஏ.............. பிரே...தம்...........!"

"பிரேமு ஆபீசுக்கு போயிருப்பான்...! நீரு கெடந்து தூங்கும்.... தண்ணியப் போட்டா போரும்... கெடந்து அலம்பியதே வேலையா நடப்பாரு! ஓவரா ஒபத்திரவப் படுத்துகிறு... செவத்தப் போட்டு...!"

என்று கம்பியுட்டர் ரூமிலிருந்து வெங்கலம் கத்தினான்....

நான் மயக்கம் போட்டேன்.

அத்தியாயம் – 3

போதகப்படலமும், பாதகப் பதர்களும்

நான் மெதுவாகக் கண்விழிக்கும்போது, அம்மாவின் சத்தம் சன்னமாகக் கேட்டுக் கொண்டிருந்தது. கட்டிலின் கீழே பார்த்தேன். ரத்தம் இல்லை.. அண்ணார்ந்து பார்த்தேன். பெண்பிணம் இல்லை...

அம்மா வெங்கலத்திடம் கேட்டுக் கொண்டிருந்தாள். "என்னடே! உங்க அத்தான் எழுப்ப, எழுப்ப எந்திரிக்காம கெடக்கான்! கும்பி முட்ட குடிச்சிருப்பானோ?"

மைத்துனப் பதர் மனசாட்சியே இல்லாமல் பதில் சொன்னது,

"சொல்ல சொல்ல கேக்காம, பத்து செம்பு கள்ளைத் தூக்கிக் குடிச்சா அப்புடித்தான்... இடையில எந்திரிச்சி என்னமோ பிரேமா! ப்ரேமா'ன்னு கூச்சல் போட்டாரு என்னன்னு கொஞ்சம் விசாரிங்கத்தே...!

(செவத்து நாய் வெடி கொளுத்திப் போட்டது)

நான் எழுந்து ஓடினேன். வெங்கலம் இன்னும் படம் பார்த்து முடிக்கவில்லை. நான் பதட்டத்தோடு அம்மாவிடம் கேட்டேன்.

"எம்மா! அந்தப் புள்ளைக்க பாடிய எங்கே?"

அம்மா அதிர்ந்து என்னிடம், "என்னது புள்ளைக்க பாடியா?"

"எத்தே! நாந்தாஞ் சொன்னம்லா? பிரேமான்னு!" வெங்கலம் மீண்டும் திரி பற்ற வைத்தான்.

அம்மாவிடம் நான், "ஐயோ! டெட் பாடிம்மா.... ரத்தத்தை கழுவியாச்சா?" பயங்கரமாய்க் குழம்பி விட்டேன். அம்மாவுக்குப் புரிந்து போனது.

அம்மா என்னிடம், "அது கெடக்கட்டும்... காலையில கெழங்கும், மீனும் கொண்டு போன ஹாட் பாக்சை எங்க போட்ட?"

நான் கண்ட கனவைச் சொன்னேன். வழக்கம் போல அம்மா நம்பி விட்டாள். எனக்கு கிறுக்கு பிடித்திருக்கிறதாம். ஹாட்-பாக்ஸ் கள்ளு வியாபாரியின் வீட்டுத் திண்ணையில் கிடந்தது.

மாலையில் பாஸ்டர் ஒருவரை வரவழைத்திருந்தார்கள். வீட்டில் நுழைந்தவுடன் அவர் கேட்ட கேள்வி....

"யாருக்கு பேய் புடிச்சிருக்கு...?"

அம்மா என்னை நோக்கி கைநீட்டினாள். "வாங்க பாஸ்டர் அங்கிள்!" என்று நான் வரவேற்றேன். அப்பா அவருக்கு சில குறிப்புகள் எடுத்துக் கொடுத்தார்.

"ஐயா! ரெண்டு பயலுவளும் ஒரு நேரம் வீடு தங்குகதில்ல... ஊரெல்லாம் தெருவ அளந்துட்டு ராத்திரி பதினோரு மணி, பன்னெண்டு மணிக்குதான் வீட்டுக்கு வரவு! பாக்குறதெல்லாம் பேய்ப்படம்... படிக்கிறதெல்லாம் பேய்க்கத! பாடப் புஸ்தகத்த எடுத்துப் படிக்க வலிக்கும்! சொல்பேச்சி கடுகளவும் கேக்கது கெடையாது! அப்புறம் ராத்திரில எந்திரிச்சி ஊளையிடுவானுவோ... ரெண்டண்ணமும் இதே வேலையா கொண்டுகிட்டு நடக்கு பாத்துக்கிடுங்க.!"

போதகர் என்னை ஒரு மனநோயாளியையப் போல பார்த்தார். நான் சிரித்தேன். அவர் எழுந்துபோய் என்னுடைய கம்பியுட்டர் அறைக்குள் நுழைந்து பார்வையிட்டார். அந்த அறைக்குள் ஒரு பெரிய பாம்பு தொங்கிக் கொண்டிருப்பதாகக் கூறினார். நான் நிமிர்ந்து ஃபேனைப் பார்த்தேன். அதில் கொஞ்சம் போசாரைகள் தொங்கிக் கொண்டிருந்தன.

போதகர் அந்த வீட்டை பூஜை, புனஸ்காரங்கள் மற்றும் மந்திரவாதங்கள் நடந்த வீடு என்றும், துர்மரணம் நிகழ்ந்த வீடு என்றும் ஆய்வறிக்கை வெளியிட்டார்.

முடிவில் ஜெபித்தார். "துஷ்ட சக்திகளைத் துரத்தியடியும் ஏசப்பா! ஆமென்..!"

அவரது ஜெபத்தைக் கேட்டு பேயும் மனதுருகி அழுதிருக்கக் கூடும். என் காதுகளில் ரத்தம் வழிந்து கொண்டிருந்தது. ஜெப முடிவில் போதகர் என்னிடம் திரும்பி,

"தம்பி! துஷ்டத்தனமான செயல்களை நாம் செய்யும்போது, துஷ்ட சக்திகளுக்கு நம்மை மிகவும் பிடித்துப் போய் அது நம்மோடே தங்கிவிட விரும்பும்! அதனால் போக்கிரித்தனங்களை கைவிட்டு விட்டு ஜெபத்தோடே வாழ வேண்டும்! அல்லாமல் பைபிளைத் தலையணைக்கு அடியில் மட்டுமல்ல வாய்க்குள் போட்டு விழுங்கிவிட்டு படுத்தாலும் பேய்கள் போட்டுத் தாக்கத்தான் செய்யும்!"

என்று சொல்லி விட்டு போதகர் கிளம்பி விட்டார்.

"போயிட்டானா பாரு!" என்றவாறே அப்பா ஒரு கதாகாலட்சேபத்தை ஏறெடுத்தார்.

"சதாசர்வ காலமும் ஊர்சுத்தணும், பூரா கண்ட பொறம்போக்கு பயலுவக்கூட சகவாசம், வீட்டுநடை தலையில இடிக்க அளவுக்கு வளர்ந்தும் அறிவு வளரலை... என்னத்த செஞ்சி காலத்த கழிக்கப் போறானுவளோ? எங்களோட காலத்துக்கப்புறம் ஒரு நாயும் ஓங்கள வீட்டு நடையில ஏத்தாது!" என்று சொல்லிக் கொண்டிருந்தவர் திடீரென்று கத்தினார்.

"லே... ஓங்ககிட்டதானே பேசிட்டிருக்கேன்!"

அப்போதுதான் திரும்பிப் பார்த்தேன். மது தூங்கிக் கொண்டிருந்தான்.

'இதென்ன சாயங்கால நேரத்தூக்கம்? புது அடவா இருக்கே?' என்ற ஆச்சரியம் எழுந்தது.

அப்பாமீண்டும் என்னிடம், "பாக்குறவன் எல்லாம், ஸார் ஓங்க பையம்மார அடிக்கடி சாராயக் கடையில பாத்தேம்னு சொல்லுகானுவோ... வெளீல தல காட்ட முடியலை! ரெண்டு நாயும் சேர்ந்து குடிச்சிட்டு சுத்துது... அண்ணனும் தம்பியுமால நீங்க ரெண்டு பேரும்? த்தூ! நானெல்லாம்

எனக்க சிறுபிராயத்துல...." என்று அவர் தொடங்கவும் அம்மா முறைத்தாள். அப்பா மேற்கொண்டு பேசவில்லை.

ஆனால் எனக்குள் இருந்த கம்யூனிஸ்டு பேசத் தொடங்கினான்.

"தோழர் தர்மராஜ் அவர்களே! நாம் சாராயத்தைக் கொள்முதல் செய்யவில்லையெனில், சாராயத்தயாரிப்பில் ஈடுபடும் தொழிலாளர்களின் நிலைமை என்னவாகும்? ஒரு மனிதனுக்குத் தயார் செய்யப்படும் குப்பியை நான் கொள்முதல் செய்யவில்லையெனில் இச்சமுதாயத்தில் உள்ள பண முதலைகள் என்னுடைய குப்பியைக் கொள்முதல் செய்து எனக்கே இரட்டிப்பு விலைக்கு விற்றால் எனக்கான குப்பிக்கு நான் எங்கே போவது? கரும்பு, திராட்சை போன்ற சாராயத்துக்கான மூலப் பொருட்களைத்தையும் உற்பத்தி செய்யும் என் நாட்டின் விவசாயிகளின் நலனை யார் போற்றுவார்? இந்த நாட்டின் நலனே சாராயத்தில்தான் உள்ளது எனும்போது எனக்கு என் தாய் நாட்டின் நலன்தான் முக்கியம்...!" என்று முழங்கிய போது குடும்பமே என்னை உற்றுப் பார்த்தது.

அம்மா சொன்னாள். "பள்ளி வாசலுக்குக் கூட்டிட்டுப் போய் தண்ணி தெளிச்சி ஏலாசி கெட்டணும்..! ஏதும் வாதையளுக்க புடிமனமாயிருக்கும்! "

அப்போதுதான் அப்பா அந்த அறிக்கையை வெளியிட்டார். "செவத்த குடிக்கணும்னு முடிவாயிற்று... கருமத்த வீட்டுல வாங்கி வச்சிக் குடிச்சித் தொலைங்க...!"

அதைக் கேட்டவாறே தூங்கிக் கொண்டிருந்த மது எதேச்சையாக எழுந்து பானக்கடைக்குக் கிளம்புமாறு எனக்குக் கட்டளையிட்டான். அப்போது மணி ஏழரை. என் கம்பியுட்டர் அறை முழுவதும் யாகம் நடத்தியது போலப் புகை மண்டலம் சூழ்ந்த போது மணி ஒன்பதரை. அம்மா கதவைத் தட்டினாள். அப்போது எங்கள் அறைக்குள் ஆறு பேர் இருந்தோம்.

அம்மா அதிர்ச்சியடைந்தாள். "இதென்னடே! நானும் தீ புடிச்சிட்டுன்னு பயந்துல்லா கதவைத் தட்டுனேன்!"

வெங்கலத்தின் வாயிலிருந்த சிகரெட் தவறி கீழே விழுந்தது.

அப்போதுதான் கவனித்தேன். வாசலில் இரண்டு அம்மா நின்று கொண்டிருந்தாள். 'ரெண்டு டி.வி, ரெண்டு ஃப்பிரிஜ், ரெண்டு அப்பாக்கள்! இது என்னப்பா விந்தை? ஒரே பாடலில் ரஜினி கார், பங்களாவன்னு செட்டிலாவது மாதிரி, ஒரே குவாட்டர்ல ரெண்டு கம்பியூட்டர், நாலு கதவுகள்? எந்தக் கதவு வழியா வெளியே போறதுனே தெரியலியே இறைவா?'

அம்மா சொன்னாள், "மக்கா விசயம் தெரியுமா? நம்ம வீட்டுக்கு வந்தாருல்லா பாஸ்ட்டரு... அவரு வீட்டுல ஏதோ கருப்பா ஒரு உருவம் நிக்காம்... அவருக்க புள்ளைக அலறி அலறி சத்தம் போடுகாம்... இப்பத்தான் ஃபோன் பண்ணுனாரு... சே... பாவம்லா?"

நான் அம்மாவிடம், "செவத்து வாதை நம்ம வீட்டுல இருந்து டிரான்ஸ்வர் ஆயிட்டு போலிருக்கு... வெரி டிஃபிகல்ட் பொசிசன்...!"

அம்மா என்னிடம், "கிண்டல் பண்ணாதல... அது பேயாய் இருக்குமோ?"

நான் அம்மாவிடம், "பாயைப் போட்டு வைம்மா... தூக்கம் வருகு.... படுக்கணும்...!"

எனக்குப் பின்னணியில் ரிவெஞ்ச் பி.ஜி.எம் ஒலித்துக் கொண்டிருந்தது.

அன்று இரவு எல்லாருக்கும் அசாத்தியமான உறக்கம் வந்தது. கணிப்பொறி அறையே ஒரு ஆழ்ந்த நித்திரையின் அடையாளமாகிப் போனது. உற்சாக பானம் ஒரு அட்டகாசமான உறக்கத்தின் பானம் என்பது உலக நியதி என்று அந்த விடியல் எனக்கு உணர்த்தியது.

காலையில் எழுந்து பார்த்த போது மைத்துனன்மார்கள் தலைவிரி கோலமாய்க் கிடந்தார்கள். தலையணைகள் அறையின் வெளியே கிடந்தன. உடலில் பாயைப் போர்த்தியிருந்தார்கள். வெங்கலத்தின் தலை அலமாரியின் அடியில் போய் சொருகியிருந்தது. மதுவின் கால்கள் அலமாரியின் அருகே கிடந்ததால் கண்டிப்பாக அது பேயின் வேலையாக இருக்காது என்பது புரிந்தது.

அம்மா இரண்டொருமுறை எழுப்பியிருக்கிறாள். ஒரு பெரிய ஃப்ளாஸ்கில் காப்பியும், ஆறு உள்ளி வடைகள் அடங்கிய பாத்திரமும் மேஜையில்

கிடந்தது. ஒரு வடையை எடுத்துக் கடிக்கப் போகும்போது அம்மாவின் குரல்....

"பல்லத் தேயாம்டே... என்னைக்காது நாஞ்சொல்லாம பல்லு வெளக்கியிருக்கியா?" என்றபடியே பிரஷ்ஷில் டூத்பேஸ்டு வைத்து எடுத்து வந்து விட்டாள்.

"இப்ப என்ன பண்ணுகது? பல் தேய்த்தே ஆக வேண்டிய நிர்ப்பந்தம்!" அன்றைக்குக் கல்லூரி விடுமுறை. அந்த நாள் முழுவதும் வீட்டில்தான் பெகளம். வீட்டை விட்டு நாங்களும் வெளியே போகாததால் அம்மாவுக்கும் மகிழ்ச்சி.

"எழுவு! என்னவும் கொண்டாடிட்டு போவட்டும்... வீட்டுல கெடந்தா சரிதான்...!"

சுமார் ஐம்பது பேர் தாராளமாக தங்கக் கூடிய வீட்டில் அம்மா, அப்பா, நான், தம்பி என்று நான்கு பேர் தங்கியிருந்தோம். பேயின் புண்ணியத்தால் எங்கள் துணைக்கு மூன்று மச்சினன்மாரும், ஒரு சித்தியின் மகன் சின்ன தம்பியும் எங்களோடு ஒண்டுக் குடித்தனம் வந்திருந்தனர். வீட்டில் இப்படி சொல்லி அனுமதி வாங்கியிருக்கிறார்கள்.

"அத்தைக்க வீட்டுல பேய் இருக்காம்...! அத்தானுக்குத் துணையா படுக்கப் போறோம்!"

'அட ஒலவளந்தான்களா! அத்த வீட்டில் ஏ.சி. இருக்கு.. அங்கே தூங்கப் போகிறோம்' என்ற ரேஞ்சில் பேசியிருக்கிறார்கள். அம்மா உணவருந்திய தருணத்தில் வீட்டிலுள்ள காகிதப் பொருட்களும், உடைந்த பொருட்களும், தகரம் மற்றும் இன்னபிற உலோகப் பொருட்களும் பின்வாசல் வழியாகக் காயலான் கடைக்கு பயணப்பட்டன.

'இரவு குடி'யமர்வுக்கு சக்கரம் வேண்டுமே..!'

தீய சக்திகள் பின்வாசல் வழியாக வருவதும், தேவையற்ற பண்டாரங்கள் பின்வாசல் வழியாக வெளியே போவதும் தவிர்க்க இயலாதது. ஆக்கர் பொருட்கள் வெளியே போனதை வேலை முடிந்து வீட்டிற்கு வந்த அப்பா பார்த்து விட்டார்.

அப்பா என்னிடம், "இது என்னடே! சாக்குக்குள்ள...?"

நான் அவரிடம், "இது..... இது வந்து.... எனக்க பழைய புக்சு... ஃப்ரெண்டு ஒருத்தன் கேட்டான்! பாவம் ரொம்ப ஏழை! வேலை செஞ்சிதான் படிக்கான்...!"

அப்பா பக்கத்தில் நின்றிருந்த முழியாங்கண்ணன் வெங்கலத்தைப் பார்த்தபடியே என்னிடம், "பாத்தா புக்கு மாறி தெரியலையே... சரி... நேரத்த காலத்த வீடு வந்து சேரணும் என்னா? அப்படியே தேசாந்தரம் போயிரப்புடாது!"

வண்டி நேராக ஆக்கர் கடையின் முன்னால் போய் நின்றது. தொட்டு அடுத்ததாக தாசண்ணன் கடை (டாஸ்மாக்கின் மருவு அல்லது சங்கேதம்) அன்றும் வீட்டில்தான் கச்சேரி. அடுப்பாங்கரையை விடவும் அதிக புகைமண்டலமானது கணிணி அறை.

அம்மாவுக்கு கோவம் வந்து விட்டது, "ஒரு பேச்சிக்கு வீட்ல வச்சிக் குடிங்கன்னா இதென்ன கூத்துடே இது? இவுனுவ வீட்டுல போய் இப்பிடி வட்டமேசை போட்டா அவுக அம்மமாரு சட்டாப்பய எடுத்து வெட்டிப் புடுவாளுக... இதென்ன பாராலே? ஓடுங்கல வீட்டுக்கு...!"

சகபாணிகள் (குடியரசர்கள்) விரட்டப் பட்டனர். ஆறு பேரில் மூன்று பேர் மட்டும் இருந்தோம். அன்று அவ்வளவு உற்சாகமில்லாமல் போனது. ஆனால் அன்று இரவு பேய் வந்துவிட்டது. கதவு தட்டும் சத்தம்.

"தட் தட் தட்!"

"என்ன இன்னிக்கு பேயி ஒம்போது மணிக்கே வந்துட்டு...?" என்று நினைத்துக் கொண்டோம். நான் ஓடிப்போய் கதவைத் திறந்தேன்.

"அட பெரியம்ம! என்ன பெரியம்ம எப்படி இருக்கேள்?"

"நா நல்லா இருக்கேன் மக்ளே! அம்மைய எங்க? ஒரு காரியம் பேசணும்... அதா வந்தேன்...!"

"அம்ம கிச்சன்ல இருக்கா... போய்ப் பாருங்க..!"

அப்பா என்னிடம் வந்து கேட்டார், "பாக்கெட்டுல இருந்து பைசா எடுத்தியா?"

"இல்லியே.... யாங் கேக்கிங்கோ??"

"இல்ல.. ஐநூறு ரூவா கொறைச்சலா இருக்கு அதான்...!"

உள்ளேயிருந்து மதுவின் குரல் கேட்டது, "அந்த ஐநூறு ரூவா கிழிஞ்சிருக்கு... செல்லாதுன்னு சொல்லு அவுருகிட்ட... ஒரு நோட்டுல மூணு ஓட்டை! நாந்தா அத கஷ்டப்பட்டு மாத்துனேன்! அதுல பதிமூணு ரூவாதாம் மிச்சங் கெடக்கு..!"

அப்பா முறைத்தபடி கேட்டார். "தண்ணியடிச்சிருக்கியா?"

நான், "ஆமா அடிச்சிட்டேன்... செம்பருத்திச் செடிக்கு மட்டும் அடிக்கணும்...!"

"செருப்பு பிஞ்சிரும்.... இப்புடி டெய்லி ஐநூறு ரூவா எடுத்து செலவழிச்சா நா நடுத்தெருவுலதான் நிக்கணும்!"

என் உள்ளே கிடந்த காம்ரேட் விழித்துக் கொண்டான்.

"தோழர்.தர்மராஜ் அவர்களே! உற்சாக வெள்ளம் வேண்டுவோருக்கு வெள்ள நிவாரண நிதியை யார் வழங்குவார்? உழைத்துச் சம்பாதிப்பவர்கள்தான் உழைக்காமல் இருப்பவர்களுக்கு அருள வேண்டும்! அதுதான் இயற்கையின் நியதி!"

அப்பா தலையிலடித்துக் கொண்டு சோகமே உருவாகத் திரும்பினார். அவருக்கு மிகுந்த குழப்பம். ஏனென்றால் நானும் தம்பியும் அதுவரைக்கும் பெரியதாய்க் குடிக்கும் அளவுக்கு எங்களுக்கு குடி மீது அத்தனை விருப்பமெல்லாம் இருந்ததில்லை. கூடிக் குடிக்கும் அளவுக்கு பெரிய அளவில் நட்பு வட்டமும் இருந்ததில்லை.

'இவர்கள் வீட்டின் பெயரைச் சொல்லிக் குடிக்கிறார்களா? அல்லது இந்த வீடு அவர்களைக் குடிக்க நிர்பந்திக்கிறதா? உண்மையில் இந்த வீடு அவர்களுக்கு எவ்வாறாய்ப் பிரதிபலிக்கிறது? பேய் கீய் என்றெல்லாம்

சொல்லிக் கொண்டு திரிகிறார்களே?' என்பதில் அப்பாவுக்கு ஒரு மிகப்பெரிய சங்கடம் வந்திருந்தது.

உண்மையில் நான் மட்டும்தான் அதிக அளவில் பாதிக்கப் பட்டேன். என்னுடைய கண்களைச் சுற்றிலும் கருவளையம் விழுந்து உடல் மெலிந்து போயிருந்தது. இரவு முழுவதும் நன்றாகத் தூங்கி ஆறேழு மாதங்கள் ஆகியிருந்தன. ஒவ்வொரு இரவும் தூங்கி எழுவது எனக்கு ஒரு மிகப்பெரும் சவாலாக இருந்ததுதான் உண்மை. எனக்கெல்லாம் அவ்வளவு துக்கமாக வரும். சில சமயங்களில் வாய் விட்டு அழுததுண்டு.

'பேய் பயம் என்றால் எப்படியிருக்கும்?' என்பதை அந்த வீட்டில் அத்தனை பேர் இருக்கும் போது நான் மட்டும் உணர்கிறேனென்றால் அது என்னைச் சுற்றி இருப்பவர்கள் மீதும், என்னுடைய பரிதாப நிலைமையை உணராமல் இயல்பாக லாத்திக் கொண்டு திரிந்ததைக் கண்டும் அவர்கள் மீது எனக்கு ஒரு மிகப்பெரிய கோபக் கனல் உருவானது. ஆனாலும் அவர்கள் மீது எந்த ஆயுதங்களையும் ஏந்த முடியாது என்பதுதான் நிதர்சனம்.

'வீட்டைப் பகைக்கலாம்! வீட்டாரைப் பகைத்தால் கஞ்சிக்கு வழியில்லாமல் ஆகிவிடுமே?'

அந்த வீட்டிலுள்ள அமானுஷ்யத் தன்மையை என்னைச் சுற்றியிருக்கும் யாரும் நம்பவில்லை. என்னாலும் அவர்களுக்கு நிரூபிக்க முடியவில்லை. வாடகை வீடு என்பதே துயரம்தான் எனும்போது, வாடகையே கொடுக்காமல் நம்மோடு கூட வாசம் செய்யும் பேய் இன்னமும் துயரமன்றோ?

பெற்ற தாய் தகப்பன் நம்மைக் குறித்து வருந்தாமல் திரியும்போது தினந்தோறும் எனைக்காண வரும் அந்தப் பேயின் மீது எனக்கு ஒருவிதக்காதல் பிறந்து போனது. ஆனாலும் அது அந்தரத்தில் எழுந்து பறக்கும் வல்லமை கொண்டிருந்ததால் காதலோடு சேர்த்து ஒரு கொடூரமான பயமும் இருந்தது. அதனால்தானோ என்னவோ அந்தப் பெண் பேயானது இன்று வரைக்கும் கற்போடு பறந்து கொண்டிருந்தது என்ற எண்ணமும் இல்லாமலில்லை.

"ஒரு வீட்டின் அறைக்குள் எப்போதும் அசைவு இருந்து கொண்டேயிருந்தால் துஷ்ட சக்திகள் ஓடிவிடும்!" என்று ஒரு புத்தகத்தில் படித்ததால் அப்பாவின் பர்ஸ் வெடி வைத்து தகர்க்கப் பட்டது. ஆம்! ஒரு மீன் தொட்டி வாங்கி, கொஞ்சம் சிறிய மீன்களை உலவ விட்டேன். பூனை, நாய் போன்ற வீட்டு விலங்குகளின் முடிகள் அம்மாவுக்கு ஒவ்வாமையை ஏற்படுத்துவதால் அவைகளை வீட்டில் வளர்க்கத் தடை செய்யப் பட்டிருந்ததால் மீனைத் தேர்வு செய்திருந்தேன்.

அன்றிலிருந்து தினமும் பானத்தின் உதவியோடுதான் உறங்க வேண்டி வந்தது. இல்லையென்றால் யாரோ காலைப் பிடித்து இழுப்பார்கள். நெஞ்சின் மீது ஒரு உருவம் வந்து அமர்ந்து கொள்ளும், மூச்சு விட முடியாது, கை, கால்களை அசைக்க முடியாது. இல்லையென்றால் யாரோ காதுக்குள் வந்து அம்மாவின் குரலில் அல்லது அப்பாவின் குரலில் சன்னமாக அழைப்பார்கள்.

அன்றும் ஒரு அமானுஷ்யக் குரல் என்னுடைய காதுகளுக்குள் ஒலிக்க நான் பதறித் துடித்து எழுந்தேன்.

ப்ரபூூூஉஊஉஊ...... (FCKN Hallucination) பக்கத்தில் கிடந்த மதுவைக் காணவில்லை...

லார்ஜோடு லாந்தல்

அன்று இரவு முழுவதும் உறங்கவில்லை. இப்படியாக தினமும் இரவில் நாலு லார்ஜ் போட வேண்டிய சூழல். எங்களோடு துணைக்கு உறங்க மைத்துனன்மார்கள் யாராவது இரண்டு பேர் வருவார்கள். அவர்கள் யாரும் பேயைக் கண்டதோ உணர்ந்ததோ இல்லையென்பதால் அவர்களது என் மீதான பார்வை இப்படியிருந்தது,

'பொய்யங்காணி, பயந்தாங்கொள்ளி, பீச்சாளி, தொடை நடுங்கி, மண்டையன் மற்றும் பல...' இன்னும் சில வார்த்தைகளைக் குறிப்பிட்டு அச்சுக்குக் கொடுத்தால் அச்சக உரிமையாளர் கோபித்துக் கொள்ளக் கூடும். பதிப்பாளர் அடிவாங்க வாய்ப்புகள் அதிகம்.

அவர்கள் என்னைக் குறித்து என்ன சொன்னாலும் கூட அப்போதைக்கு என்னுடைய துணை அவர்கள்தான். சேர்ந்தே பானம் அருந்துவோம்! சேர்ந்தே சாப்பிடுவோம்! சேர்ந்தே கக்கூஸ் போவோம்! சேர்ந்தே படுத்துறங்குவோம்! துஷ்ட சக்திகள் குறித்த அங்கலாய்ப்புகள் அப்போதைக்கு இல்லாதிருந்ததுதான் எனக்குக் கிடைத்த மாபெரும் ஆறுதலாக இருந்தது.

முதல் லார்ஜில் பேய் குறித்த சங்கடமான நிகழ்வுகளைக் குறித்தும், அதனால் ஏற்படும் மனக்கிலேசங்களைக் குறித்தும் விவாதிக்கப் படும். மீண்டும் பேய் நம் மத்தியில் வந்தால் செய்ய வேண்டிய முன் ஏற்பாடுகள் குறித்து பேசிக்கொண்டே இரண்டாவது லார்ஜ் வாய் வழியாக வயிற்றுக்குள் வீசப்படும்.

வழுக்கம்பாறை சகாய மாதா ஆலயத்தில் இருந்து சிறிய அளவிலான சிலுவைகளை கொள்முதல் செய்தோம். அதுதான் பேய்களிடமிருந்து

எங்களைத் தற்காத்துக் கொள்ள எங்களுக்கு தேவைப்பட்ட கேடயம். ஆளுக்கொன்றாக கழுத்தில் அணிந்து கொண்டோம். முக்கியமாக கக்கூஸ் போகும்போது அதனுடைய துணை அசாத்தியமானது. ஒருவேளை பேய் வந்துவிட்டால் சிலுவையைக் கையில் பிடித்துக் கொண்டு, "இயேசுவின் ரத்தம் ஜெயம்!" என்று உரக்கக் கத்தினால் பேய் அகன்று விடும்!" என்று நம்பினோம்.

வயிற்றுக்குள் போன இரண்டாவது லார்ஜ் மீண்டும் வாய்வழியாக வார்த்தைகளின் வடிவில் வெளியே வரும். 'நாய்க்கிப் பொறந்த பேயி நம்மளை கிறுக்கனாக்கிருமோ?' என்ற அச்சம் எழும் வேளையிலும்,

பேயை எங்கள் வீட்டிலிருந்து விரட்டி தன்னுடைய வீட்டுக்குத் தள்ளிக் கொண்டு போய் குத்து வாங்கிய அந்த போதகருக்கும் நன்றி சொல்லாமல் இருந்ததில்லை.

"அந்தப் பாஸ்டர்தான் எத்தனை எளிமையானவர்?"

என்று சொல்லும் போதே எதிரில் வெங்கலம் கண்ணீர் விட்டு அழுத சம்பவங்களும் நடந்தது. பேயிடம் இருந்து நம்மைக் காப்பாற்றி, நம்மைத் தாலாட்டி உறங்க வைத்த, எளிய வழிமுறையை அறிமுகப்படுத்திய அந்த புண்ணிய ஆத்துமா நூறாண்டு வாழ நெஞ்சார வாழ்த்துகளைத் தெரிவித்த படி விவாதத்தைத் தொடர்வோம். ஆனாலும் நிறைய வார்த்தைகளைப் பேசுவதைத் தவிர்த்தோம். பேய்க்குப் பிடித்தமான வார்த்தைகள் அவை....

ஃபோனில் யாரிடமாவது பேசும்போது, "வீட்டுக்கு வறியா?" என்றோ,

நேரில் அமர்ந்திருப்பவரிடம், "இன்னிக்கு எங்ககூட படு! டாய்லெட் போறேன்!" என்றோ சில காரியச் சொற்களை எங்களால் உச்சரிக்க முடியவில்லை.

மரணம், கொலை, சுடுகாடு, ஆக்கிரமிப்பு, ஐஸ்கிரீம் போன்ற பல வார்த்தைகளையும் எங்களால் பேச முடியாமல் போனது. இது கூட ஒரு புத்தகத்தில் இருந்து சேகரித்த தகவலின் அடிப்படையில்தான் பின்பற்றப் பட்டது. அதாவது நாம் பேசும் அந்தக் குறிப்பிட்ட வார்த்தைகளை பேயானது தங்களைக் குறித்து எழுப்பப் பட்டதாக எண்ணி அன்றைய தினம் வீட்டுக்குள் எழுந்தருளும் என்பதுதான் முக்கியமான விஷயம்.

மூன்றாவது லார்ஜ் தொண்டையின் படிக்கட்டுகளைத் தாண்டி குடலின் உள்ளே இறங்கும்போது, அதே குடலில் இருந்து தொண்டை வழியாக ஒரு ஆவேசம் மேலே வரும். அப்போது அந்தப் பேயின் மீது கடுமையான கோபம் எழுந்து கடும் கோபத்தில் விமர்சிப்போம்.

"பேயிம் மயிருந்தாம்லே...! பேயி என்ன மயித்தப் புடுங்கும்னு இன்னிக்கி ஒரு கை பாக்கம்டே!" என்றவாறே கொதித்ததில் உடலில் ரத்தம் சீறற்ற வேகத்தில் ஓடத் துவங்கும்.

அப்போது அறையின் வெளிக்கதவைத் திறந்து வெளியேறி காம்பவுண்டுக்குள் நின்று கொண்டு வாயில் புகையும், வசவுகளும் வழிய நாங்கள் திட்டுவதை அந்தப் பேய் ஏதாவது ஒரு மூலையில் நின்று கேட்டுக் கொண்டு திருந்தி விடும் என்று எண்ணினோம். 'நல்ல பேய்க்கு ஒரு சூடு!' மீண்டும் அறைக்குள் திரும்பும் போது எங்கள் அனைவரின் முகங்களும் கிழங்குப் பசை வாளியில் விழுந்த கழுதையின் முகத்தை ஒத்திருக்கும்.

அதுதான் நான்காவது லார்ஜுக்குண்டான முகவாக்கு. தலை திரும்பினால் கண்கள் அந்தத் திசைக்குத் திரும்ப பத்து வினாடிகள் பிடிக்கும். அனைவரது மனமும் ஒருநிலைப் பட்டிருக்கும். அது ஒரு சாந்த சொரூபிகளின் நிலை.

அந்த நேரத்தில் அந்தப் பேய் எங்கள் எதிரில் வந்தால் கூட ''பெம்பிள்ளையளு மது அருந்தக் கூடாது என்றோ இது எங்களுக்கே பத்தாது! உனக்கு எப்படி நாங்கள் தர முடியும்? கடைய வேற சாத்திருப்பான்...! நடுச் சாமத்துல ஒனக்காண்டி கடைய தொறந்து வச்சிப்பானா தாசண்ணன்? நாளைக்கி ஒரு எட்டு மணிக்கெல்லாம் வந்துரு! சேந்து குடிக்கலாம்!" என்று பேயிடம் சொல்லிவிடும் மனநிலைதான் அது.

'அதற்கப்புறம் பேய் வந்தாலென்ன? நாய் வந்தாலென்ன? நாங்கள் உயிரோடு இருக்கிறோமா? இல்லையா? என்பது எங்களுக்கே தெரியாது!'

அப்படியான நாட்களிலெல்லாம் பேய் வருவதில்லை. "இந்தக் குடிகார நாய்களைப் போட்டு என்ன செய்வது?" என்பதாக அந்தப் பேய் எங்களைப் புறக்கணித்ததாகவே தோன்றியது. ரொம்ப நாட்களாக அந்தப் பேயைக் காணவில்லை. நாங்களும் நள்ளிரவில் பயமின்றி கக்கூஸ் போய் வந்தோம். அடிக்கடி திடீரென்று அம்மாவின் குரல் ஒலிக்கும்.

"ஏய்... அது ஃப்ரிஜ்ஜி... டாய்லெட் அங்க இருக்கு... செவங்கள்...!"

ஆனால் அன்றைய நாள் இரவு எங்களுக்கு வழக்கமான இரவாய் அமைந்திருக்கவில்லை.. அதுவரை அப்படி ஒரு நிகழ்வை என் வாழ்நாளில் நான் கண்டதேயில்லை. கம்பியிட்டரில் உட்கார்ந்து ஒரு ப்ராஜெக்ட் செய்து கொண்டிருந்தேன். என் பின்பக்கமிருந்து பிச்சிப்பூவின் மணம் வந்தது. லேசாகத் திரும்பிய படியே ஒரு பெண் நிற்பது பிடிகிட்டியது. நான் அசையவேயில்லை. கம்பியூட்டர் திரையில் ஒரு பெண்ணின் முகம் தெரிந்தது. அரண்டு போனேன். "எங்கிருந்து ஓட?"

டக்கென்று அந்த உருவம் என் கண்ணைப் பொத்தியது. நான் அய்யோ பேயி என்று கத்தவும்தான் தெரியும். மாமாவின் மகள் நின்று கொண்டிருந்தாள்.

"சனியனே நீயா? எதுக்குட்டி பயங்காட்டுன?"

"ம்க்கும் என்னையக் கண்டா பேயி மாதிரியா இருக்கு?"

"ஆமா! இதுக்கொண்ணும் கொறச்சலில்ல! பட்டுப் பாவாடையுங் கெட்டிக்கிட்டு தல நெறச்சி பூவும் ஏந்திக்கிட்டு எங்கட்டி போற இன்னேரத்துக்கு? சுடுகாட்டுக்கா? கொஞ்சம்னா நாம்லா நெஞ்சி வெடிச்சி செத்துப்போயிப்பேன்?"

"எனக்க ஃப்ரெண்டுக்கு இன்னிக்கி கலியாணம்! அங்கதாம் போறேன்!"

"கலியாணத்துக்குப் போறியா? கொஞ்சம்னா எனக்குக் காடாத்தே கழிச்சிருப்ப? போயிரு மரியாதையா!"

என்றதும் அவளது முகம் வாடிப்போனது. "சரிட்டி! கோவிக்காத கேட்டியா! அத்தாந்தானே சொன்னேன்? இதுக்கெல்லாமா மோறைய தொங்கப்போடுவா?" என்று கட்டியணைத்து ஒரு முத்தத்தை அருளவும் அவளது முகத்தில் ஒரு மலர்ச்சி. அதுக்காகவே காத்திருந்தது போல ஒரு பூரிப்பு.

கொளுந்தியார்மார்களிடம் ஒரு சிறப்பம்சம் உண்டு. நாம் கல்யாணமே செய்து கொள்ளாவிட்டாலும் கூட முத்தங்களைக் கொடுத்தால் சப்தமின்றி வாங்கிக் கொண்டு கையால் துடைக்காமலே வெளியில் போய் தங்கள் நாவுகளால் உதட்டைத் துடைத்துக் கொள்வார்கள். ஆனாலும்

கொளுந்தியார் கொஞ்ச நேரத்தில் மிகப்பெரிய திகிலை உருவாக்கி விட்டிருந்தாள்.

"உங்களுக்கெல்லாம் 'பேய்' என்றால் அது எப்படியிருக்கும் என்று தெரியுமா?"

உங்களது பால்யத்திலோ அல்லது இளம்பருவத்திலோ ஒரு வார்த்தையை உங்களுக்கு யாராவது ஒருவர் அறிமுகப்படுத்தி அந்த வார்த்தைக்கு உருவங்கள் எதுவுமில்லாத நிலையில் அது குறித்த உருவகத்தை உங்களுக்குக் கற்பிக்கும் அவர், அதை எதுவாக உங்களுக்குப் பதிய வைக்கிறாரோ அந்த உருவகப்படுத்தப்பட்ட உருவமானது உங்கள் முன்பாக நேரில் தோன்றும் வரையிலும் அதை உங்களால் காண முடியாது. அப்படியொருநாள் அந்த உருவம் உங்கள் முன்பு தோன்றினால் மட்டுமே அந்தக் குறிப்பிட்ட வார்த்தையின் பொருளை, நிலையை, தன்மையை, உருவத்தை அல்லது அதன் தோற்றத்தை நீங்கள் உறுதி செய்து கொண்டு அதுகுறித்து அச்சப்படவோ அல்லது வணங்கவோ முடியும்.

எனது சிறுவயதில் எங்கள் வீட்டில் ஒரு பெரிய ஃப்ரேம் செய்யப்பட்ட ஒரு தாடி வைத்த ஆடு மேய்க்கும் தாத்தாவின் புகைப்படம் ஒன்று இருந்தது. அவரது கையில் ஒரு கம்பும் ஒரு ஆட்டுக்குட்டியும் இருந்ததைக் கண்டு நான் என் அம்மாவிடம் கேட்டேன்,

"யாருமா அந்தத் தாத்தா? கைல கம்பு வச்சிருக்காருல்லா? அந்த ஆட்டுக்குட்டிய அடிப்பாரோ என்னவோ? ஆடுகள் பாவம்லாம்மா?

அதற்கு அம்மா பிரதியுத்திரமாக, "அவர் தாத்தா இல்லை! அவர்தான் ஏசப்பா! அவர்தான் நமக்கெல்லாம் அப்பா!"

"அப்ப தருமராஜி யாரு?"

அம்மாவுக்குக் கோபம் வந்து விட்டது. "கூடுதல் கேள்விகளெல்லாங் கேக்கப்புடாது என்னடே? வயிசுக்குத் தகுந்த மாதிரி கேள்வியளு இருந்தா அடி தப்பும்! போ போயி வெளாடு!"

நானும் ஓடி விட்டேன். ஒருநாள் எங்கள் சர்ச்சின் பாஸ்டர் ஒரு கதையைச் சொன்னார்,

"சாத்தானானவன் ஒரு பாம்பின் வடிவில் ஊர்ந்து வந்து அந்தத் தோட்டத்தின் நடுவில் இருந்த ஒரு ஆப்பிள் பழத்தைப் பறித்து அதைத் தனியாக நின்று கொண்டு வாய் பார்த்துக்கொண்டிருந்த ஏவாளிடம் கொடுத்தது! கேட்டேளாப்போ?"

"மாமா எனக்கு ஒரு சந்தேகம்!"

என்னுடைய குரலைக் கேட்டு பாஸ்டர் திரும்பினார், "குட் பாய்! அப்டிதான் சந்தேகங்களை ஓடனடியா கேட்டு தெளிவாக்கிறணும்! நீ கேளுடே!"

"பாம்புக்குதான் கை கெடையாதே! அது எப்புடி ஆப்பிள் பறிக்கும்?"

பாஸ்டர் மயங்கப் போனார்.

"சொல்லக் கூடிய கதையள குறுக்க பேசாம கேக்கணும்டே! ஒங்களையெல்லா வச்சிக்கிட்டு நாஞ் சாணி அள்ளத்தாம் போவணும்! கத கேக்கானுவோ கத மயிரு!"

பாஸ்டர் அங்கலாய்த்தார், நானும் விடவில்லை.

"நீரு சொல்லித்தான் ஆவணும்! கையில்லாத பாம்பு எப்புடி பழம் பறிச்சிச்சி? எங்கிட்டயே கதைய அளக்கிறா? சின்னப்பெயலுவன்னா ஒமக்கு எக்காளமில்லியாவோய்?"

என்னோடு கூட இரண்டு எதிர்ப்பாளர்கள் சேர்ந்து கொண்டு கேள்வி கேட்டதும் பாஸ்டரானவர் ஏதேன் தோட்டத்துக் கதையை ஒரு பேய்க்கதை வடிவில் உருமாற்றிச் சொல்லத் துவங்கினார்.

"அதாவது பிள்ளைகளே! கடவுள் மனிதர்களைப் படைத்து அவருக்குச் சொந்தமான ஒரு தோட்டத்தில் அவர்களை வைத்துப் பாதுகாத்தார்! அவர்களது பெயர் ஆதாம் மற்றும் ஏவாள்! அவர்கள் அங்கே ஆடை யின்றி சுதந்திரமாக இருந்தார்கள்.

"அய்ய்! அம்மணங்குண்டியா இருந்துருக்காவோ!" என்று என்னைவிட மூன்று வயது சிறிய வெங்கலம் என்னுடைய காதுகளில் கிசுகிசுக்கவும் நான் சிரிக்க எங்களைப் பார்த்து விட்டார்.

"அங்க என்னடே கொணகொண? கத கேக்க இஷ்டம் இல்லைன்னா வீட்டுக்குப் போங்கல!"

வெங்கலத்துக்கு வியர்த்து விட்டது, "இல்ல பாஸ்டர் மாமா! இப்போத்தான் கதை ரெம்ப ருசியாருக்கு! நாங்க வாயே தொறக்கலை! நீங்க சொல்லுங்க!"

ஆடையில்லாத ஏவாளுக்கு நாங்கள் கற்பனையில் ஆடை தைத்துக் கொண்டிருக்கும் போதே கதையில் சாத்தானானவன் எழுந்தருளினான். அது ஒரு பயங்கரமான கட்டம்.

"கொடூரமான தோற்றத்தை உடைய அந்தப் பாழாய்ப்போன சாத்தான் அந்தப் பழத்தைப் பாம்பு வடிவில் வந்து பறித்தான். அப்போது அங்கே ஆதாம் இல்லை! ஏவாள் மட்டும் தனியாக இருந்தாள்...!

நாங்கள் பதைபதைத்துப் போய் ஏதேன் தோட்டத்து வாயிலில் நின்றோம்.

"கொள்ளைல போன பயல் ஆதாம்! அந்தப் புள்ளைய அத்தாந்தண்டி தோப்புக்குள்ள தனியா வுட்டுகிட்டு ஊர் மேயப் போயிருக்கான்! சாத்தான் வேற மோசமான பயல்'னு கொஞ்ச நேரத்துக்கு முன்னாலதாஞ் சொன்னாரு! அந்தப் புள்ளை தப்பிச்சோ இல்லியோ இறைவா?"

எங்கள் மனம் பதைத்துப் போனது.

மொட்டை மண்டை சாத்தானின் ஆட்டுக்கொம்புகள்

பதைபதைக்கும் அளவில் அந்தக் கதையில் ஒரு மண்ணாங்கட்டியும் இல்லை என்பதைப்போல அந்தக் கதையை உப்புச் சப்பில்லாமல் முடித்து வைத்தார் பாஸ்டர்.

நான் வெங்கலத்திடம் சன்னமாக, "அந்த பாழாய்ப்போன ஆப்பிள் மாத்திரம் இல்லாமப் போயிருந்தா இந்த ஜட்டிய டைட்டா மாட்டிக்கிட்டு அலைய வேண்டியிருந்துருக்காது! இல்லியாடே வெங்கலம்?"

"ஆமாவோய் மச்சா!" என்று வெங்கலமும் அதை ஆமோதித்தான். நாங்கள் வெளியில் வந்தோம். மீண்டும் ஒரு சந்தேகம் வந்தது. பாஸ்டரிடம் போய், "மாமா ஒரு சந்தேகம்!"

அவர் திடுக்கிட்டு, "ஏல நீங்க இன்னுமா வீடுகளுக்குப் போவலை?"

"மாமா! சாத்தான் எப்புடி இருப்பாம்னு கொஞ்சம் சொல்லுவேளா?"

அவர் தன்னுடைய குரலைக் கனைத்துக் கொண்டே எங்களிடம், "ஹிஹிஹி! சாத்தாம் பச்சக் கலர்ல இருப்பாம்டே! அவனுக்க மண்டை சொட்டையாயிருக்கும்! ரெண்டு கொம்பு வச்சிருப்பாம்! குண்டிக்கிப் பெறத்தால ஒரு வாலு இருக்கும்! கையில ஒரு சூலாயுதங் கணக்கா ஒண்ண வச்சிக்கிட்டு திரிவான்! போதுமா வெளக்கம்?"

"மச்சான்! நம்ம ஒனிடா தலையன் இருக்காம்லா? அவனச் சொல்லுகாரு! சரி பாஸ்டர்மாமோய்! போதும் ஓமக்க ஓணந்த வெளக்கம்! நாங்க போவணும்!"

என்று சொல்லி நாங்கள் பாஸ்டரிடம் விடைபெற்றோம்.

வீட்டுக்கு வந்தாயிற்று. அப்புறமெல்லாம் டிவியில் ஓனிடா டிவி விளம்பரம் வரும்போது எனக்குப் பற்றிக் கொண்டு வரும்,

"இந்த நாயாலதானே ஒலகத்துல இவ்வளவுக் கொழப்பம்? ஓனிடா மண்டக் கொப்ப...ளி!"

சாத்தானுக்கான விவரணைகள் இப்படியிருந்தபோது பேய் குறித்த வர்ணனை வேறு மாதிரி இருந்தது.

எங்கள் வீட்டின் பின்பக்கமுள்ள தோப்பில் ஒரு கிணறு இருந்தது. சுற்றுச் சுவர் இல்லாத அந்தக் கிணற்றின் அருகில் ஒருநாள் விளையாடும் போது வெங்கலம் தவறி கிணற்றுக்குள் பாய்ந்தான். எங்கள் யாருக்கும் நீச்சல் தெரியாத காரணத்தால் வெங்கலம் கொஞ்ச நேரம் நீருக்குள் கொக்கு பிடிக்க வேண்டிய சூழல். கிணற்றில் பாதி நீரை குடித்த நிலையில் வெங்கலத்தை வயலுக்கு வந்த ஒருவர் மீட்டார். அன்று செத்திருந்தால் வெங்கலத்துக்குக் கல்லறை கட்டப் பட்டு இருபது வருடங்கள் ஆகியிருக்கும்.

அப்புறமாக அந்த கிணற்றில் விளையாட எங்களுக்கு அனுமதியில்லை. மாறாக அந்தக் கிணற்றின் அருகில் இருந்த நார்த்தங்காய் மரத்தில் பேய் இருப்பதாக அம்மா சொன்னாள். பேய் என்னும் அந்த வார்த்தையே ஒரு மாதிரி பயமுறுத்துவதாக இருந்ததால் பேயின் உருவம் குறித்த ஆர்வம் எங்கள் மனதைத் துளைத்தது.

பேய்கள் பற்றின விழிப்புணர்வை ஏற்படுத்திக்கொள்ள எனக்கு ஒரு ஆலோசனை தேவைப்பட்டது. வெங்கலத்தின் பாட்டி பரிமளம் கிழவி பேய்க்கதைகள் சொல்வதில் நிபுணத்துவம் பெற்றமையால் நாங்கள் அவளிடம் போய் நின்றோம், அவள் பேய்கள் தவிர்த்து இன்னும் சில காரியங்களை எடுத்துரைத்தாள்.

"ஏல பயக்களா! பேயில நெறைய டைப்புகள் உண்டாக்கும்! வாத, ஏவலு, பிசாசு, குட்டிச் சாத்தான், ஒமுலு, கொள்ளிவாய்ப் பேயி, குண்டாமுட்டி, கிடார பூதம், வயல் கிரிச்சான், நீர் முக்கி, எச்சிப் பேயி, வனவாத, மரவாத, நீலி, மோகினிப் பேயி, இப்புடி நெறைய இருக்குடே!"

"பேயில இவ்வளவு வரைட்டிகள் இருக்கா?"

எங்களுக்குத் தொண்டை வறண்டு போனது. ஒரு குளிர் காலத்து அந்திக் கருக்கலில் திண்ணையில் காலை நீட்டி உட்கார்ந்தாவாறே, ஆல் இந்தியா ரேடியோவின் 'சேவரிட் சேமியா' விளம்பரத்தின் பின்னணியில் வெச்சிலை எச்சில் வழிய அவள் சொன்ன அந்தப் பேய்கள் குறித்த விளக்கங்கள் எங்களது தூக்கத்தைப் பலகாலங்கள் கட்டுக்குள் வைத்திருந்ததை மறக்கவே முடியாது.

ஒவ்வொரு பேய்கள் குறித்தும் அவள் சொன்னாள். முதலாவது வாதை –

"லேய் மக்கா கேளுங்கடே! குடும்பத்துல உள்ள எவனாவது கொஞ்சம் சக்கரம் சேத்து பச்ச புடிச்சி வந்தாம்னா சிலவனுக்குப் புடிக்காது மக்கா! அப்போ ஏதாவது மந்திரவாதிகிட்ட போயி வாதையள ஏவுவானுவ! அதுகளும் அந்த வூட்டையே சுத்திச் சுத்தி வந்து தரித்திரம் புடிக்க வச்சிரும்! பச்ச புடிச்சது நீலம் பாஞ்சி கடசீல சொத்து மயிரு மட்டையெல்லாம் வித்து பொறக்கி நடுத்தெருவுல கொண்டாந்து நிப்பாட்டுறதுதான் வாதைக்க வேல! அதுக்கு உருவம் கெடையாது! செவந் தரித்திரம்!"

ஏவல்– ஏவலுங் கிட்டத்தட்ட வாத கணக்காதான்! வூட்டுல உள்ள ஆளுவள பயமுறுத்தி கெடப்பாட்டுல கொண்டோயி கெடத்தும்! ஒரு தெங்கு ஒசரத்துல நடமாடும்! வேட்டியுந் தலப்பாவும் கெட்டியிருக்கும்! நாணலு போல தேகமிருக்கும்! தட்டுல (மாடி) ஒக்காந்துருந்தா அதுக்க தலை சன்னல் வழியா தெரியும்! காலு முத்தத்துல நிக்கிம்! அதப் பாத்துட்டா அவ்ளோதாம்! பயத்துல சீவம் போயிரும்! கொஞ்சம் வயிசான ஆளுவள கேக்கவே வேண்டா! கொன்னேபுடும்!"

கிழவியை இடைமறித்து வெங்கலம், "ஆச்சி! இந்த ஏவலு உடணும்னா எங்க போயி செய்வென வைக்கணும்?"

கிழவி அரண்டு போய், "எதுக்கு ஓங்கம்மைக்கி துப்பு சொல்லுகதுக்கா? ஓங்கம்ம எனக்கு செய்வென மயிரெல்லா வச்சாலுங் கூட ஏவலு சீவலு எல்லா எனக்க ரோமத்த கூட நக்காது! பேசாம கெட அந்தால்!"

பின்னர் கதையைத் தொடர்ந்தாள் கிழவி, "ஆங் எங்க வுட்டேன்?"

"ஏவலு ஆச்சி!"

"ஆங் ஏவலு கத அவ்வளதான்! அடுத்தது என்ன'ன்னு சொன்னம்டே?"

"பிசாசு ஆச்சிய்!"

"ஆமா பிசாசு! "இது நடு சாமத்துல வரும் பாத்துக்காங்கடே! இதுக்க வேலயும் பயங்காட்டுகதுதான்! மனுசம்மாருவ இதுகளக் கண்டு பயந்து காலோட பீச்சிட்டு நடப்பானுவள்லா! அதப் பாத்து பல்லிளிக்கதுல அதுகளுக்கு ஒரு சொகம்! பகல்ல புளிய மரத்துலயும், முருங்க மரத்துலயுந் தொங்கிட்டு கெடக்கும்! ராத்திரில ஊருக்குள்ள நடமாடும்! பொகை மாதிரி வந்துட்டு போவும்!"

குட்டிச்சாத்தான் – "இது ஒரு கோமாளி டைப்பு! ஒண்ணர அடி ஒயரமிருக்கும்! மேல எல்லா முடியா இருக்கும்! சின்னப் புள்ளைகள பயங்காட்டும்! அதப் பாத்து யாராச்சும் சின்னப் புள்ளைக சிரிச்சிட்டா அதுக அழுதுட்டு போயிரும்! பெரளி, சீருதட்டுகது, பேதி மாதிரி புள்ளைகளுக்கு சின்ன சின்ன அசுகங்கள வரத்தும்! ஆபத்து கெடையாது!"

ஒமுலு – "இது ஆடு மாடுகள பயங்காட்ட ஏவுகது! ஒருத்தங்கிட்ட நெறைய கால்நடையளு இருந்தா அவனுக்க தொழுவத்துல மந்திரவாதிகிட்ட போயி தகடு வரஞ்சி குட்டி செப்புப் பானையில அத அடச்சி மூணு அடிக்கி குண்டு தோண்டி பொதைச்சிட்டா எல்லாங் குளோஸ்! தொழுவமே காலியாயிரும்! மனசாட்சி இல்லாத மனுசம்மாருக செய்யிற வேண்டாத்தனத்துல இது ரொம்ப மோசமான ஒண்ணாக்கும்!"

கொள்ளிவாய்ப் பேய் – "இது ராத்திரில வண்டி கெட்டிக்கிட்டு ஆளுக தூராதேசம் போவாகல்லா! அவுகள வழிய மறிச்சி பீடி கேக்கும்! பீடி குடுத்தா பத்த வைக்க நெருப்பு கேக்கும்! தீப்பெட்டி குடுத்தா அதுக்க வாய ஆ'ன்னு பொளந்து காட்டிரும்! அத பாக்கவன் பயந்து ரத்தம் கக்கிச் சாவான்! வாயிக்குள்ள பூரா தீக்கங்கா இருந்தா எவந்தா உயிரோட திரும்புவான்? ஆளு சோலி முடிஞ்சிரும்!"

குண்டாமுட்டி – "இது ஒரு கஞ்சிக்கி செத்த பேயி! ராத்திரில கொலப்பசில அடுக்களைக்குள்ள வந்து பாத்திரஞ் சட்டிய உருட்டும்! திங்கியதுக்கு ஒண்ணுமில்லைன்னா குத்த வச்சி அழுதுட்டு போயிரும்! வாழுக

காலத்துல சொத்துக்கு வழியில்லாம செத்ததுக இப்புடி சொத்துக் குண்டாவ முட்டி அழுகதுனால குண்டாமுட்டின்னு பேரு!"

கிடார பூதம் – "இது பூமிக்குள்ள இருக்குற ஒரு பூதம் மக்கா! ராசாக்கள் காலத்துல மண்ணுக்குள்ள பொதச்சி வச்சிருந்த பவுன் நகையள எல்லாத்தையும் மண்ணுக்குள்ள இருந்து தோண்டி எடுத்துக்கிட்டு போயி கிடாரம் கணக்கா ஒரு பாத்திரத்துல வச்சி ராத்திரி மலைகளு பூரா உருண்டுகிட்டு வரும்! மலையில ஆடு மாடு மேய்க்கிற ஆளுககிட்ட போயி நிக்கும்! அப்பம் அந்த ஆளுக தனக்க கைய வெட்டி கொஞ்சோல ரத்தத்த அந்தப் பாத்திரத்துல வுட்டு தனக்க கைக்கொள்ளுத அளவுக்கு நகைய அள்ளிக்கிடலாம்! ரத்தம் வுடாம பாத்திரத்துல கைய வுட்டா, வுட்டவனுக்க பொணத்த மலையடிவாரத்துலதா வந்து தூக்கணும்!"

வயல் கிரிச்சான் – "இது விவசாயிக செய்யக் கூடிய வேலை! ஒரு மந்திரஞ் செஞ்சி ஏலாசில கட்டி வரப்புல பொதச்சி வச்சிருவாக! அதுக ஒக்காந்து வயல் காவல் காக்குங்க! எலிகள் பூச்சி பொட்டுகள் வந்தா இந்த வயல் கிரிச்சான் சத்தம் போடும்! அந்த சத்தத்தக் கேட்டுட்டு பெருச்சாளி மொதக்கொண்டு ஓடிரும்!"

நீர்மூக்கி - "ஆத்துல கொளத்துல குளிக்கப் போகும்போ தண்ணீக்க முங்கி சாவுவானுவல்லா! அவுனுவளுக்க பிரேதம் தண்ணிக்குள்ள முங்கி உக்காந்துர்க்குமாம்! வெள்ளனையோ, அந்திக்கருக்கல்லயோ தலைக்கி முங்குவானுவல்லா... அவனுவளுக்க உச்சி முடிய கெறக்கி இழுத்து ஆழத்துல கொண்டு போயி முக்கி உட்டுருமாம்! அப்பொறம் அவியளுக்க சடலந்தா மேல்ட்டால மெதக்கும்! அதனாலதான் இருட்டுல மூங்கிக் குளிக்கப் புடாதுன்னு சொல்லுகது!"

எச்சிப் பேயி – "இது ஒரு அலவரப் பேயி! உயிரோட இருக்கும்போது கொடலு முட்டத் துன்னுட்டு செத்துப் போறவகளோட ஆத்துமா! கொளத்துக் கரையிலயோ, வெட்ட வெளியிலயோ நின்னு சோத்துப் பொட்டலத்தப் பிரிச்சா நாம திங்கதுக்கு முன்னால ஒரு கைப்பிடி அள்ளி தூர வீசிரணும்! இல்லைன்னா எச்சிப்பேயி கொதி போட்டுரும்! அடுத்த நாளு வாயால வயித்தால எடுத்துரும்! நாய்க்கொதியும், பேய்க்கொதியும் மனுசன பாடையில ஏத்திரும்!"

வனவாதை – "காட்டுல திரியித வாதைகள இப்புடிச் சொல்லுவாவ! காடுகள்ள உள்ள வெளையில போயி ஆளுக தங்கியிருந்து பராமரிக்க முடியாதுல்லா! அதுனால அங்க ஒரு குறிப்பிட்ட எல்லை வரைக்கும் அந்தந்த வாதைகள்ட ஒப்படச்சிருவாவ! அதுக காவல் காக்கும்! அந்தப் பக்கம் போயி மனுசம்மாரு மாங்காயோ, சக்கப் பழத்தயோ பறிச்சி அங்ஙனக்குள்ளயே இருந்து உரிச்சித் தின்னுட்டானுவன்னா பொழச்சானுவ! ஒரேயொரு சக்கச் சொளைய அங்க இருந்து வெளிய கொண்டாந்தாலும் அடுத்த நாளு பின்பக்கம் போறபோக்குல கொடலு பேதியோட போயிரும்!"

மரவாதை – "ஊருக்குள்ள பேயி புடிச்ச பொம்பளையளுவளுக்கு பேயோட்டுன மந்திரவாதி அந்தப் பேய ஒரு தேங்காய்க்குள்ள அடச்சி ஒரு ஆணில கொண்டுட்டு போயி காடுகள்ள உள்ள மரத்து மேல அறஞ்சிருவானுவ! அது அங்கயே கெடந்து மரத்துப் போயிரும்! அந்த ஆணிய எவம்புடுங்குகானோ அன்னிக்கி அவனுக்க வூட்டுல உள்ள பொம்பள செத்தா! அதுனாலதான் நம்ம புதுவீடு கெட்டி பால் காச்சம்ப முந்துன நாளு ராத்திரி ஆசாரிய கூப்டு தச்சு கழிக்கியது. வீட்டு நெல, சன்னல்ல உள்ள மரத்துல இருக்குற வாதைகள தொரத்துகதுக்குத்தான் அந்த ஏற்பாடு!"

நீலி – இது கொஞ்சம் மோசமான எடவாடு! சடங்காவி கன்னி கழியாம செத்துப் போன புள்ளையளுவளுக்க ஆத்துமா! ராத்திரில வழியில நின்னுக்கிட்டு போற வார ஆளுகள செறுத்து வெத்தலைக்கி சுண்ணாம்பு கேக்கும்! விசியந்தெரிஞ்ச ஆளுவன்னா கத்தியில சுண்ணாம்பு தடவி குடுப்பாக! அது போயிரும்! பொம்பளக் கொரலு'லா கேக்குன்னு செல கோழிக்கள்ளம்மாரு தடி வெறச்சித் திரும்பிப் பாப்பானுவள்ளா! அங்க பொம்பள நிக்க மாட்டா! எட்டடி ஒயரத்துல தலைய விரிச்சிப் போட்டுட்டு மூஞ்சி முழுக்க ரத்தமா ஒருத்தி நிப்பா! அதுக்கப்புறம் அவனுவளுக்க வெறச்ச ஒடம்பத்தான் தூக்கிட்டு வரணும்! அந்த உருவத்த நேர்ல பாக்கணும்னா இவுக அம்மையக் கண்ணால கண்டாப் போதும்!"

என்று சொல்லி வெங்கலத்தைக் கையைக் காட்டினாள். வெங்கலத்தின் அப்பாதான் கிழவியின் மகன்.

வெங்கலம் அவளிடம், "கன்னி கழியதுன்னா என்ன ஆச்சியே?"

"எதுல சந்தேகம் வந்துருக்குப் பாத்தேளாய்யா தொட்டிப்பெய மொவனுக்கு? செவம் அப்பான மாதிரிதானே புள்ளயுமிருக்கும்?" என்று கிழவி கடுப்பானாள்.

மோகினிப்பிசாசு – "உள்ளதுலயே ஆக மோசம் மோகினிப்பிசாசுதான்! எல்லா உருவத்துலயும் வரும்! தீராத ஆம்புள ஆசயில செத்துப் போன ஆத்துமா! ரொம்பப் பொல்லாதது! ஏதாவது பொம்பளையளுக்க ஓடம்புல ஏறி நின்னுக்கிட்டு ஊருல உள்ள ஆம்பளையல மடக்கி அனுபவிச்சி ரத்தத்தக் குடிச்சிப்புட்டு சக்கைய வீசிட்டுப் போயிரும்!"

"அனுபவிச்சின்னா என்ன அர்த்தம்னு வெளங்கலியே ஆச்சி எனக்கு?" என்று வெங்கலம் கேட்டதற்கு கிழவி,

"பாத்தியாப்போ! ரெண்டாவது சந்தேகம் எதுக்கு வந்துருக்குன்னு! தாத்தன அறியாண்டாமா? அவனும் மோகினிகிட்ட அடிவாங்கித்தாஞ் செத்தான்!"

கிழவி துக்கப் பட்டுப்போனாள். வெங்கலத்தின் தாத்தனும் கோழிக்கள்ளனாய் இருந்தது வியப்பையளித்தது. நான் கிழவியிடம் கேட்டேன்,

"யாம்பாட்டி! இவ்ளோதானா லிஸ்ட்டு?"

"நெறைய இருக்குடே மக்கா! என்றவாறே விரிந்த கண்களில் அப்படியொரு திகில். நாங்கள் உறைந்து போய் உட்கார்ந்திருந்தோம்.

தலைச்சன் பிள்ளைகளின் மண்டையோட்டு மை

பேய்கள் குறித்த கதைகளைக் கிழவி சொல்லத் துவங்கினாள்.

"இன்னைக்கி மாதிரி அந்த காலத்துல பல்லும் லைட்டும் கெடையாது! ஊரே இருட்டுக்குள்ளதாம் முங்கிக் கெடக்கும்! களவாணிப் பெயலுவோ கம்புந்தடியுந் தூக்கிட்டு கன்னக்கோல் வைக்க வரச்சில ஊருல தெம்பும் திராணியுமாதுணிஞ்சி நின்னு திருட்டுப் பயலுவகிட்ட இருந்து தங்களோட சனங்களப் பாதுகாத்த மவராசம் மவராசியள அவங்களுக்க காலத்துக்குப் பொறவு ஊரு எல்லையிலயோ, ஊர் மொகப்புலயோ கொண்டு காவல் தெய்வங்களா வச்சி படையலு போட்டு கும்புடுறதுதான் நம்ம பழக்கம்! ஆனா நம்மூருல இருக்குத காவல் தெய்வங்களை எல்லாத்தையும் மத்த மதத்துக்காரனுவ பேயின்னுதாஞ் சொல்லிக்கிட்டுத் திரியிதானுவோ!"

"யாங்கெழவி அப்புடிச் சொல்லுகானுவோ?" என்று கேட்டு வைத்தேன்.

"அது அப்புடித்தான்! இந்தப் பயக்களுக்குத்தான் செவப்பா ஒருத்தி புதுசா கெடச்சா கூடவே இரிக்கிய கருப்பிய தூக்கி ஓடையில வீசிருவானுவல்லா! அப்புடித்தான் கடவுளும்... இவுனுவளுக்க புத்தியே அதானே? நம்ம மாடங் கோயில்ல நாம ஏறி பூச வச்சிக் கும்புடுவோம்! கலசம் வச்ச கோயில்ல நம்மள நடைல ஏத்த மாட்டானுவோ! கேட்டா தீட்டாம்! அது என்ன எழுவு தீட்டு மயிரோ? வெள்ளச் சோத்தத் தின்னுட்டு மஞ்சளா வெளிக்கிப் போற மனுசம் மயிராண்டிக்கிட்ட என்ன சுத்தபத்தமும், தீட்டு மயிரும் இருக்குனு இவுனுவ கண்டானுவ? பூரா காவல் தெய்வங்களையும் வாதையின்னும்

பேயின்னும் சொல்லி மனுசங் கூடவே சேத்து அதுகளையும் ஒதுக்கி வச்சாச்சி! தெம்மாடியளு!

கிழவி கொதிப்படைந்தாள், வெங்கலம் விடவில்லை, "வாதைகள்னா என்ன கெழவி?"

"கெழவி கொளவின்னா வாயில துப்பிப் புடுவெம்பாத்துக்கா? ஒங்கம்மைகிட்ட பேசுகது மாதிரி எங்கிட்ட பேசுகியால? செவிய முறுக்கித் தரையில வீசிருவேன்!

நான் சமரசம் செய்தேன், "விடு ஆச்சி? வாதைன்னா என்ன? ஒனக்க பேரனுக்கு ஓம்புத்தி கொஞ்சோல கூடவா இருக்காது?"

"என்னடே நீ ஒரு மாதிரி பேசுக?" கிழவி என்னிடம் திரும்பினாள், நான் லேசாக அவளைச் சமாளித்து, "நீ சொல்லு பாட்டி! இவனெல்லாம் ஒரு ஆளுமயிருன்னு நீ பாதியில கதய நிறுத்தாத?" என்று கெஞ்சவும் அவள் சொல்லத் துவங்கினாள்.

"வாதைகள்னா சிறுகுறு தெய்வங்கள்தான்! நல்லது செஞ்சா நல்லது செய்யும்! கெடுதலு செஞ்சா கும்பிய கிழிச்சி வுட்டுரும்! அதுவளுக்கு நெறைய பேருஉண்டு! கடுவாமுறுத்திவாத, கன்னிசொலிவாத, இனநேரத்து வாத, ஒத்த சட எசக்கியம்ம, உருதகுல எசக்கியம்ம, மந்திரமூர்த்தி வாத, கலி பேசும் வில்லி, போக்குவரத்து வாத, புதுப்புனத்து வாத, வடக்கிருத்த வாத, குலைவாழை எசக்கி, குன்னிமலை எசக்கி, எருதடிவாள் வாத, காளிமுத்து வாத, கைமுறிவாள் வாத, கலந்தட்டியூட்டும் வாத, வேலன் விடும் வாத, விட்ட இடத்துல கொல்லும் வாத, மணி இறுக்கியுண்ணும் வாத, மகிடம் தட்டியுண்ணும் வாத, ஆயிரம் கொல்லி வாத, நரபலியுண்ணும் வாத, கருங்காலி வாத இப்புடி நெறைய சொல்லலாம்!"

"எம்மா! இவ்ளோ கதயளு இருக்கா?" எங்களுக்கு வியப்பும் அச்சமும் எழுந்தது.

"அது மாத்தரமில்லடே! இதையெல்லாம் மந்தரவாதியளாலதாங் கண்ட்ரோல் பண்ண முடியிம்! அவனுவாகிட்ட தளச்சம் புள்ளையளுக்க மண்டையோட்டு மையி இருக்கும்! அத வாங்கி நெத்தியில தேச்சிக்கிட்டா பூதம் பிசாசெல்லாம் அண்டாது!"

"தலச்சம் புள்ளையா? அதென்ன மையி ஆச்சி?"

"தலச்சம் புள்ளையின்னா குடும்பத்துல தள்ளைக்கிம் தவப்பனுக்கும் பொறக்க மொத்தப் புள்ள! அதுக செத்துட்டுன்னா பொதைக்கப்படாது! எரிச்சிறணும்! பொதைச்சம்னா ராத்திரியில மந்திரவாதிகள் வந்து அதத் தோண்டி எடுத்து அதுலேர்ந்து மையெடுத்துப் புடுவானுவ?"

"நம்ம வெங்கலம் தலச்சம் புள்ளதானே!"

"ஆமா! ஆனா அந்த மண்டைலேர்ந்து மையெல்லாம் எடுக்கவொக்காது! சாணி வேணும்ன்னா எடுக்கலாம்! அம்மையிம் மொவனும் ஒரே சிருதாம்ப்போ!"

என்றதும் வெங்கலம் கோபத்தில் எழுந்து போய்விட்டான். கடைசி வரைக்கும் அவள் 'பேய் என்றால் என்ன?, அது என்ன உருவத்தில் இருக்கும்?' என்பது குறித்த எந்த விவரங்களையும் எங்களிடம் சொல்லவில்லை. வீட்டிற்கு வந்து அம்மாவிடம் கேட்டேன்,

"எம்மா! நார்த்தங்கா மரத்துல பேயி இருக்கு'னு சொன்னல்லா? பேய்னா எப்புடி இருக்கும்?"

"பேயின்னா பூசணிக்கா மாதிரி ஓடம்பு, கத்திரிக்கா மாதிரி ரெண்டு பெரிய கண்ணு, கொடமொளகா மாதிரி மூக்கு, தக்காளி மாதிரி பெரிய வாயி, அதுல ரெண்டு பக்கமும் வலதும் இடதுமா வெண்டக்காய் மாதிரி ரெண்டு பல்லு, வாயில வெட்டி வச்ச தேங்காத் துண்டுக மாதிரி கோரை கோரையா வெட்டுப்பல்லு, உருளக்கெழங்கு மாதிரி ரெண்டு காதுகள், முட்டக்கோஸ் இலைகள மாதிரி ரெண்டு றெக்கைகளூ, பேயினா இப்புடித்தாம் பயங்கரமாயிருக்கும்!"

என் கண்களில் ஒரு பெரிய வெஜிடபிள் சாலட் தட்டோடு தோன்றி மறைந்தது. அப்போது அம்மா காய்கறி நறுக்கிக் கொண்டிருந்தாள். அம்மாதிரியான ஒரு பேயை அதுவரைக்கும் நான் கண்டதேயில்லை.

"பேய்" என்னும் வார்த்தையை ஒருமுறை உச்சரித்துப் பாருங்களேன்! அது ஒரு அசாத்தியமான வார்த்தை. பேய் என்பது ஒரு மாய உருவேற்றப் பட்ட ரகசியமான, கண்ணுக்குப் புலப்படாத ஒரு மிகப்பெரிய ஆளுமை. 'மழை'

என்ற வார்த்தையைக் கேட்டவுடன் எப்படி நம் மனது ஒரு குளிர்ச்சியை உணர்கிறதோ அதே போன்றுதான் 'பேய்' என்னும் வார்த்தையைக் கேட்டவுடன் பயம் தொற்றிக் கொள்கிறது.

நள்ளிரவில் உங்களால் ஒரு கோவிலுக்குள் பயமின்றி நுழைந்துவிட முடியும்! ஆனால் சுடுகாட்டில் உங்களால் போய் நிற்கமுடியுமா?" அங்குதான் பேய் என்றொரு இல்லாப்பொருள் இன்றியமையாததாகி விட்டிருக்கிறது.

"பேய்'னு ஒரு மண்ணாங்கட்டியும் கிடையாது... எங்க எனக்கு காட்டு பார்ப்போம்!" என்று கேட்பவர்களின் முன்னால் பேய்களின் இம்சையை அனுபவித்தவர்கள் நிராயுத'பானி'யாய் நிற்கும் துக்கம் தோய்ந்த நிலையை எந்த வாக்கியங்களாலும் விவரித்து விட முடியாது. (இங்கு பானி என்றால் பானமருந்தியவர் என்று பொருள்)

பேய் என்ற வார்த்தைக்கு என்னுடைய பால்ய காலத்தில் அம்மா கொடுத்திருந்த வர்ணனை அப்படியாக இருந்ததும், அதுவரைக்கும் அப்படியொரு காய்கறி மூஞ்சிப் பேயை நான் கண்டிருக்கவேயில்லை. வருடங்கள் ஓடிவிட்டன...

அன்று அப்படித்தான் நானும் நின்றேன். அது ஒரு வியாழக்கிழமை. மாலையில் வீட்டில் ஒரு சின்ன விழா ஏற்பாடு செய்யப் பட்டு உறவினர்களுக்குச் சொல்லியிருந்தோம். சந்தைக்கு போய்க் கொஞ்சம் சாதனங்கள் வாங்கச் சொல்லி அம்மா ஒரு பட்டியலைத் தயார் செய்து வைத்திருந்தாள். அன்று அதிகாலையில் எழுந்து பாத்ரூம் போனான் மது. திடீரென்று அங்கிருந்து ஒரு கதறல்,

"அப்பாலே போ சாத்தானே! இயேசுவின் ரத்தம் ஜெயம்ம்ம்ம்ம்..!"

அதைத் தொடர்ந்து அப்பாவின் குரல், "கதவத் தட்டிட்டு வரமாட்டியாடே ...?"

(அப்பா இடுப்பில் ஒரு துண்டைக்கட்டி குளித்துக் கொண்டிருந்திருக்கிறார்.)

மது அப்பாவிடம், "நீங்க பாத்ரூம பூட்டாம, லைட்ட போடாம உள்ள நின்னா எனக்கெப்புடி தெரியும்?"

"தண்ணி ஊத்தி குளிக்கிற சத்தம் கூட வா கேக்கலை...? சரி அந்த பாத்ரூமுக்கு போ...!" *(வீட்டில் நான்கு பாத்ரூம்கள் உண்டு)*

'உண்மையில் மதுவுக்கு அந்த சத்தம் ஏன் கேட்கவில்லை?'

மருத்துவ ரீதியான விளக்கம் என்னவென்றால், ஆல்கஹால் பயனாளிகளுக்கு அதைக் குடித்தவுடன் அவர்களது மூளை விரிவடையும். அப்போது மனித மூளைக்கும், கபாலத்துக்கும் இடையில் உள்ள பாதுகாப்பு சுவரானது செவிப்பறையை அழுத்தி வெளியில் தள்ளுவதால் வெளியில் ஒலிக்கும் ஒலியானது மனிதர்களின் காதுகளுக்குள் சென்று எதிரொலித்து மூளைக்கு உறைக்காமல் 'பொத்தடீர்' என்று வளிமண்டலத்தில் கிடக்கும். ஆகையால் அவர்கள் தங்கள் செவியின் கேட்கும் திறனை தற்காலிகமாக இழப்பார்கள். அதனால்தான் குடிகார மூதேவிகள் சொல்பேச்சு கேட்பதில்லை.

இந்தப் புனித தவநிலையை ஆங்கிலத்தில் 'ஹேங் ஓவர்' என்று அழைப்பதுண்டு. ஆனால் அதை ஆங்கிலேய 'குடி' மக்களை விடவும் இந்தியக் 'குடி' மக்களே அதிகம் அனுபவிப்பவர்கள்.

சந்தையில் போய் வாங்க வேண்டியதையெல்லாம் வாங்கி விட்டு வீட்டுக்கு வந்து கொஞ்சம் ஓய்வெடுத்தேன். வெங்கலமும், இன்னொரு மச்சான் அனந்துவும் வாழை இலை வாங்கிய கையோடு ஒரு பையில் ஜில்ரென நான்கு பியர்களைக் கொள்முதல் செய்து வந்திருந்தார்கள்.

"நல்லது! எனக்கு ரெண்டண்ணம் தாங்கலே!" என்று சொல்லி அதை வயிற்றுக்குள் வீசி விட்டு ஒரு குட்டித் தூக்கம் போட்டதில் மத்தியான பொழுது ஓடிவிட்டது.

நான்கு மணிக்கெல்லாம் விருந்தினர்கள் வீட்டை நிரப்பினார்கள். வீடே அல்லோகலப்பட்டது. விஷ ஜந்துக்கள் (சிறுவர்கள்) அங்குமிங்கும் ஓடிக் கொண்டிருந்தனர். அதில் ஒரு பயபுள்ளை வீட்டின் பின்புறம் ஓடி, தலைகுப்புற விழுந்து எட்டாம் கொடைக்கு ஆளானது. பக்கத்தில் உள்ள ஆஸ்பத்திரியில் கொண்டு போய் தையல் போடும்போது டாக்டரிடம் சொல்லியிருக்கிறான்.

"அந்த வீட்டுக்கு பின்னாடி உள்ள மாமரத்துக்குக் கீழ தலையில்லாத ஒரு பொம்பளை நின்னத நாம்பாத்தேன்! எல்லோ கலர் ட்ரெஸ்..."

டாக்டர் சிரித்தவாறே, "தலையில்லாத உருவத்த பொம்பளையின்னு எப்புடி கண்டுபுடிச்ச?"

"ஆம்பளைகள் உள்பாடி போட மாட்டாகள்ளா? அது பொம்பளதான்! அவ என்னய பாத்து சிரிச்சா!"

டாக்டர் அவனது பாலினப் புலமை கண்டு வியந்து போய், "தலையில்லாத பொம்பளைக்கி வாயி எங்கடே இருந்து? வாய் இருந்தாத்தானே சிரிக்க முடியும்?"

"தல அவளுக்க கைல இருந்திச்சி!"

பொடியன் சொன்னதைக் கேட்டு டாக்டர் மிரண்டு போய் விட்டார். "யாரோ பயங்காட்டியிருக்காங்க... மற்றபடி நோ இஷ்யூஸ்... ஹீ இஸ் வெல்..."

பயல் மறுபடியும் எங்கள் வீட்டுக்கு வர மறுத்து, அலறி, அலறி சத்தம் போட்டான். அவனது அம்மாவும், அப்பாவும் அவனை வீட்டுக்கு அழைத்துக் கொண்டு போய்விட்டார்கள். நான் அம்மாவிடம் இந்த விஷயத்தைச் சொன்னேன். அம்மா பயங்கரமாக சலித்துக் கொண்டு பக்கத்திலிருந்த அத்தையிடம்,

"இவனுகளுக்க சல்லியம் தாங்க முடியலம்மா...! பேய் நிக்கு..! உக்காந்துருக்கு...! ஓடுகு..! படுக்குன்னு ஒரே பொரளி...!"

என்று சொல்லிவிட்டு என்னிடம் திரும்பி, "போ மக்கழே... போயி, வந்தவங்கள கூட்டிட்டு போயி சாப்பிட அமர்த்து... பந்திய பாத்துக்கோ... ஓங்கப்பா கொளமாக்கிருவாரு...!"

அப்போதுதான் அத்தை ஒரு போடு போட்டாள், "அண்ணி ஓங்களுக்கு தெரியாதா? எதுத்த வீடு நாலு கொலை நடந்த வீடு தெரிமா?"

அம்மா அத்தையிடம், "என்னம்மோ சொல்லுக?"

"ஆமா அண்ணி... கரெக்டா இருவத்தஞ்சி வருசம் இருக்கும்... சொத்துத் தகராறுல குடும்பத்தோட வெட்டிக் கொன்னுட்டானுவ...!"

"நானும் கேள்விப் பட்டுருக்கேன்... அது அந்த வீடா....???"

அம்மாவுக்கும் விஷயம் தெரிந்திருந்தது.

'போச்சு... எல்லாம் போச்சு...!' பேய்க்கு பயந்து நான் எங்கள் வீட்டின் முன்பக்கம் உள்ள அறையை தேர்வு செய்திருந்தேன். 'வீட்டுக்குள் இருந்து பேய் வந்தால் முதல் ஆளாய் சீக்கிரம் வெளியே ஓடிவிடலாம்!' என்ற என்னுடைய எண்ணத்தில் அத்தை ஒரு லாரி மண்ணைக் கொண்டு தட்டிவிட்டாள். அப்படி பார்த்தால் பேய்க்கு மிக அருகாமையில் இருந்தது நான்தான்.

அப்போது ரெண்டு மூன்று சுள்ளான்கள் நடு வீட்டுக்குள் தடதட வென ஓடியது. நான் அவர்களிடம், "லேய் இப்பத்தான் ஒருத்தன் எடுப்பு எடுத்துட்டு ரெண்டு தையலோட போயிருக்கான்... பாத்து வெளையாடுங்க... "

கடைசியாக ஓடிய வாண்டு ஒரு இடத்தில் காலை வைத்த போது எழுந்த சத்தம் விநோதமாக ஒலித்தது.

"டக், டக், டக், டக், தப்...!"

அருகில் சென்று குனிந்து பார்த்தேன். பழைய மொசைக் தரை. சணல்கயிறு வைத்து அளந்து கண்ணாடி வைத்து சதுரம் சதுரமாக பிரித்திருக்கிறார்கள். அதில் ஒரு சதுரத்தில் மட்டும் இருந்து விநோத சப்தம் எழுவதைக் கண்டேன். அதாவது அந்த சதுரத்தினடியில் ஒரு வெற்றிடம் இருந்தது. அப்போதுதான் அந்த வீட்டின் அந்த அறையில் மட்டும் மொசைக் போடப் பட்டிருந்ததைக் கவனித்தேன்.

அந்த வீடு கட்டப் பட்ட காலகட்டத்தில் ரெட் ஆக்சைடு கொண்டு தரை அமைத்திருக்கிறார்கள். அப்படியானால் இந்த மொசைக் தரை சமீபத்தில், அதாவது ஒரு இருபது வருடங்களுக்கு முன்புதான் போடப் பட்டிருக்கிறது.

திடீரென அந்த அறையின் வெப்பநிலை வழக்கத்துக்கு மாறாக குளிர்ச்சியடைந்ததை உணர்ந்தேன். என் காதுகளில் ஒரு மென்ஸ்பரிசம்... உடலெல்லாம் சிலிர்த்தது. ஒரு பெண்ணின் குரல் இடது காதுக்குள் இறைந்தது.

"ஹிஸ்ஸ்ஸ்ஸ்ஸ்ஸ்...!"

டைனமைட் என்றொரு ஊசிவெடி

என் காதுகளுக்குள் ஒலித்த அந்த "ஹிஸ்ஸ்ஸ்ஸ்ஸ்ஸ்" என்னும் ஒலி என்னை ஒரு ஆழ்நிலை உறக்கத்துக்குள் அழைத்துப் போவதை உணர்ந்தேன். இன்னும் சன்னமாக அவள் என் காதுகளில் பேசினாள்.

"இ....க்....பா....ல்........! என்கூட.................... வா............. ஸ்ஸ்ஸ்.............!"

சன்னமான அந்தக் குரல் பெரிதாகி பேரிரைச்சலாக உருவெடுத்தது. என் தலை வெடிக்கப் போகிறது. அந்த ஒலியை என்னால் தாங்கவே முடியவில்லை. எனக்கு மட்டுமா கேட்கிறது? அல்லது வீட்டிலுள்ள எல்லாருக்கும் கேட்டிருக்குமா?'

"டொக்.....!"

என் தலை தரையில் மோதும் சத்தம் கேட்டது. என் கை கால்களில் சொரணை இல்லை. எங்கோ மிதந்தேன். சூனியத்தின் நிறமிகள் அனைத்தும் நீங்கி சுற்றிலும் வெள்ளையான ஒளி.... கீழே போகிறேனா? மேலே போகிறேனா? எதுவும் விளங்கவில்லை.

அதோ அவள் நிற்கிறாள்..... இல்லை இல்லை.... மிதக்கிறாள்.... அவளது பக்கத்தில் சீலிங் ஃபேன்! "எட்டெ தலைல இடிச்சிராம!" என மனம் அவளை நினைத்து பதைபதைக்கிறது. நல்லவேளை அந்த ஃபேன் அப்போது சுற்றவில்லை. அவள் ஒரு பேரழகி. அவளது சிரிப்பு என் கண்களை மேலும் கூச வைத்தது.

'அடச்சே.... இவளைப் பார்த்தா பயந்து நடுங்கினோம்?'

அதோ அவள் என்னை அழைக்கிறாள்.... என்னால் போக முடியவில்லை.... என் கைகளை யாரோ வலுக்கட்டாயமாக இழுத்து வைத்திருக்கிறார்கள்.

"விடுங்கள்... நான் அவளிடம் போகிறேன்!" என்று பெருங்குரலெடுத்து அழுதேன். என் கண்ணீரைக் கண்டு அவளும் அழுதாள்...!

அதுவரை என்னைப் பிடித்திருந்த கைகள் என்னை விடுவித்தது... ஒரு ஐநூற்று ஐம்பது கிலோமீட்டர் வேகத்தில் பூமியை நோக்கி வந்து கொண்டிருந்தேன்.

"பாவம் கல்பனா சாவ்லா... என் தேசத்தின் தங்க மகள் எத்தனைப் பதறியிருப்பாள்?"

மீண்டும் கத்தினேன். "என்னை விடுங்கள்... நான் அவளிடம் போகிறேன்...!" பொத்தென கீழே வீழ்ந்தேன்.

மீண்டும் ஒரு குரல், "எவகிட்டலே போற... காவக்கார செவமே?"

விழுந்த வேகத்தில் என் கால்களில் ஒரு துணைக்கோள் அல்லது ஒரு வேற்றுக்கிரகம் பட்டுத் தெறித்தது.

"ஐயம்மோ... என்னய கொன்னுட்டான்டோ... செவத்துப் பயல்ல்ல்...!"

'இந்தப் பால்வெளி மண்டலம்தான் எத்தனை வியப்புக்குரியது? இறைவா.....உன் படைப்பே படைப்பு...!'

கண்விழித்தேன். பாட்டி தரையில் கிடந்தாள். எனக்குக் கோவம் பொத்துக் கொண்டு வந்து விட்டது.

"கெழவிய தூக்கி யார்ல கீழ வீசுனது? செவம் இன்னேரத்துக்கு செத்துப் போயிருப்பா... நீ எந்திரி ஆச்சி...."

அப்போதுதான் பார்த்தேன் சுற்றிலும் ஆட்கள் நின்றிருந்தார்கள். கிழவியைத் தூக்கிப் போனார்கள். செம்புலி காதில் சொன்னான்,

"அசாத்தியம் மக்கா! நானே கெழவிக்க வாய ஒடைக்கணும்னு ரொம்ப நாள் ஸ்கெச்சி போட்டேன். நடக்கலை.... சிம்பிளா செஞ்சிட்ட!" (அடப்பாவிகளா)

சித்தப்பா கேட்டார். "என்ன டோஸ் ஓவரோ?"

(உண்மையில் நான் அப்போது குடித்திருக்கவில்லை)

அம்மா என் பக்கத்தில் உட்கார்ந்திருக்கிறாள். அண்ணன்மார்கள், தம்பிமார்கள் எல்லாம் என்னைச் சுற்றி நின்று ஒரே இளிப்பு. கிழவியை நான் மிதித்த வீடியோ ஆதாரம் காட்டப் பட்டது. வீடியோவில் என் கண்கள் மயங்கி நான் கீழே விழுந்து படுத்துக் கிடக்கிறேன். கிழவி என்னருகில் வந்து அமர்கிறாள்.

வீடியோவைப் பார்த்து மது சொன்னான், "கொஞ்ச நேரமா வாய வாய அசைக்கான்... அய்... கண்ணீர் வருகு... அழுகானோ?"

(கேவலப் படுத்திட்டான்கள்)

அந்த வீடியோவில் நானே வாயைத் திறந்து சொல்கிறேன், "விடுங்கள்... நான் அவளிடம் போகிறேன்...!"

அதற்கு பாட்டி என்னிடம் கேட்கிறாள், "எவகிட்டலே போற... காவக்கார செவமே? கேட்ட அடுத்த நொடி பாட்டியின் அள்ளையில் ஒரு மிதி! பாட்டி பரலோகத்தை நோக்கிப் பறந்தாள்.

'அட! கிழவியை நான்தான் மிதித்துப் போட்டிருக்கிறேன்! என்னவொரு விந்தை? சரிதான்.... மிதிபட்டது துணைக்கோள் அல்ல, அகில உலகக் கோள் மூட்டி...!"

'எதுவும் முடிவல்ல! ஒரு முடிவின் ஆரம்பமே இன்னொரு முடிவுதான்' என்பது உறைத்தது. பாட்டிக்கும் இது ஒரு ஆரம்பம்தான். ஆம்...! அவள் இதுவரை மருத்துவமனையின் எலும்பு முறிவு சிகிச்சைப் பிரிவைக் கண்டதேயில்லை.

"அந்த வீடியோவை எடுத்தது யார்?" என்று கேட்டபோதுதான் தெரிந்தது, அது டைனமைட்டின் வேலை!

'டைனமைட்' என்பது எங்கள் குடும்பத்தின் மிகச் சிறிய வெடிகுண்டு. என் அண்ணியின் மகன். வயது ஆறு. இயற்பெயர் வேதாந்த். பெயரில் மாத்திரம்தான் வேதாந்தம். ஆள் ஆகக் கழிசடை. ஒன்றரை அடி உயரத்தில்

இருந்து கொண்டு அவன் செய்கின்ற வேலைகளைப் பொறுத்து அவனது அம்மா அவனுக்கு வைத்த பெயர்தான் டைனமைட் பாம்.

மிகப்பெரிய கெட்ட வார்த்தைகளைக் கூட கொஞ்சு மொழியில் பேசி விடும் வல்லமை பெற்ற அகராதிப் பயபுள்ளை. தன்னோடு படிக்கும் சக பெண்பிள்ளைகளை மேன்மை பொருந்திய வார்த்தைகளால் வறுத்த குற்றத்திற்காக ஒன்றாம் வகுப்பிலேயே பள்ளியை விட்டு டிஸ்மிஸ் செய்யப்பட்ட உலகின் முதல் நபர் டைனமைட்தான்.

நான் அந்த அறைக்குள் நுழையும் முன்பே டைனமைட் தன்னுடைய அம்மாவின் மொபைல் போனை எடுத்து வீடியோ எடுக்கத் துவங்கியிருக்கிறது. நான் அந்த வினோதமான ஒலியைக் கேட்டு ஸ்தம்பித்து நின்ற காட்சி அவனுக்குள் ஏதோவொன்றைக் கடத்தவே என்னை ஃபோகஸ் செய்திருக்கிறான்.

நான் அவனை என்னுடைய ரூமுக்குள் தூக்கிக் கொண்டு போய்க் கேட்டேன், "ஏல சின்னக் கூய்வுள்ளா! எதுக்குல வீடியோ எடுத்த?"

அவனது முகம் செத்துப் போயிருந்தது. கேட்கக் கூடாததைக் கேட்டுவிட்டேனோ என்றெண்ணி யோசித்துக் கொண்டிருக்கும் போதே அவன் தன்னுடைய பாக்கெட்டிலிருந்து போனை எடுத்து என்னிடம் அந்த வீடியோவைக் காட்டினான். அதைப் பார்த்ததும் நான் மிரண்டு போனேன்.

அந்த அறைக்குள் நான் நுழையும் முன்பு அந்த மொசைக் தரை சதுரத்தின் மீது ஒரு உருவம் மங்கலாக தெரிகிறது. நான் நுழையவும் அது என்னுடைய தலைக்குமேல் இடம் பெயர்வதைக் கண்டேன். சரியாக நான் வரவும் அது என்மீது பரவியதைக் காண முடிந்தது. அதற்குப் பின்தான் கிழவி சவுட்டு வாங்கி அந்தரத்தில் பறக்கும் காட்சி.

'அதுசரி! அதே வீடியோதான் இது! எல்லாரும் பாக்கும்போது இந்த காட்சியெல்லாம் மற்றவர்களது கண்களுக்கு ஏன் தெரியவில்லை?' டைனமைட்டுக்கும் எனக்கும்தான் தெரிந்திருக்கிறது. டைனமைட் என்னிடம்,

"சித்தப்பா! என்னய மாடிக்கிக் கூட்டிட்டுப் போ! அங்க ஒரு ஆளு இருக்கு!"

"மாடியில ஆளிருக்கா? என்னத்தலே ஒளறுக!" என்று நான் கேட்கவே அவன் உரக்கக் கத்தினான்.

"கூட்டிட்டுப் போறியா இல்லியா?"

நானும் டைனமைட்டும் மொட்டை மாடிக்குப் போனோம். அங்கே ஒரு சிறிய அறை ஒன்று திறக்கப் படாமல் இருந்தது. நான் பின்பக்கம் இருந்த மாமரத்தின் அடியில் பார்த்துக் கொண்டிருந்தேன். கீழே பந்தி நடந்து கொண்டிருந்தது.

"டப்" என்ற சத்தம் கேட்டுத் திரும்பினால் டைனமைட் பயவுள்ளை ஒரு செங்கல்லை எடுத்து மோதி அந்த அறையின் பூட்டை உடைத்து விட்டிருந்தது.

"அட நாறப் பெய மொவன! ஊரான் வூட்டுக் கதவ ஒடச்சிட்டியே! யாரு தெண்டங் கெட்டிக் குடுக்க?"

"இங்க வந்து பாரு சித்தப்பா!" என்றான்.

"பூட்ட எதுக்குல ஒடச்ச?"

"உள்ள ஒரு மீச தாத்தா இருக்காரு! அவுருதான் கூப்டாரு! போயி என்னன்னு கேளு!"

"ஒங்க தாத்தன் கீழல்லா கெடக்கான்! இங்க எந்த நாயி கூப்ட்டுன்னு சொல்லி பூட்ட ஒடச்ச?"

என்று சொல்லியவாறே அந்த அறைக்குள் நுழைந்தேன். அங்கு பழைய நாற்காலிகள் மற்றும் கொஞ்சம் பழங்காலத்து லஸ்தர் விளக்குகள் கிடந்தன. எனது கழுத்து உயரத்துக்கு ஒரு பெரிய ஃபோட்டோ ஃப்ரேம் சுவரில் சாய்த்து திருப்பி வைக்கப் பட்டிருந்தது.

"அந்த தாத்தாதான் கூப்டாரு!" என்ற குரல் கேட்டு திரும்பினால், டைனமைட் கைகளைக் கட்டியவாறே அறைக்கு வெளியே நின்று கொண்டு, "அந்தப் போட்டோவ திருப்பு சித்தப்பா!" என்றான்.

"தா...ளியுள்ள! ஒளக்கு காணுங் கெடந்துகிட்டு எனக்கே உத்தரவு போடுகியா? செவுட்டத் திருப்பிருவேம் பாத்துக்கா!"

"நீ மொதல்ல அந்த படத்த திருப்பு!"

நான் அந்த பெரிய புகைப்படச் சட்டத்தை மெதுவாகத் திருப்பினேன். நல்ல கனமாகயிருந்தது.

"வெரசா திருப்பாம்ல!"

டைனமேட்டின் நாவுகள் மரியாதையைத் தொலைத்திருந்தன.

"ஏல என்னடே சொன்ன? உள்ளங்காலுக்க வச்சி நசுக்கிப் புடுவம்பாத்துக்கா!"

"ஒரு போட்டோவ ஒன்னால ஒழுங்கா நவுட்டி வைக்க முடியல! நீயெல்லா ஒரு சித்தப்பேன்! சடங்கான புள்ளையளு கணக்கா கெடந்து நெம்பிக்கிட்டு நிக்கான்! வெலவு! நா ஒரு கை புடிக்கட்டு!"

என்றவாறே அறைக்குள் நுழைந்தது நண்டு டைனமேட். 'நல்ல சிறப்பான புள்ள வளர்ப்பு! எங்க அண்ணிக்கி கோயில் கட்டி கும்பாபிசேகந்தான் நடத்தணும்!' என்று எண்ணிக் கொண்டேன்.

"அந்த ஓரத்துல புடி சித்தப்பா!" என்றபடி இடது ஓரத்தில் நின்று டைனமேட் அதை லாவகமாகத் திருப்ப 'இந்தா வாரேன்' என்பது போல புகைப்படம் திரும்பியதும் அதிர்ந்து துள்ளினேன்.

"யம்மா பூரான்!"

ஒரு பெரிய பூரான் புகைப்படத்தில் இருந்து துள்ள டைனமேட் தன்னுடைய ஷௌ கால்களால் அதை பூப்போல மிதித்து பரமண்டலத்துக்கு அனுப்பி வைத்து விட்டு, "ஒரு பூரான கண்டு துள்ளுகியே! நீயெல்லாம் ஒரு முழுத்த ஆம்பளை! தூ!" என்று என்னை வார்த்தைகளால் வதம் செய்தது.

"நேரந்தாம்டே!"

அந்தப் புகைப்படத்தைக் கண்டதும் கடும் அதிர்ச்சியடைந்தேன். அதில் ஒரு வயதான பெரிய மீசை வைத்த முதியவர் உட்கார்ந்திருந்தார். அப்படியே நேரில் பார்த்தது போன்ற ஒரு உணர்வு. நான் டைனமேட்டைப் பார்த்தேன். பயலுக்கு எகத்தாளச் சிரிப்பு பொத்துக் கொண்டு வந்தது.

"நாஞ்சொன்னம்லா சித்தப்பா! மீசக்காரன பாத்தியா? இன்னிக்கி இவன நீ பாப்ப!"

தூக்கி வாரிப் போட்டது, "யம்மா! என்னடே சொல்லுக!"

முதன்முறையாக ஒரு ஆறு வயதுப் பயல் மீது எனக்கு பயம் வந்தது. அந்த இடத்துக்கு முதல் முறையாக வந்த டைனமைட்டுக்கு இந்த மீசைக்காரக் கிழவனைத் தெரிந்திருக்கிறது. நான் கூட அதுவரைக்கும் அந்த அறைக்குள் வந்ததில்லை. பொடியன் சாதாரணமான ஆளில்லை. இவங்கிட்ட கொஞ்சம் பந்தஸ்தா இருந்துக்கிடணும். மணி ஆறு. மேற்குக் கறுக்கத் துவங்கியது. சூரியன் மெல்ல மேற்கில் நிலத்துக்குள் புதைந்தது. என் முகத்தில் ஒருவித வேரின் மணம் அடிக்கவே அந்தப் புகைப்படத்தைப் பார்த்தேன். அந்தப் பெரிய சட்டத்துக்குள் இருந்த கிழவன் என்னை மெதுவாகப் பார்த்து சிரித்தான்.

நான் நடுங்கிப் போய் நின்று கொண்டிருந்தேன். அப்போதுதான் டைனமைட்டைப் பார்த்தேன். அங்கே அவனைக் காணவில்லை. அந்தப் புகைப்படத்தைத் திரும்பிப் பார்த்தேன். அதிலிருந்த கிழவனைக் காணவில்லை. ஆனால் அவர் உட்கார்ந்திருந்த நாற்காலி அங்கே இருந்தது. கீழிருந்து ஒரு கடுமையான சப்தம். சப்தம் வந்த திசையைத் திரும்பிப் பார்த்தேன். ஒருகணம் மூச்சே நின்று போனது.

கீழே ஆட்கள் வந்து கொண்டிருந்தார்கள்.

கையிலிருந்த பூட்டை டைனமைட் மேலிருந்து கீழே வீசியெறிவும் கீழிருந்து ஒரு ஊளைச் சத்தம் கேட்டது. வெங்கலத்தின் குரல்தான்.

"எவம்ல அது?"

சத்தம் கேட்டு மொட்டை மாடியின் விளிம்புக்கு வந்த என்னை வெங்கலம் கெட்ட வார்த்தைகளால் திட்டினான்.

"மேல நின்னுக்கிட்டு என்னத்த ஓய் எறிஞ்சீரு! யம்மா!" என்று மண்டையைத் தடவினான்.

"நா ஒண்ணும் எறியல! உங்கொக்கா ஒண்ணு பெத்து வச்சிருக்கால்லா!" அதுதான்!" எனவும் டைனமைட் என்னை முறைத்தது. 'யம்மா! மெதுவா

கீழ போயிருவோம்! செவம் கருநாக்கு கூயிவுள்ளை!" எதுக்கேதாவது சொல்லி நம்மள தூங்க வுடாம செஞ்சிரும்!'

"வாங்க டைனமைட் சார்! நம்ம கீழ போயிரலாம்!" என்றவாறே வீட்டின் தரைத் தளத்துக்கு வந்தோம். அங்கே பந்தி விளம்பிக் கொண்டிருந்தார்கள். பிரியாணி அமர்க்களமாக இருந்ததாகப் பேசிக் கொண்டார்கள். நானும் வெங்கலமும் ஆளுக்கு ரெண்டு லார்ஜைப் போட்டு விட்டு ரெண்டு துண்டு மட்டனை விழுங்கினோம்.

ஆட்கள் கிளம்பிப் போனார்கள். 'நான் கொஞ்ச நேரம் சாயலாம்' என்று படுக்கையில் விழுந்தேன். அம்மா என்னை சாப்பிட எழுப்பினாள். ரெண்டு லார்ஜ் பார்த்த பார்வை. நான் எழும்பவில்லை.

ஒரு தாத்தா வந்து எழுப்பினார். "தம்பீ! எந்திரி ராஜா!"

அவரது முகம் எனக்குத் தெளிவாகத் தெரியவில்லை. நான் அவரிடம்,

"என்னைய்யா என்ன விசேசம்? நீங்க யாரு! எங்க வீட்டுக்குள்ள எதுக்கு வந்தீங்க?"

சத்தமாகச் சிரித்தார், "நா உன்கிட்ட கேக்க வேண்டிய கேள்வி தம்பி!"

"என்ன கேள்வி கேக்கப் போறீரு?"

"நீ இங்க என்னடே செய்ய? எனக்க வீட்டுக்குள்ள படுத்துருக்க?"

எனக்கு சங்கடம் வந்துவிட்டது. "வாடகை வீட்டில் குடியிருப்பதுதான் எத்தனை கொடுமையானது கடவுளே? கண்ட நேரத்துல எல்லாம் ஹவுஸ் ஓனர் வந்து நக்கிட்டு நிக்கானுவளே?"

அவர் என்னுடைய கையைப் பிடித்து அந்த வீட்டின் மத்தியிலிருந்த பூட்டப்பட்ட கதவுகளின் வழியாக கதவைத் திறக்காமலே கூட்டிப் போனார். அத்தனை நாட்களில் நான் அந்த படிக்கட்டுகளைக் கண்ணால் கூடப் பார்த்திருக்கவில்லை. வளைந்து வளைந்து அழகாக மேலேறியது. முதல் மாடியைக் கடந்து மேலே போனோம். மொட்டை மாடியின் ஒரு மூலையில் போய் நிறுத்திவிட்டு அவர் என்னிடம்,

"தம்பி! என்னை எங்காவது பாத்துருக்கியா?"

அப்போதுதான் அவரது முகத்தை சரியாகப் பார்த்தேன். மிரண்டு போனேன். அதோ அந்த அறைக்குள்ளிருக்கும் புகைப்படத்தில் இருந்த ஆள்.

அலறி ஓட எத்தனித்த போதுதான் அதைக் கவனித்தேன். என்னால் என்னுடைய கை கால்களை அசைக்க முடியவில்லை. அந்தக் கிழவன் என்னை என்ன செய்து வைத்திருந்தான் என்று தெரியவில்லை. கீழே ஆட்கள் இருக்கிறார்கள். சத்தமாகக் கத்தி யாரையாவது அழைக்கலாம் என்று நினைத்து வாயைத் திறந்தால் வாயைத் திறக்க முடியவில்லை. குரல் எழவில்லை.

"சரிதான்! இவ்ளோ பெரிய கையையும், காலையும் கட்டுனவன் இத்துனூண்டு வாய சும்மயா வுடுவான்? கடசீல நமக்கு வாயும் சப்போர்ட் பண்ணலையே கடவுளே?"

கீழே வெங்கலத்தின் சப்தம் கேட்டது, "ஓய் ராஜேந்திரம் மாமோய்! பாயாசம் ஊத்தட்டா?"

'அட கூதறப் பயலே! இங்க என்னிய ஒருத்தன் சட்டினி அரச்சி சப்பாத்தி கூட வச்சி திங்கியதுக்கு நிக்கான்! நீ பாயாசம் ஊத்துகதுக்கு நிக்க? ஓடி வந்து காப்பாத்துல?'

உள்ளம் மரண பீதியில் கதறியழுதது. தாத்தா சத்தமில்லாமல் வந்து என்னிடம்,

"மரியாதையா சொல்லுகேன் கேட்டுக்கா! எங்க எல்லாரையும் சாவடிச்சவ அவ! உங்க எல்லாரையும் ஒருத்தர் மாறி ஒருத்தருக்க சங்க கடிச்சி ரத்தத்தக் குடிச்சிட்டுதான் சும்மா இருப்பா?"

"யார சொல்லுகீரு ஓயி பாட்டா?"

(அட வாய் ஒர்க் ஆவுதே! கத்திரலாமா? என்று நினைக்கும் போதே மறுபடி வாய் குளோஸ்! கிழவன் ஏதாச்சும் பாஸ்வேர்டு போட்டு எனக்க வாய லாக் பண்ணுகானா? ஒரே குழப்பம்)

"அவளேதாஞ் சொல்லுகேன்! அந்த மகாயக்ஷி! அவளுங்க கோவம் ஒருபோதும் கொறையாது! நூத்தி சொச்சம் வருச தாகம் அவளுங்கு... என்னைக்கிம் தீராது!"

"தாகந் திரலைலன்னா தண்ணியக் குடிக்கச் சொல்ல வேண்டியதான ஓய்! எனக்க சீவன எதுக்கு ஓய் வாங்குகீரு?"

எனக்குக் கண்ணீர் வந்து அழுதேன். நல்லவேளையாக ஒப்பாரி வைப்பதற்கான ஆப்ஷன் எனக்கு வழங்கப் பட்டிருந்தது.

கிழவன் தொடர்ந்தான், "அவளுக்கு சின்னப் பயலுவள ரொம்பப் புடிக்கும்! குடும்பத்துல உள்ள தலைச்சன் ஆம்பளப் புள்ளைன்னா அவளுக்கு அல்வா சாப்புடுகது மாதிரி! உச்சி மண்டைல ஓட்டயப் போட்டு மிச்சமில்லாம உறிஞ்சிருவா!"

"உறிஞ்சிருவாளா?"

எனக்கு ஒரு மாதிரி கிளுகிளுப்பாகிப் போனது. கிழவன் மீண்டும் என்னிடம்,

"நீ சின்னப் பயல்லா தம்பி! ஒனக்குப் புரியாது! நாஞ் சொல்லுகது நக்கல் மயிரா இருக்குல்லா ஒனக்கு? மூணு அமாவாசைக்கு நீ தாங்க மாட்ட? ஹாஹாஹா! ஒனக்க மண்ட ஓடு எனக்குத்தாங் கெடைக்கும்! நா அத முழுசா திங்கப் போறேன்! ஹாஹாஹா!"

"லூசுத் தா...ளி! மண்ட ஓடு வேணும்ன்னா சலீம் பாயி மட்டன் சாப்புல வாங்கித் திங்க வேண்டியதான்? குறிப்பா எனக்க மண்ட ஓடு ஒனக்கு என்ன மயித்துக்கு?"

கிழவனது தோற்றம் மெதுவாக மறைந்து அன்று வெளியில் வந்து நின்ற இளம்பெண்ணாக உருமாறி அவளது முகம் மேலும் விகாரமாகவே நான் நடுங்கினேன். அவள் என்னருகில் வந்து என்னுடைய உதட்டில் முத்தமிட்டு உறிஞ்சினாள். சடாரென அந்தரத்தில் எழுந்து பறந்து மொட்டை மாடியில் இருந்த அந்த சிறிய அறைக்குள் புகையாகச் சென்று மறைந்தாள்.

நான் அலறியடித்துக் கொண்டே ஓடி படிக்கட்டுகளில் இறங்கி கிட்டத்த மாடியிலிருந்து குதிக்காத குறையாக பாய்ந்தேன். ஆனாலும் ஒரு சந்தேகம். நான் இறங்குகிறேனா ஏறுகிறேனா என்பது புரியவில்லை. தடாரென கீழே விழுந்து எழும்பிப் பார்த்தால் ஆச்சர்யம். நான் மாடியில் நிற்கிறேன்.

என் பின்பக்கத்தில் ரெண்டு மூன்று பேர் தபதப வென ஓடிவந்து மூச்சிறைக்க நிற்கிறார்கள். பார்த்தால் வெங்கலமும், செம்புலியும், குத்தாலமும்...

"என்ன மயித்த எடுக்கதுக்கு ஓய் இங்க வந்தீரு? நாங்க என்னமோ ஏதோன்னு நெனச்சி பயந்துல்லா ஓடி வாறோம்!"

வெங்கலம் என்னிடம் பாய்ந்தான்.

"இல்ல மாப்ள அந்தக் கெழவன்.... அந்த புள்ளை! இந்தா இந்த ரூமுக்குள்ள!!!"

"புள்ளைய ரூமுல கொண்டு போயி என்னவே செஞ்சீரு?"

"சனியனே! அது பேயில....!"

"ரூமுக்குள்ள படுத்துக் கெடந்து சொப்பனங்கண்டு எந்திச்சி ஓடியாந்துட்டு நடிக்கிறா? கீழ வாரும்! சும்மா லாந்திட்டு கெடந்த கெழவிய சவுட்டித் தூக்கி வீசிட்டு கதையா உடுகீரு? வாரும் ஓய் கீழ!"

நான் ஒன்றும் பேசாமல் அந்த அறையையே பார்த்துக் கொண்டு கீழிறங்கினேன். அந்த இருட்டான அறை என்னையே பார்த்துக் கொண்டிருந்தது.

அன்று முழுவதும் யாரும் என்னிடம் சரியாகப் பேசவில்லை.

"நாளைக்கி சாவப் போற கெழவியைச் சவுட்டி இவுனுக்கு என்ன கெடைக்கும்? சே... செவம் பாவம்லா?" என்று என் காது படவே பேசினார்கள்.

எனக்குள்ளேரேசங்கடம். 'ஒருவேளைகிழவிவாய்ஓடஞ்சிசெத்துருப்பாளோ?'

ஆஸ்பத்திரிக்குக் கூட்டிப் போன அண்ணன்களில் முல்லி மட்டும் வீடு திரும்பியிருந்தான். அவனது பெயர் எட்வர்ட் முல்லர், நாங்கள் முல்லி, முள்ளி, மூழி என்றெல்லாம் மூடுக்குத் தகுந்த மாதிரி அழைப்பதுண்டு.

முல்லி நேராக அம்மாவிடம் போய் மகிழ்ச்சியுடன், "சித்தி! ஆச்சிக்கி ஒண்ணும் பிரச்சின இல்லியாம்! செப்பு நவுண்டுருக்கு *(Pelvic dislocation)*,

தம்பி எத்துனதுல தாவாங்கட்ட இழுத்து வச்சிருக்கு (Broken jaw)... ரெண்டே மாசத்துல வீட்டுக்குப் போயிரலாம்'னு டாக்டர் சொல்லிருக்காரு! என்னவொண்ணு... ஒரு ஆறு மாசத்துக்கு எழுந்து நடக்க முடியாது! பேச முடியாது, கஞ்சி மட்டுந்தாங் குடிக்க முடியுமாம்!"

'அடக் குரங்குப் பயலே... கெழவிக்கி இதவிட வேறென்ன ஆவணும்? ஒண்ணும் இல்லியாமே?' என்ற எண்ணம் எழுந்தது.

இதைக்கேட்ட அம்மாவின் முகத்தில் அப்படி ஒரு இன்பத்தைக் கண்டேன். இந்த அற்புதமான நிகழ்வைச் சொல்ல அப்பாவைத் தேடினாள்.

'ஆச்சிதான் எத்தனை மேன்மையானவள்? எவ்வளவு அன்பைச்சம்பாதித்து வைத்திருக்கிறாள்?'

அம்மாவுக்கும் தன் மாமியார் மீது அவ்வளவு பேரன்பு இருந்தது. உள்ளுக்குள் அத்தனை மகிழ்ச்சி என்றாலும் கூட, ஆஸ்பத்திரி பண்டுகச் செலவைப் பார்க்கணுமே? என்ற துக்கம் அவளது கண்ணில் தெரிந்தது. ஆனாலுமொரு ஆறுதல் என்னவென்றால், ஆச்சி கொஞ்ச நாளைக்கு வாய் திறக்க மாட்டாள். நான் முகத்தைக் கொஞ்சம் துக்கமாக வைத்துக் கொண்டே அம்மாவைப் பார்த்தேன். அவள் என்னிடம்,

"சரி போவட்டும்விடுடே... நீயென்ன வேணும்ம்னா செஞ்ச? இதுக்கெல்லாம் துக்கப் பட்டுகிட்டு வயித்த காயப் போடக்கூடாது! பசியோட இருப்ப... கொஞ்சம் பாயாசம் குடிக்கியா? எவ்ளோ பெரிய காரியஞ் செஞ்சிருக்க? சாப்புடாம படுக்கப் புடாது!

"யாரு சாப்டலைன்னு சொன்னா? பிரியாணி எடுத்துட்டு வா!"

"பிரியாணி தீந்து நேரம் என்னாச்சி? எத்தன பேரு உன்ன எழுப்புனோம்... எந்திரிச்சியா? பட்டினி கெட! அப்பத்தான் வெவரம் வரும்...!"

(கிழவியின் வாயை உடைத்ததற்கு கடவுள் என் வாயைக் காய வைத்தார்)

டைனமைட் காட்டிய வீடியோ குறித்தும், ஒரு கிழவன் என்னை மொடிக்கு அழைத்துப் போய் ஒரு இளம்பெண் பேயாக மாறிப் பறந்த கதையையும் அம்மாவிடம் சொன்னேன். சண்டைக்கு வந்து விட்டாள்.

"பேயி, கீயின்னு சொல்லிட்டுத் திரிஞ்ச...? வாயில சூடு போட்டுருவேம் பாத்துக்கா! நாங்களும் அந்த வீடியோவ பாக்கத்தானே செஞ்சோம்! எங்க கண்ணுக்கு ஒண்ணும் தெரியலை! ஒனக்கு மாத்திரம் அதிசய மண்ணாங்கட்டியா எல்லாந் தெரியி! நானும் இந்த வீட்டுல தனியாத்தான் இருக்கேன்...! அந்த பேயி என்னய ஒண்ணும் புடுங்கல...!"

அம்மா சொல்லி விட்டு எழுந்து போகவும் என் முகத்தில் மகிழம்பூவின் மணம் அடித்தது. சரிதான்... அம்மா தொலைந்தாள்...

"சரிம்மா.. வா! ஆஸ்பத்திரி வரை போய் கிழவியை எட்டிப் பார்த்துவிட்டு வருவோம்!" என்று அம்மாவைக் கூப்பிட்டேன்.

"நீ போ! நா அப்பா வந்தவுடன் சேந்து வாரேன்!" என்றாள். நான் வண்டியைக் கிளப்பி வெளியே வரவும் அப்பா எதிர்ப்பட்டார்.

அவர் என்னிடம், "என்னப்போ? யாத்திரை எந்தப் பக்கம்?"

"ஆஸ்பத்திரிக்கி...."

"என்ன கொள்ளையோ?"

"ஆச்சியை.......!" என்று இழுத்தேன்.

"என்ன? ஆச்சி இருக்காளா? செத்தாளான்னு பாக்கவா?"

நான் தலையைக் குனிந்து நின்று கொண்டேன். 'ஆயிரம்தான் இருந்தாலும் அவருடைய அம்மா அல்லவோ?'

"போறதெல்லாஞ் சரி... அவகிட்ட வாயக் கொடுக்கப்புடாது சரியா?"

நான் கிளம்பினேன். ஆஸ்பத்திரியில் நுழையவும் டாக்டர் எதிர்ப்பட்டார். அவர் என்னுடைய மாமாதான்.

"என்னடே! ஆச்சி மேல அவ்வளாவு அக்கறை? செவத்துக்க கொதவளையில ஏறி நின்னுருக்க? வயசான காலம்லியா? கொஞ்சம்னா வாயப் பொளந்துருப்பா! போய்ப்பாரு! நா இந்தா வாரேன்!" என்று சொல்லிவிட்டு போனார். அவரோடு கூட போன நர்சின் முகம் அழகாக இருந்ததை நான் கவனிக்கவேயில்லை. ஐ.சி.யூ வில் நுழைந்தேன்.

பதிமூன்றாவது படுக்கையில் ஆச்சியைக் கிடத்தியிருந்தார்கள். '13 ஆம் எண் பேய்க்கு உகந்த எண்ணாச்சே?' என்ற எண்ணம் வந்தது. ஆச்சியின் வாயில் பெரிய பெரிய கட்டிடங்களுக்கு பெயிண்டு அடிக்கக் கட்டப்படும் சாரம் போல் கம்பி வைத்துக் கட்டியிருந்தார்கள்.

என்னைக் கண்டவுடன் ஆச்சி கொதித்தாள். பக்கத்தில் என் பெரியம்மா உட்கார்ந்திருந்தாள். ஆச்சி முகத்தைக் கோபமாக வைத்துக் கொண்டு சைலன்ட் மோடில் என்னவோ திட்டினாள்.

"அக்கக் காக்கக் இக்கிக் கெக்கே...!"

(ஆச்சியின் அத்தனை முகபாவங்களும் பெரியம்மாவுக்கு அத்துப்படி)

பெரியம்மா மொழிபெயர்த்தாள்.

"பசு செத்தா பலகாரம், பண்ணி செத்தா தெருவோரம்... இங்க என்ன மயித்த எடுக்க வந்தல? காவக்கார நாய?"

நான் மனதுக்குள், 'அடக் கெழவி! உனக்கு எத்து தந்தது தப்பில்ல...'

ஆனாலும் பெரியம்மாவின் மொழிபெயர்ப்பில் ஒரு உள்நோக்கம் இருந்ததாக எனக்குப் பட்டது.

டாக்டர் மாமா வந்தார். "என்னடே ஆச்சியப் பாத்தியா... என்ன சொல்லுகா?"

என்றவாறே தன் கையிலிருந்த சின்ன சுத்தியல் போன்ற கருவியால் ஆச்சியின் கால் முட்டியில் தட்டினார்.

"வலி இருக்கா பெரியம்ம!"

ஆச்சி கோபத்தில் என்னிடம் சொன்னது மாதிரியே ஏதோ சொன்னாள்.

டாக்டர் என் பெரியம்மாவிடம், "எக்கா! அத்த என்னத்த கெடந்து துள்ளிக்கிட்டு கெடக்கா?"

"ஒண்ணுமில்லப்போ... சும்மா கெடந்து வாய வாய அசைக்கா! வேற ஒண்ணுஞ் சொல்லலை!"

மறுபடியும் ஆச்சி பெரியம்மாவிடம் திரும்பி கையை நீட்டி நீட்டி ஏதோ சொன்னாள். சென்சாரில் கட் செய்யும் அளவுக்கு அசாத்தியமான வாக்கியம் என்பதால் பெரியம்மா வாய்மூடி மவுனியானாள்.

டாக்டர் ஆச்சியிடம், "எத்தே! கைய கால அசைக்கப் புடாது புரிஞ்சா?"

ஆச்சி மாமாவிடம் திரும்பி கையை நீட்டி ஏதோ சொன்னாள். எனக்குப் புரிந்து விட்டது.

"போல! மொாண்ணத் தா.....ளி!"

டாக்டர் மாம்ஸ் அகன்றார்.

கொஞ்ச நேரத்தில் அம்மா வந்தாள்... இல்லை.... கொண்டு வரப்பட்டாள். ஆம் பேய் அவளைப் போட்டுத் தாக்கியிருக்கிறது. வீட்டுக்குள் வழுக்கி விழுந்ததில் கால் ஒரு சைடு வாங்கி விட்டது. பின்மண்டையில் லேசான தாக்குதல். ஆச்சியின் பெட்டுக்குப் பக்கத்து பெட்டில் கொண்டு வந்து போட்டார்கள்.

ஆச்சிக்கு சிரிப்பு அள்ளிக் கொண்டு வந்தது. அப்போதுதான் பார்த்தேன் ஆச்சியின் பின் பக்கத்தில் ஒரு பெரிய நிழல் ஒன்று பெரிதாகத் தோன்றியது. நான் சப்தமே இல்லாமல் அதை வெறித்துப் பார்த்துக் கொண்டிருந்தேன்.

கோழி ரத்தத்தின் கொடூரக் கதைகள்

நிழல்களால் எப்போதுமே பத்துப் பைசாவுக்குப் பிரயோஜனமில்லை என்பதை நான் அறிந்தே வைத்திருந்தேன். கழுதையின் நிழல் கழுதைக்கு வேண்டுமானால் பெரியதாக இருக்கலாம். எனக்குக் கோபம் வந்தது. நான் அம்மாவிடம் சென்று சொன்னேன்,

"ஏம்மா! நாந்தாஞ் சொன்னம்லாம்மா! நம்ம வீட்ல பேய் இருக்குன்னு...?"

அம்மா என்னைக் கடுமையாக முறைத்தாள். நான் எப்படியெல்லாமோ நிரூபிக்க முயற்சித்தேன், முடியவில்லை. இப்போது பேயே முன்னின்று முயற்சி செய்திருக்கிறது, ஆனாலும் இவர்கள் நம்ப மறுக்கிறார்கள். முடிந்தவரை நாம் அட்ரீனலின் சுரப்பியைக் காய விட்டுவிடக் கூடாது. நான் மீண்டும் அம்மாவிடம் கேட்டேன்,

"சரியாக எந்த இடத்தில் விழுந்தாய்?"

அதற்கு அம்மா சொன்னது நான் விழுந்த அதே இடத்தை.... மொசைக் சதுரம். உலகிற்கு பெர்முடா முக்கோணம் எப்படி புளிப்பு காட்டி வருகிறதோ அப்படியே அந்த அறையின் சதுரப் பகுதி வேலையைக் காட்டுகிறது.

'இன்னிக்கு எப்படியாவது சரிக் கட்டிறணும்.... பேயும் மயிரும்தான்...'

சித்தி மகன் செம்புலியை அழைத்தேன். என்னை விட மூத்தவன். அவன் ஆஸ்பத்திரிக்கு வருவதாகக் கூறியதையடுத்து நான் வெளியே நின்று கொண்டிருந்தேன். மணி இரவு ஒன்பது.

அப்போது எங்கிருந்தோ ஒரு பாட்டி என்னிடம் வந்து நின்றாள். இப்போதெல்லாம் கிழவிகள் என்றாலே கையும் காலும் இழுக்கத் தொடங்கியதால் நான் சற்று ஒதுங்கி நின்றேன்.

கிழவி என்னிடம் வந்து, "ராச புத்திரனே! உதிரத்த உண்ணக் குடுத்தா மயிரு கூட ஓடம்புல மிஞ்சாது... ஒருக்களிச்சிப் படுத்தா உசுராவது மிஞ்சும். ஆளைத் திங்கும் அட்டைபூச்சி அவ உத்தரவு போட்டுருவா! சட்டையில்லா தேகத்த உத்தரத்துக்குக் காட்டுனா உதிரத்த உறிஞ்சிப்புடுவா... நேத்து நீ கண்டது மறுலோகம்... நாளைக்கும் பாத்தீன்னா உனக்கில்ல இந்த லோகம். மத்தியில கெடக்கும் கரிச்சட்டியத் தோண்டி எடுத்தா மத்தெதெல்லாம் தெரிச்சிப் போகும்... ஆச்சிக்கு ரெண்டு எலுமிச்சம் பழம் வாங்கித்தா மக்கழே!"

படபடவெனப் பேசி முடித்தாள். என் உடலெங்கும் பயம் அப்பிக்கொண்டது. "இந்தா வாரேன் பாட்டி!" என்று சொல்லிவிட்டு எலுமிச்சம் பழம் வாங்க கடைக்கு ஓடினேன். வாங்கிக் கொண்டு திரும்பிப் பார்த்தால் பாட்டியைக் காணவில்லை. சுற்றும்முற்றும் பார்த்தேன். பாட்டி மறைந்திருந்தாள். அவ்வளவு குறைந்த நேரத்தில் அவள் அந்தப் பகுதியைக் கடந்திருக்கவே முடியாது. ஓடிப்போய் பக்கத்தில் நின்றிருந்த ஆட்டோ டிரைவரிடம் கேட்டேன்.

"அண்ணே! கொஞ்ச நேரத்துக்கு முன்ன எனக்க பக்கத்துல நின்னுகிட்டிருந்த பாட்டி எங்க போனான்னு கவனிச்சீங்களா?"

அவர் என்னிடம், "நீ மட்டுந்தானே தம்பி நின்னுகிட்டிருந்த? உன் கூட யாரும் நின்ன மாதிரி எனக்குத் தெரியலையே...."

"யம்மாடி!"

என்னுடைய நாக்குவறண்டு போனது. அவள் சொன்னதை அப்படியே ஒரு பேப்பரில் எழுதி எடுத்துக் கொண்டே என்னுடைய அண்ணன் ஒருவருக்கு போன் செய்தேன். அவர் ஒரு சுடலைமாடன் சாமியாடி. 'கோவிலில்தான் இருக்கிறேன்' என்றும் உடனடியாக நேரில் வரச் சொன்னார். செம்புலி வந்தான். ரெண்டு பெரும் பைக்கைக் கிளப்பிக் கொண்டு பறந்தோம். கொவ்வில் அண்ணன் வரவேற்று அமர வைத்துவிட்டு நான் எழுதி

வைத்திருந்த வாசகங்களைப் படித்து விட்டு என்னைக் கொஞ்சநேரம் உற்றுநோக்கியவாறே,

"எலேய்! நீ நேத்து மத்தியானமே வேட்டு பறஞ்சிருக்க வேண்டியவன்! எவஞ்செஞ்ச புண்ணியமோ இன்னிக்கி சீவம் தரிச்சி நிக்க! அந்த வீட்டுக்க ஈசானத்துல தெக்கு பக்கத்து முறியில நடுவுல இருக்க ரெண்டர அடிக்ககத்த சவுட்டிராத! அந்த ரூமுக்குள்ளாற எப்ப போனாலும் ஒரு மட்டம் காறித் துப்பிக்கிட்டு உள்ளுக்க போ என்னா?"

அதுதான் அந்த மொசைக் சதுரம். எங்கிருந்தோ என்னுடைய காதுகளில் ஒரு குரல் அசரீரியாகக் கேட்டது,

"இ....க்...பா....ல்.... என்னோடு வா...... ஹிஸ்ஸ்ஸ்ஸ்....!"

என்னால் அந்தக் குரல் எங்கிருந்து ஒலிக்கிறது என்பதைச் சரியாகப் புரிந்து கொள்ள முடியவில்லை. சாமியாடி அண்ணன் சொன்னதைக் கேட்டு பீதியாகி, பேதியாகி அங்கிருந்து கிளம்பினோம். ஆஸ்பத்திரிக்கு வந்தபோது அங்கே முல்லி வெளியில் நின்று கொண்டிருந்தான்.

"எங்கலே போய்த் தொலஞ்சியோ? இங்க ஆஸ்பத்திரில ஒரே பெகளம். ஓங்கம்மைக்கும், ஆச்சிக்கும் ஒரே சண்டை! சாவ நாளத்து நடக்குதாளுவோ!"

என்னவென்று விசாரித்தால், ஆஸ்பத்திரியில் அம்மாவைக்கண்டு ஆச்சி முதன்முறை சிரித்த போது அம்மா அதைக் கண்டிருக்கவில்லை. இரண்டாவது முறை பல்லிளித்த போது பார்த்துவிட்டாள். அப்பாவிடம் கேட்டிருக்கிறாள்.

"ஓங்க அம்மைக்கி மண்டைல அடிபட்டு புத்தி நெளிஞ்சிட்டுன்னு நெனைக்கேன்! அங்க பாருங்க... கெடந்து க்ணாட்டிகிட்டு கெடக்கு... வாய சுத்தி கம்பி அழி போட்டுருந்தும் செவத்துக்கு சிரிப்பாணி அள்ளிகிட்டுல்லா வெளிய வருகு... எதுக்கு பல்லு மயித்தப் போட்டு இளிக்கான்னு கேளுங்க!"

அப்பா அம்மாவிடம், "நீ சும்மா இராம்மாளு... அவ போக்குல சிரிச்சிட்டுப் போறா... நீ ஏன் அவளப் பாக்க?"

அம்மாவுக்கு கோவம் வந்து கிழவியைத் திட்டி, டிஸ்சார்ஜ் ஆகி வீட்டுக்கு வரும்போது காப்பியில் விஷம் வைப்பதாய் சொன்னதையடுத்து ஆச்சியின் இளிப்பு நின்றிருக்கிறது. அப்பாவும் தன் தாய்க்காக மன்னிப்பு கேட்டதில் மருத்துவமனை தப்பியது.

அன்று இரவு நானும் தம்பியும்தான் வீட்டில் இரவு தங்கியாக வேண்டும். அப்போதே மணி பத்தைத் தாண்டியிருந்தது. அண்ணனும் எங்களோடு துணைக்கு வருவதாகச் சொன்னான். பெரியம்மாவின் மகன் கோழி ரத்தமும் துணைக்கு வருவதாகச் சொன்னவுடன் எங்களுக்குக் கொஞ்சம் துணிச்சல் தொற்றிக் கொண்டது. 'ராத்திரி நல்ல கதைகள கேக்கலாம்! பொழுது நல்லாப் போவும்!' என்று மனம் சமாதானமடைந்தது.

கோழி ரத்தம் ஒரு பெரிய வாய்ச் சவடால். நிறைய பொய்களை மட்டுமே சொல்லும் குணாதிசயம் அவனது ரத்தத்தில் கலந்திருந்தது. அவன் அவிழ்த்து விடும் பீலாக்களில் மனிதர்கள் யாராவது கதாபாத்திரங்களாக அமைந்து விட்டால், கதை கேட்போர் நம்பகத் தன்மைக்காக சம்மந்தப்பட்ட கதாபாத்திரங்களை சாட்சிக்கு அழைத்து விடுவார்கள் என்பதால் அவனது கதைகளில் பெரும்பாலும் மிருகங்களே முக்கிய கதாபாத்திரங்களை வகிக்கும்.

ஒருமுறை அவன் என்னிடம் சொன்ன கதையைக் கேட்டு பக்கத்து வீட்டில் வளர்த்த மூன்று கிளிகள் மாரடைப்பால் மரித்ததையடுத்து அவனது கதைகள் கொஞ்சம் மட்டுப்படுத்தப் பட்டிருந்தன. அவன் சொன்ன கதை இதுதான்,

"எண்ணே! நாஞ் சொல்லுக கதய கெவனமா கேட்டுக்கிடணும்!"

"சொல்லு கேக்கட்டு!"

"நானும் ஓங்கைய்யனும் (எனக்குப் பெரியப்பா-அவனுடைய அப்பா) செம்ப்ராம்பூரு சானல் கரையத் தாண்டி முள்ளிக் கொளத்து படித் தொறைல எறங்குனோம்!"

"எதுக்கு அங்க போனிய?"

"நம்ம வீட்டுக்குப் பொறத்தால கெடக்குல்லா பதவலு?

"அப்டியா?"

"சொல்லுகத கேளாம்! எடைல எடைல நொப்புடியா வைக்காம!"

"சொல்லு கேப்போம்!"

"அந்த பதவுலுல கொஞ்ச நாளா ஒரு மலம்பாம்பு வந்து பட்டரையப் போடுகுன்னு பின் வீட்டு எசக்கி சொல்லிக்கிட்டு திரிஞ்சான்! தா...ளி மவம் பொய்யுஞ் சொல்லுவாம்னு நானுங்கூட பெருசா எடுத்துக்கிடலை!"

"மலம்பாம்புனா பெருசா இருக்கும்லா?"

"பின்ன???? ஒரு நாப்பது அடி நீளமெல்லாம் வளரும்!"

"நா அப்டிலாங் கேள்விப்பட்டதில்லியே?"

"அதுக்குன்னு நாங் கண்ணால கண்டத இல்லன்னி சொல்ல முடியாதுலா! கொண்டைல எறிவான் கதயச் சொல்ல உட மாட்டான்!

"ம்ம்ம் சொல்லு!"

"ராத்திரி பல்லு வெளக்க பொழுக்கடைக்கி போனேன்!"

"நீ காலம்பறையே பல்ல வெளக்க மாட்ட! இதுல ராத்திரில? பொய்யள சொல்லாதடே!"

"உண்மையாத்தாஞ் சொல்லுகேன்! அங்கன குர் குர்ரின்னு ஒரே சலசலப்பு! இன்னா இந்த சைசு இருக்கும்! ஒரு பெருச்சாளி!"

என்று சொல்லி விட்டு எதிர் வீட்டைக் காட்டினான். அங்கே விரைவீக்கம் வந்த தாத்தா ஒருவர் திண்ணை மீது சாய்வு நாற்காலியில் அமர்ந்திருந்தார். அவருடைய அங்க வஸ்திரம் அவரது கனத்த அஸ்திரத்தை மூட மறந்திருந்தது. நான் அதைக்கண்டும் காணாமல் திரும்பி உட்கார கதை தொடர்ந்தது.

"அந்தப் பெருச்சாளி தா...ளி மவன் இருட்டுக்கவத்த இருந்து சரேல்னு ஓடியாறான்! பின்னால இருந்து டுஸ்'னிட்டு ஒரு செருமலு சத்தம்! நல்ல சிப்பிப் பாற நாயி கணக்கா மூஞ்சி! சடார்னு ரெண்டர அடி ஒயரத்துல நட்டம நிக்கி! அப்பத்தா அத நாங் கண்டேன்!"

"என்னத்தக்கண்ட?"

"மலம்பாம்பு! வேற என்னத்த நாஞ் சொல்லிட்டு கெடக்கேன்?"

"மலம்பாம்பு எந்திச்சி நிக்காதே?"

"அதுக்குன்னு நாங்கண்டத இல்லன்னி சொல்ல முடியாதுலா! நா என்ன பொய்யா சொல்லுகேன்! கதயக் கேளாம் நீக்கம்புல போவான!"

"சொல்லு கேக்கட்டு!"

"நல்ல மஞ்ச நெறம்! அசாத்திய பளபளப்பு!"

"ஓ இருட்டுல கூட அதுக்க கலரு ஓங்கண்ணுக்கு தெரிஞ்சிருக்கு இல்லியாடே? சபாஷ்! மேற்கொண்டு...!"

"எக்காளம் ஊதுக இல்லியா? கொஞ்சம்னா எனக்க சோலிய முடிச்சி சோறா துன்னுருக்கும்!"

"பிளடி மலப்பாம்பு! இவன கொல்லாம வுட்டுருக்கு!" என்று நான் சொல்லவும் கோழிரத்தம் பின்பக்கம் திரும்பி பெரியப்பாவிடம்,

"எப்பா கேட்டீரா! இவே நம்ப மாட்டங்கா! நீ கண்டத சொல்லுப்பா!" என்று பெரியப்பாவை சாட்சிக் கூண்டில் ஏற்ற முனைந்தான். அவர் முரசொலி பத்திரிகையைப் படித்துக் கொண்டிருந்தார்.

"எப்போய்! பேதில போவானுக்கு செவியுங் கேக்காது! சொல்லுப்பா அண்ணங்கிட்ட!"

பெரியப்பா அமைதியாக, "நீ அளந்து வுடு மோன! நோட்டா? சக்கரமா? ங்கொண்ணங்காரனுக்கு ரெத்த வாந்தி வாற வரைக்கும் கேப்பான்! அதுக்குப்பொறவு கடவுளு காட்டுன பாத!"

பக்கத்து வீட்டுக் கூண்டில் கிடந்த கிளிகள் எதுவோ சொல்ல முனைந்து படபடத்தன. கதை தொடர்ந்தது.

"எனக்கு தொண்ட வறண்டுட்டு! கைல ஒரு ஆக்குத்தி இருந்துர்ந்தா டபால்'னு போட்டு இழுத்து பொளந்துருப்பேன்! ஆனா அன்னேரத்துக்கு ஆக்குத்திக்கி எஞ்ச போவெய்ன்? எங்கைல இருந்தது கண்ணாப்ப!"

"இரு! பல்லு வெளக்கப் போனா கைல பிரஷ்ஷு தானே இருக்கும்? கண்ணாப்பை எப்புடி?"

"அது ஓடையில அடப்பு இருந்துல்லா! அத எடுத்து வுட்டாத்தானே வெள்ளம் வெளியில பாயும்? அதுக்குதான் கண்ணாப்பய கையோட எடுத்துக்கிட்டு போயிருந்தே! நீ கதய சொல்லவுடாம்லே எழவுடுப்பான்!"

"ம்ம்ம்ம்... சொள்ளு!"

"அந்தால நா ஓடிப் போயி ஒரு மொராட்டு கட்டக்கம்ப எடுத்துட்டு வர முன்னுக்கு மலப்பாம்பு எங்கயோ தெரச்சிட்டு! அனேகமா அந்த எசக்கிப் பெயலுக்க வூட்டுலதாங் கெடக்கும்! எங்கைல என்னிக்கினாலும் மாட்டும்போ அதுக்க பாளைய வவுந்து ஓங்கைல தாரம்பாரு!"

எனக்கு உறக்கம் வந்துவிட்டது, 'இன்னொரு பயங்கரமான கதையைச் சொல்லிவிடுவானோ' என்ற எச்சரிக்கை உணர்வு கொஞ்சமும் இல்லாமல் நான் அவனிடம்,

"கத செரிதான்! அதுக்கு யாம்டே அப்பனும் மொவனும் செம்பராம்பூரு கொளத்துக்குப் போனியோ?"

அதற்குப்பின்னர் அவன் சொன்ன கதைதான் அச்சத்தின் உச்சமாகிப் போனது. இந்தக் கதைசொல்லிகளுக்கு ஒரு குணம் உண்டு! அதைத் தரித்திரம் என்றும் சொல்லலாம்! ஒரு கதையைச் சொல்லுமுன்னர் அதற்கான கிளைக்கதைகள் ஓடும்! முக்கியமான கதைக்குள் நுழையும்போது கிளைக் கதைகளுக்கும் மெயின் கதைக்கும் சம்மந்தமில்லாமல் போகும்போது கதை கேட்பவர்கள் சிலசமயங்களில் கடைவாயில் நுரை தப்பி நின்று கொண்டிருப்பார்கள். ஆனால் அன்று நான் ரத்தம் காக்கி நின்றேன்!

பெரியப்பா நடுங்கிக் கொண்டிருந்தார். 'என்ன இழவு கதையைச் சொல்லப் போகிறானோ? கர்த்தாவே!'

"கத செரிதான்! அதுக்கு யாம்டே அப்பனும் மொவனும் செம்பராம்பூரு கொளத்துக்குப் போனியோ?" என்று நான் கேட்கவும் கோழிரத்தத்துக்கு மகிழ்ச்சி கொப்பளித்தது. அவனது கதைகளை நான் நம்பத்

துவங்கியிருப்பதாகக் கருதி மிகுந்த ஆர்வத்தில் அவன் என்னிடம் சொல்லத் துவங்கினான்.

"அப்புடி கேளுல கொப்பனுக்க மொவன! அந்த கொளத்துல கொஞ்சம் அயிர மீனுவளு கெடக்குன்னு சொன்னானுவ! விசியத்த கேள்விப்பட்டவொடந்தான எழுவு நாக்கு அங்கா வரைக்கும் நீண்டுட்டு! அப்பம் படித்தொறைல நா நின்னுக்கிட்டிருக்கேன்! ங்கொய்யன் தண்ணிக்குள்ள நிக்கான்! அப்பத்தாம் தண்ணிக்குள்ள ஒரு ஓலக் கிடுவ மெதந்து மெதந்து வருகு! நானுங் கெவனிக்கல! திடீர்னு தண்ணி வெலகீச்சி பாரு???"

"எப்புடி?"

"அங்கதான் டேனிங் பாய்ண்டு! தண்ணிக்குள்ள மெதந்து வந்தது கிடுவ கெடையாது!"

"அப்போறம்?"

"அத கொப்பங்கிட்ட கேளு! ருசியான கத! எப்பா! மிச்சத்த நீயே சொல்லுப்பா!"

என்று பெரியப்பாவை மீண்டும் சாட்சிக்கு அழைத்தது கோழி ரத்தம். அவர் முரசொலியைத் தலைகீழாகக் கரைத்துக் குடித்து விட்டு வேறு வழியின்றி பைபிளை எடுத்துப் படித்துக் கொண்டிருந்தார். அதுதான் சீக்கிரத்தில் படித்துவிட முடியாது என்ற எண்ணமாகக் கூட இருந்திருக்கலாம். மீண்டும் கோழிரத்தம் அவரிடம்,

"எப்பா! ஒம்மகிட்டத்தான சொல்லச் சொல்லுகேன்! சொல்லுமா ஓய்! பெரிய பாஸ்டரு! பைபிள எடுத்தா கீழ வக்கிய மாட்டாரு! கோயில்ல காணிக்க பாக்கி, வரி பாக்கி எல்லாத்துலயும் அங்கற்றமாக்கும்! மிச்சக் கதய சொல்லுகியா இல்லியா? நாஞ்சொன்னா நம்ப மாட்டான்!"

"நீயே சொல்லி முடிச்சிருடே!"

பெரியப்பா அழாத குறை. 'ஒரு கதைசொல்லியைப் பிள்ளையாகப் பெற்று வளர்ப்பதென்பது அத்தனை பெரிய காரியமல்ல!' என்பது அவர் பைபிளைப் பிடித்திருப்பதிலிருந்தே தெரிந்தது. பரிசுத்த வேதாகமம்

என்ற எழுத்துக்கள் தலைகீழாகத் தெரிந்தது. கதையின் திருப்புமுனை தொடங்கியது,

"அந்தால நா டமீர்'னு சாடிட்டேன்!"

"எங்க சாடுன?"

"கொளத்துக்கதான்! வேறெங்க?"

"சரி சரி சொல்லு!"

"ஒரே எத்து! மொதல நாக்க நீட்டி வாயப் பொளந்துட்டு! கொஞ்சங் கூட யோசிக்காம தண்ணிக்குள்ள முங்கி அதுக்க வயித்துக்குள்ள கைய வுட்டு புடுங்கி எடுத்துட்டேன்!"

"என்னத்த?"

"குறுக்கெலும்பு...! வேற வயித்துக்குள்ள என்ன பல்லா புடி கிட்டும்? கதய சொல்லவுடுவியா மாட்டியா?"

"சீக்கிரம் சொல்லி முடிடே... செவத்த வீட்டுல அம்ம தேடுவா!"

"வயித்துக்குள்ள யாங் கைய வுட்டம்னா! ஈஸியா குறுக்கெலும்ப எண்ணி எல் த்ரீ, எல் ஃபோர், எல் ஃஃபைவ் அ எடுத்துட்டம்னா! கொழம்பு வெக்க டேஸ்டா இருக்கும்!"

"எல் த்ரீ'னா?"

"லம்பாரு!"

"என்னது சாம்பாரா?"

"எப்பயிம் திங்கியதுலயே இரி! லம்பாருன்னா குறுக்கெலும்புக்க தாழையுள்ள பார்ட்டு!"

அப்போதுதான் அவன் ஒரு எக்ஸ்ரே டெக்னிசியன் என்னும் அபாயம் எனக்கு உரைத்தது. நான் அவனிடம்,

"அதென்ன குறிப்பா அந்த மூணு எலும்பு மட்டும்?"

"மிச்சத்த எவந்தூக்கிட்டு திரிய? என்னாகனந் தெரிமா? பத்து முப்பது கிலோ புடிக்கிம்!"

என்று சொல்லிவிட்டு பெரியப்பாவை நோக்கித் திரும்பி,

"எப்பா! இன்க்ட்......!"

பெரியப்பா பி.பி மாத்திரையைச் சுவைத்துவிட்டு தூங்கிப் போயிருந்தார். மீண்டும் அவன் என்னிடம்,

"பயங்கர வெயிட்டு கேட்டியாண்ணா? வயித்துக்குள்ள இருந்து வெளிய எடுக்க முன்னால கையி தண்ணீக்க தாந்துட்டு! முதுகு வழியா எடுத்துருந்தம்னா சுளுவா இருந்துருக்கும்! கொழம்பு ரெம்ப டெஸ்டா இருந்து தெரிமா?"

என்று சொல்லிவிட்டு வீட்டு வாசலில் இருந்து அடுக்களைக்குள் குரல் கொடுத்து,

"எம்மோ! அந்த குறுக்கெலும்பு கொழம்பு மிச்ச கிச்சம் கெடக்கா?"

என்று கேட்க உள்ளிருந்து பெரியம்மா, "காலைல நீதானல சட்டிய வழிச்சி நக்குன?"

"ஆங்! கேட்டியா அவ்ளோ ருசி பாத்துக்கா!"

ஒரு பொய்யங்காணி புள்ளையப் பெற்றெடுத்த தாய்க்கு தன் பிள்ளைகளின் எந்த கேள்விகளுக்கெல்லாம் எப்படி எப்படியெல்லாம் பதில் சொல்லத் தெரிந்திருக்க வேண்டுமென்பதற்கு என் பெரியம்மா ஒரு வாழும் உதாரணமாகத் திகழ்ந்தாள். என்னுடைய அம்மாவுக்கு இப்படி எல்லாம் சாமார்த்தியமாகப் பேசத் தெரியாது, ஏதாவது பிரச்சனையென்றால் 'எனக்க மொவந்தான் மெயின் கல்பிரிட்டு'ன்னு சம்பந்தப் பட்டவர்களுக்கு நேரடியாகவே சொல்லித் தருவாள்.

இந்தக் கதைகளையெல்லாம் கேட்டுக் கொதிப்படைந்த பக்கத்து வீட்டுக் கிளிகள் கரைந்தன. கதை இன்னமும் முடியவில்லை,

"அடுத்ததடவ மொதல கிதல ஏதாச்சும் சிக்கிச்சின்னா ஒன்னயத்தா மொத வேலயா கூப்புவேன் ஒர்மைல வச்சிக்கா! ஆனா அடுத்த தடவ லம்பார்

வேண்டாம்! ஒரே காட்டம்! மொரமொரன்னு கடிக்க முடியல! சி டூவும், சி த்ரீயும் எடுத்துறலாங் கெட்டியா?"

"சி டூ, சி த்ரீ'ன்னா என்ன?"

"செர்விக்கலு!"

"அப்ப அந்த மலம்பாம்பு?"

"அதுதா கைல மாட்டலீலா? மாட்டுன ஓடனே அதப்புடிச்சி, தாயளி மொவன வவுந்து, அதுக்க பாளைய உருவி எண்ண காச்சி தாரேன்! கிறிப்பாற காட்டுல இருவது வருசத்துக்கு முன்னால கொப்பம் புடிச்ச காட்டு மலையானுக்க பாளைலெர்ந்து எடுத்த எண்ண கொஞ்சோல ஒரு குப்பில மிச்சங் கெடந்து! அன்னைக்கி வடசேரி மேட்டுல ஒருத்தன் எனக்க நெஞ்சில கத்திய எடுத்துப் பாச்சிட்டாம்லா!"

"என்னைக்கி?"

"போன வாரம்??? தெரியாதா? நா டகார்'ன்னி எனக்க இடுப்புக்காத்த இருந்த நுஞ்சாக்க எடுத்து போட்டுட்டேன்! பய ஓடிட்டான்! அந்தத் தழும்பு நெஞ்சில கெடந்து!"

"என்னது? கத்திக் குத்து தழும்பா?"

"ஆமா!"

"எங்க காட்டு பாப்பம்!"

"அந்த பாம்பு எண்ணைய தேச்சம்லா? ரெண்டே செக்கன்டுல மறஞ்சிட்டு! அந்த காலி குப்பிதான் இங்கன எங்கயோ கெடந்து!"

'தா.... ளி! என்னயப் பாத்தா இவனுக்கு மொண்ணப்பயல்'ன்னா தோணுகு? செவி ரெண்டையும் அறுத்து கைல தந்துட்டானே!' எனக்குள் வியப்பும் சங்கடமும் உருவானது. அவனை எக்ஸ்ரே படிக்க வைத்த அந்தப் புனித ஆத்துமாவைப் பார்த்தேன். சுகர் மாத்திரை எடுத்துத் விழுங்கத் துவங்கினார். அப்போதும் கோழி ரத்தம் சும்மா இருக்காமல்,

"எண்ணேனா இந்த காட்டு மாடு இருக்குல்லா!"

"என்னது?"

"அதான் இந்த மலைல நிக்கிம்லா... பைசல் மாடு!"

"அது பைசன்!"

"ஆஆங் அதேதான்! அதுக்க நட்டெல்ல உருவி, அதுக்க நாக்கப் புடுங்கி அதுல உள்ள சொர சொரப்ப சீவி எடுத்து ரெண்டையும் சேத்து சூப்பு வச்சி அதுல ஆவி புடிச்சிக்கிட்டு அதை எடுத்து இறுத்து குடிச்சிட்டா போதும்! இந்தா திங்கில்லா செவத்து சுகர் மாத்திர! அத திங்க வேண்டியதில்ல! சுகர் கம்ப்ளீட்டா போக்காயிரும்!"

உச்ச கட்ட கோபத்தில் பெரியப்பா எழுந்து பெரியம்மாவை அரிவாளை எடுத்து வெட்டப் போனார்.

"நா அன்னைக்கே சொன்னம்லாட்டி? நீ கேட்டியா? இந்த நாய அடுப்புக்குள்ள வச்சி நெல்ல அவிச்சிறலாம்னு? ஓம்பளப் புள்ளையின்னு சொன்னல்லா! இப்ப என்ன எடுப்பெடுத்த கத மயித்தையெல்லாம் கேக்க வேண்டியிருக்கு! ஒன்னய இன்னிக்கி என்ன செய்யம்னு பாருட்டி!" என்று அடுக்களையை நோக்கி ஓடினார்.

அப்போது பக்கத்து வீட்டுச் சிறுமியின் அழுகைச் சத்தம் கேட்டது,

"யம்மோ! கிளி மூணும் தண்ணி குடிக்க மாட்டங்கு! தூங்கிக்கிட்டே கெடக்கு!"

அவளது அம்மா உள்ளிருந்தபடியே, "செத்த கிளியளு எப்புடி தண்ணி குடிக்கும்? கிளி செத்தது கெடக்கட்டும்! திண்ணையில படுத்துக் கெடந்த ஒங்கப்பனுக்க மூக்குல கைய வச்சிப் பாரு! உயிரு இருக்கா? சிவம் போயிட்டான்னு? தா..ளியளுக்க ஒரு மயித்தப் புடுங்குன கத மயிரு?"

நான் வீட்டை நோக்கி போய்க் கொண்டிருந்தேன். அப்படியான ஒரு மிகப்பெரிய திரைக்கதைகளின் பிதாமகன்தான் கோழி ரத்தம்.

அன்று நாங்கள் ஆஸ்பத்திரியில் நிற்க, அவன் எங்கள் வீட்டின் முன் நின்று கொண்டு எனக்கு போன் செய்தான்.

"எல்லாரும் எங்க இருக்கியோ?"

"நாங்க ஆஸ்பத்திரில.... நீ எங்க இருக்க?"

"நா ஒங்க வீட்டுக்கு முன்னாலதான் நிக்கேன்! இங்க ஒண்ணு எங்கிட்ட வெளையாட்டு காட்டிட்டு கெடக்கு... எல்லாம் நீங்க இங்க வாங்க... வந்து பேசிக்கிடலாம்!"

"என்னடே சொல்லுக? வீடு பூட்டில்லா கெடக்கு?"

"நா வீட்டுக்கு முன்ன தெருவுல நிக்கேன்! மாடில ஒண்ணு நின்னுகிட்டு அங்கயும் இங்கயும் ஓடிட்டு கெடக்கு..! நம்ம கொணம் தெரியாம நம்மகிட்டயே மோதுகு பாத்துக்கா... களியங்காட்டு நீலியவே குப்பியில அடச்சி கொண்டாந்து பானையில போட்டு பழையாத்துல மெதக்க வுட்டவன் நா! எங்கிட்டயே படுக்காளித் தனத்த காட்டுனா வுடுவனா????"

"நாங்க வரதுக்கு முன்னாலேயே நீ குடிச்சிட்டியா நாய்?"

அவன் அதை மறுத்து, "அதெல்லாம் ஒன்னுமில்ல... நீங்க வாங்க மொதல்ல...! செல காரியங்கள போனுல சொன்னா வெளங்காது! கண்டாத்தான் வெளங்கும்!"

எனக்கு புரிந்து விட்டது. வீட்டிற்குக் கிளம்பி வந்து தெருவில் நின்று கவனித்தோம். மேல்மாடி வராண்டாவில் நான்கு பெரிய தூண்கள் உண்டு. சாலையில் வாகனங்கள் கடக்கும் போது அதன் ஒளி அந்தத் தூண்களில் மீது பட்டு, அதன் நிழல் சுவற்றில் பரவி நகரும் போது ஒரு ஆள் அங்கும் இங்கும் ஓடுவது போல ஒரு பாவனையைத் தோற்றுவித்தது.

அவனிடம் கேட்டேன், "இதைப் பாத்தா பேய்னு சொன்ன?

அவன் சடாரென பேச்சை மாற்றி விட்டான். "நாஞ்சொன்னது மொட்டமாடி... தடியன் ஒருத்தன் மேல இருந்து என்னையப் பாத்து, "மேல வால! ஓன்ன பாத்துக்கிடுகேன்'னு சொல்லிக் கூப்ட்டான்! நானும் இருல தா...ளி வாரேம்'னு சொல்லிட்டேன். அந்தால ஓடிட்டான்!"

"ஆளு எப்புடி இருந்தான்?"

"நல்ல பாடி! மொரட்டு வீசயிம் கிருதாவும் வச்சிருந்தாய்ன்! செவச்செவன்னு தேகம் பாத்துக்கா!"

(சரிதான்... நாயி நல்லா அவுத்து விடுது)

நான் அவனிடம், "தம்பி... இங்க இருக்கறது பொம்பள பேயி... நீ பாட்டுக்கு படையல் வைக்காத... போ போயி கதவத் தொற...!"

அப்போதுதான் டைனமைட் சொன்ன வார்த்தைகள் நினைவுக்கு வந்தன.

'இன்னிக்கி ராத்திரி மீச தாத்தாவ நீ பாப்ப!'

நான் தவித்துப் போய் நின்றேன். 'ஆஹா! அதுக்கும் இதுக்கும் ஏதாவது கனெக்சன் இருக்குமா? அடியே டைனமைட்டு... கரிங்கண்ணி நாய! எள்ளு போல கெடக்கதெல்லாம் எகத்தாளம் பண்ணி பயங்காட்டி வுட்டுருச்சே!' என்று மனதளவில் அழுதாலும் கூட, 'இன்னிக்கு ராத்திரி இந்தப் பேய ஒரு கை பாத்துரணும்!' என்று மனதுக்குள் கறுவிக் கொண்டேன்.

ஒரு குப்பி மண்டை ஓடு வந்தது (OLD MONK RUM). வீட்டுக்கு வெளியே வட்டமாய் உட்கார்ந்தோம். நான்கு குவளைகள் சலசலத்தன. கள்ளப்பங்கு வைத்தான் மது. அவனது குவளையில் மட்டும் நீர்மட்டம் அதிகரித்திருந்தது.

"இந்தப் போக்கிரித்தனமான வேலையெல்லாம் எங்கிட்ட வச்சிகிடப்புடாது..!"

என்று நான் கடுப்பாகி விட்டேன். முதல் பெக் உள்ளே போனதும் துக்கம் தொண்டையை அடைத்து விட்டது.

"செவம் வீட்டுல ஒரு ஃபங்சன் நடத்த வழியில்ல... விருந்தாளி வாரதுக்கு முன்னால பேய் வந்து நிக்கி... (நான் அழுக்கூடிய கண்டிசன்) எங்க அம்மாவப் போயி அடிச்சிப் படுக்க வச்சிட்டு இந்தப் பாழாப்போன பேயி.... இத சும்மா வுடப்புடாது...!"

கோழி ரத்தம் என்னிடம், "நீ பேசாம இரு... நா இருக்கம்லா?" என்றவாறே எழுந்து வலப்பக்கம் படிக்கட்டில் ஏறினான். நான் அவனைத் தடுத்தேன்.

"லேய்... மேல போவாத...."

இரண்டு நிமிடங்கள் கழித்து இரண்டு அலறல் சத்தம் கேட்டது. ஒன்று கோழி ரத்தத்தின் கதறல். இன்னொன்று ஒரு வயதான பாட்டியுடையது. சம்பந்தமே இல்லாத அந்த வயதான பெண்ணின் குரல் எங்கிருந்து கேட்டது என்பது புரியாமல் அரண்டு போய் நின்றோம்,

யார் அந்த பெண்?

கோழி ரத்தமும், செம்புலி அடவும்

அது வேறு யாருமில்லை. வீட்டின் அடுத்த வீட்டிலுள்ள ஒரு கிழவி. எனக்கு சங்கடமாகிப் போனது, 'சரித்தான்.... இன்னிக்கு பூரா கெழவிகளோடதான் நமக்கு எழவு போலிருக்கே?' என்று மனம் துடித்தது.

பக்கத்து வீட்டுப் பாட்டி அன்று காலையில்தான் அமெரிக்காவிலிருக்கும் தன் மகள் வீட்டுக்குச் சென்று விட்டுத் திரும்பியிருந்தாள். பாட்டிக்கு எண்பது வயது இருக்கும். வெளுத்த முகம், நெடுநெடு உயரம், முழுவதும் நரைத்த தலைமுடி என்று கம்பீரமாக இருந்தாள். அதுதான் அவளது கம்பீரத்தின் கடைசி நாள் என்று எங்களுக்குத் தெரியாது.

கோழி ரத்தம் படியில் ஏறி நின்றிருக்கிறான். பின்னாலிருந்து பாட்டி யாரென்று அழைக்க, கோழி ரத்தம் திரும்பி அவளைப் பார்க்க, அவளது உருவம் கண்டு கோழி ரத்தம் அலற, இவனது அலரல் சத்தம் கேட்டு பாட்டி அலற, இவன் மேல் படியில் இருந்து கீழே குதிக்க, பாட்டி கால் இடறி பின்மண்டை அடிக்க தரையில் வீழ்ந்தாள். பாட்டியைக் கவனித்துக் கொள்ள அவளோடு தங்கியிருந்த வேலைக்காரர்கள் அவளை மருத்துவமனைக்குத் தூக்கிப் போனார்கள். நாங்கள் எழுந்து வீட்டுக்குள் வந்து விட்டோம்.

ஆழ்ந்த சிந்தனை, நிசப்தம். மண்டை ஓட்டிலுள்ள ரத்தம் (ரம்) முழுவதும் தீர்ந்ததில் பயமும் தீர்ந்து போனது. திடீரென்று கோழி ரத்தம் கனைத்தான்.

"என்ன பெரிய பேயி கு....ண? எங்க நிக்குன்னு சொல்லு? நானா? இல்ல அந்தக் கூதறப் பேயா'ன்னு இன்னைக்கி பாக்கேன்! யாருகிட்ட

வெளையாடுகதுன்னு ஒரு கூறு வேண்டாமா? நா கள்ளியங்காட்டு நீலியவே குப்பில அடைச்சி ஆத்தோட விட்டவன்...!"

எனக்கு மகிழும்பூ மணம் அடித்தது. 'கோழி ரத்தத்துக்கு சோக்கேடு ஸ்டார்ட் ஆயிட்டு!' நான் உடனடியாக அவனை வீட்டுக்கு அனுப்ப எத்தனித்தேன். அவன் உடன்படவில்லை.

"நீ வேணும்னா அங்க போ! போயிட்டு காலம்பர வா! வீடு ஃப்ரெஸ்ஸா இருக்கும்....!" என்றான்.

'செவத்துக்கு அய்யா பொடதில ஏறியாச்சி... என்ன நடக்குமோ நடக்கட்டும்!' எனக்கும் பேயின் மீது சிறிய வருத்தம் உண்டு. ஒரு சிறிய கத்தியை எடுத்து நடு வீட்டிலுள்ள சதுரத்தை மெதுவாகக் கீற ஆரம்பித்தேன். செம்புலி கேட்டான், "என்னத்தடே போட்டு தரைய நோண்டுக?" நான் விஷயத்தைச் சொன்னேன்.

அவனுக்குள் உதறல் எடுத்தாலும் வெளியில் காட்டிக் கொள்ளவில்லை. அந்த அறையிலுள்ள சன்னல் படார், படாரென அடித்தது. அப்போது ஒரு போன்கால் வந்தது. எடுத்தேன். அம்மா பேசினாள்,

"என்னப்போ! மணி ரெண்டாவுகு! அங்க என்ன நடக்கு? யாரெல்லாம் இருக்கீங்க?'

நான் இங்கிருந்த சூழலைச் சொல்லிவிட்டு அந்தச் சதுரத்தை உடைக்கப் போவதாகச் சொன்னவுடன் அம்மாவுக்கு கோபம் வந்து விட்டது.

"ஊரான் வீட்டை ஓடச்சி தண்டம் கட்டிக் கொடுக்க வச்சிரப்புடாது. மரியாதையா போய்த் தூங்குங்கடே! சரி என்ன சாப்புட்டீங்க நாலு பேரும்?

"புரோட்டாவும், சிக்கனும்...!"

"பாத்தியா? அம்மைன்னு ஒருத்தி வீட்டுல இல்லைன்னா இதுதான் கதி! ஒரு நாளு நா இல்லைன்னாலும் சோத்துக்கு சிங்கிதான் அடிக்கணும்! இப்ப தெரியா அம்மையோட அருமை? ஒருவேளை நா செத்துட்டா என்ன செய்யீயளோ?"

"டெய்லி பரோட்டாவும், சிக்கனும்தா திங்கணும்... வேறென்ன?"

"சரி... சரி வாய நீட்டாம போய்ப் படுங்கல! அஞ்சாஞ்சாமம் ஆகு..

'என்னது அஞ்சாம் ஜாமமா?' நான் மிரண்டு போனேன். மது ஆழ்நிலை தியானத்தில் இருந்தான். 'இவெம் மட்டும் எப்படி போதையானான்? அதுவும் கடும்போதை????' எனக்கு மிகுந்த ஆச்சரியம்.

கோழி ரத்தத்தைக் காணவில்லை. திடீரென்று வீட்டின் பின்னால் டமாரென்று ஒரு சத்தம். அதைத் தொடர்ந்து கோழி ரத்தம் வீட்டின் பின்பக்கத்திலிருந்து வீட்டுக்குள் விறுவிறுவென்று நடந்து நேரே வந்தான். அவனது உடல் நடுங்கிக் கொண்டிருந்தது. கண்கள் நிலைகுத்தியிருந்தன.

நான் அவனிடம், "லேய் என்னாச்சி?"

அவனிடம் பதில் இல்லை. நான் மீண்டும் அவனிடம்,

"லே ஒன்கிட்டத்தான் கேக்கேன்!"

அவன் நடுங்கியவாறே என்னிடம், "நா எங்க வீட்டுக்கு போறேன்..."

'எதப் பாத்தானோ தெரியலியே?' என்ற குழப்பம் எனக்கு. அவனிடமிருந்து ஒரு வித நறுமணம் வந்து கொண்டிருந்தது. பயபுள்ள என்னோட பெர்ஃப்யூம எடுத்து எனக்கு தெரியாம அடிச்சிருக்கு....

"நாம் போறேன்!" எனச் சொல்லிக் கொண்டே வெளியே நடந்து போய், பைக்கை ஸ்டார்ட் பண்ணி பறந்து விட்டான்.

நானும் செம்புலியும் கேட்டைப் பூட்டிவிட்டு வந்து படுத்து விட்டோம். மது நல்ல உறக்கம். சற்று நேரத்துக்கெல்லாம் வெளியே குடுகுடுப்பை சத்தம் கேட்டது. செம்புலியை எழுப்பினேன். எழவில்லை. அந்த ராப்பாடி (குடுகுடுப்பைக்காரன்) எங்கள் வீட்டின் முன் நின்று முழங்கினான்.

"இந்த வீட்டுல ஒரு கன்னிப்பொண்ணு இருக்கு..! கன்னிப்பொண்ணு இருக்கு.....!"

(அடப்பாவிப்பயலே... வீட்டுல அம்மா அப்பா இல்லாத நேரத்துல வந்து நின்னுகிட்டு, கன்னிப்பொண்ணு இருக்கு'னு கத்தறானே! பக்கத்து வீட்டுக்காரன் என்ன நெனைப்பான்? சை...)

கொஞ்ச நேரத்தில் அவனது குரலில் இடி விழுந்தது.

"இந்த... வீட்ட்ல்ல.... ஏஏஏஏ......ஆஆஆஆ... ட்ட்ல்ல்... கன்னன்னிப் போன.... பொண்ணு....!"

நான் ஜன்னலைத் திறந்து எட்டிப்பார்த்தேன்.... குடுகுடுப்பைக்காரன் எங்கள் வீட்டின் மாடியைப் பார்த்து நடுங்கிக்கொண்டே உளறினான். நாய்கள் தொடர்ந்து குரைத்தன....

"எண்டம்மோ... யக் ஷீ...!"

என்றவாறே கதறிக் கொண்டு ஓடத்துவங்கினான்.

(யக்ஷி என்றால் மலையாளத்தில் பேய் என்று அர்த்தம்)

போதை தந்திருந்த தைரியத்தில் நானும் வெளியே ஓடி கேட்டைத் திறந்து கொண்டு சாலைக்கு வந்தேன். சாலையின் அற்றத்தில் ராப்பாடி ஓடிக்கொண்டிருந்தான். அந்தப்பக்கம் இருந்த சாமில்லின் வாட்ச்மேன் தாத்தா என்னை அழைத்து எங்கள் வீட்டு மாடியைக் காண்பித்தபடியே நடுங்கிக் கொண்டிருந்தார். திரும்பி மேலே பார்த்தேன். என்னுடைய உடம்பிலுள்ள ரத்தம் உறைந்து போனது.

அவளேதான்... அந்தரத்தில் எழும்பி மிதந்தாள். எங்களைப்பார்த்து சிரித்தபடியே திரும்பி சுவருக்குள் நுழைந்து வீட்டிற்குள் சென்றாள். அப்போதுதான் எனக்கு உறைத்தது. மதுவும் செம்புலியும் உள்ளே படுத்திருக்கிறார்கள்.

"ஐயோ! இப்போ என்ன செய்ய???? வீட்டை நோக்கி ஓடத்துவங்கினேன்.

வீட்டுக்குள் ஓடிச் சென்று பார்த்தால் செம்புலியின் அருகில் ஒரு உருவம் உட்கார்ந்திருந்தது. அதிலிருந்து ஒரு குரல் மட்டும் வந்தது.

"லேய்... நீங்க மூணு பேரும் பொரோட்டா திங்கலியா? வாங்கி வச்ச பார்சல்ல ஒண்ணு மிச்சங் கெடக்கே? கோழி ரத்தத்த எங்க? செத்துட்டானா?"

நள்ளிரவில் எழுந்து புரோட்டாவை பிச்சிப் போட்டு ஈவு இரக்கமில்லாமல் தின்று கொண்டிருந்தான் மது.

"கோழி ரத்தம் வீட்டின் பின்பக்கம் எதையோ கண்டு பயந்து வீட்டுக்குப் போய்விட்டான்!" என்று சொன்னேன். வாயில் நீரொழுக உறங்கிக் கொண்டிருந்த செம்புலியைப் பார்த்து மது,

"இந்தச் செவம் யாஞ் செத்துக் கெடக்கு? இவனுஞ் சாப்புடலியா?"

"எழுப்பு சாப்புடுவான்!"

மது செம்புலியை அடித்து எழுப்பி சாப்பிடச்செய்தான்.

அண்ணனின் பெயர் செம்புலி, சுருக்கமாக புலி என்று அழைப்போம். ராசுக்குட்டி படத்தில் பாக்கியராஜோடு வரும் ஒரு கதாபாத்திரத்தின் பெயர் செம்புலி, அந்தக் கதாபாத்திரத்தின் செய்கைகளும் தோற்றமும் ஒத்திருந்ததால் அண்ணன் மேற்கண்டவாறு அழைக்கப் பட்டான். நானும் கொஞ்சமாகச் சாப்பிட்டேன். 'சரி படுப்போம்!' என்று நாங்கள் படுக்க ஆயத்தமான போது செம்புலி சொன்னான்,

"நீங்க படுங்கடே! நா டீவி பாக்கேன்... தூக்கம் வரலை!"

"சரி! லைட்டப் போட்டுக்கோ!" என்றேன்.

"லைட்டெல்லாம் ஓங்கள மாதிரி பீச்சாளிகளுக்கு... எங்களுக்கெல்லாம் கண்ணுதாம்டே லைட்டு.. மூடிட்டு படு!"

(சரி... அடுத்த ஆடு சிக்கியாச்சி)

எங்கள் கால்மாட்டில் டீவி இருந்தது, தலை மாட்டில் புலி நாற்காலி போட்டு அமர்ந்து படம் பார்க்கத் துவங்கினான். அலவரைத்தனத்தில் சூர்யாடிவி பார்த்தான். இரவில் கிளுகிளுப்பான படங்கள் ஏதாவது போடுவார்களா என்னும் எதிர்பார்ப்பு அவனது கண்களில் தெரிந்தது.

மணி அதிகாலை மூன்றரை இருக்கும், எனக்கு லேசாகக் கண்ணயர்ந்தது. கொஞ்ச நேரத்தில் 'தொபக்கட்டீர்' என ஒரு சத்தம். எனக்கும் தம்பிக்கும் இடையில் ஒரு டெட்பாடி கிடந்தது. யாரென்று பார்த்தால் புலி. அவனது கண்கள் மிரண்டு போயிருந்தன.

"லேய் லைட்டப் போடுங்கல... நா அதப் பாத்தேன்.... லைட்டப் போடு... யம்மா........."

நான் எழுந்து லைட்டைப் போட்டேன். உடல் முழுக்க வியர்வையில் குளித்திருந்தான். அவன் விவரித்ததாவது,

"டிவீல மலையாளப் படம் ஓடிட்டுருந்து...."

(பிட்டுப் படம் பாத்துருக்கு செவம்)

"சரி பாத்த அதுக்கென்ன?'

"படம் எடுபடவே இல்லை!"

"ஓ இதுல நாய்க்கி கவலை வேறயா?"

"அதுல ஒரு சீன்ல..."

"என்னது சீனா?"

"ஆமா! ஒருத்தி கடற்கரையில ஓடிட்டிருந்தா... பின்னாலயே ஹீரோ ஓடுனான்! அவ காலுல கொலுசு இல்லை!"

"பாவப்பட்ட புள்ளையோ என்னமோ? கொலுசெல்லா வாங்குக அளவுக்கு செழிப்பு இல்லாம இரிக்கிம்?"

"ஆனா என் காதுல கொலுசுச் சத்தம் கேட்டிச்சி!"

(இதுதான் டர்னிங் பாய்ண்டு) "சரித்தான்! அப்போறம்???"

"மூக்குக்குள்ள பிச்சிப் பூ மணம் பயங்கரமா அடிச்சிடே..!"

"அது பிச்சிப் பூ இல்லை மகனே! மகிழம்பூ!"

"என்ன எழவோ? ஓடனே வலது பக்கம் திரும்பிப் பாத்தேன்! வாசல்ல யாரோ நின்னா மாதிரி இருந்திச்சி... அப்போ மெதுவா இடது பக்கக் காதுல யாரோ பெருமூச்சி விட்டாக... திரும்பிப் பார்த்தன்! ஒரு எட்டடி ஓயரத்துல ஒருத்தி நின்னா! ஆனா இடுப்பு வரைதான் நாம்பார்த்தேன்.... என்னைய வீட்டுல கொண்டு போயி வுட்டுருங்கடே... இனிமே இந்தத் தெசப் பக்கம் தல வச்சிப் படுக்க மாட்டேன்.....!"

நாங்கள் பேசிக்கொண்டிருக்கும் போதே, வெளியில் போலீஸ் வாக்கி டாக்கி சத்தம் கேட்டது. மூன்று பேரும் எழுந்து வாசலுக்குப் போனோம்.

எஸ்.ஜ எங்கள் வீட்டை நோக்கி நடந்து வந்து கொண்டிருந்தார். அவர் நேராக எங்களிடம் வந்து,

"என்னப்பா? இந்நேரத்துல தூங்காம என்ன பண்ணிட்டிருக்கீங்க?"

நான் அவரிடம், "இல்ல சார்! டீவி பாத்துட்டிருந்தோம்!"

எஸ்.ஜ என்னிடம், "நீங்க வீட்டுக்குள்ள டீவி பாத்துட்டிருக்கீங்க! வெளிய ரெண்டு கள்ளம்மாரு உங்க வீட்டுல கன்னக்கோல் வைக்கானுவோ....!"

'என்னது கன்னக்கோலா?' என்று அதிர்ந்து வெளியே சென்று பார்த்தோம். போலீஸ்காரர்கள் ரெண்டு பேரைப் பிடித்து வைத்திருந்தனர். அதில் ஒருவன் வாக்குமூலம் கொடுத்து கொண்டிருந்தான்.

"சார்! அந்த மாமரத்துக் கீழ ஒரு பொம்பளை நின்னுகிட்டிருந்தா... அது சத்தியமா பேய்தான் சார்! என் ரெண்டு கண்ணாலையும் கண்டேன் சார்!"

நான் அவர்களை நெருங்கிப் பார்த்தேன், "அடப்பாவி! ரெண்டு கண்ணாலையும் பாத்தியா? சார் இவுங்க ரெண்டு பேரும் கண்ணு தெரியாதவங்க சார்! எங்க ஏரியாவுல பகல்ல பிச்சை எடுக்குறவங்க!" என்று சொல்லிவிட்டு நான் அவர்களிடம் திரும்பி, "என்னத்த ஓய் பாத்தீங்க ரெண்டுபேரும்?" என்றேன்.

எஸ்.ஜ.என்னிடம், "தம்பி! நாங்க நாலு பேரும் நைட் ரவுண்ட்ஸ் வரும்போது, இவுனுக ரெண்டு பேரும் இந்தக் காம்பவுண்டு சுவத்துல ஏறதுக்கு நின்னானுவ! ஒருத்தன் குனிஞ்சி நின்னான்! இவன் அவனுக்க முதுகுல ஏறுனான்! புடிச்சி விசாரிச்சா மாங்கா பறிக்க ஏறுனோம்'னு கத வுடுகானுவ!"

என்று சொல்லிவிட்டு அவர்களிடம் திரும்பி, "என்னடே! ரெண்டு பேர்த்தையும் புடிச்சி ஜெயில்ல போடட்டா?" என்று அவர்களிடம் கேட்டார்.

அவர்கள் இருவரும் கோரசாக அவரிடம், "சார் அங்க நல்ல சாப்பாடும், கோட்டரும் கிடைக்குமா? அப்டின்னா ஜெயில்ல போட்ருங்க சாமி... புண்ணியமாப் போகும்...!"

ஒரு போலீஸ்காரர் லத்தியை எடுத்து ஆளுக்கு ரெண்டு போட்டார். அப்போது 'டமார்' என்று ஒரு சத்தம் கேட்டது. யாரோ ஒரு பிரகஸ்பதி

போலீஸ் வண்டி என்றும் பாராமல் தன்னுடைய ஸ்கூட்டரைக் கொண்டு வந்து மோதியதில் போலீஸ் ஜீப் செங்கடலைப் போல பிளந்தது.

எஸ்.ஐ.தலையிலடித்துக் கொண்டு வண்டியின் பின்புறம் ஓடினார். அந்த ஆசாமி செம்ம போதை.... தாறுமாறாகப் பானமுற்றிருந்தார். எங்களுக்குப் பொறாமை தாங்கவில்லை. 'இவனுக்கு மட்டும் இந்த நேரத்துல எங்க இருந்து சரக்கு கெடச்சிருக்கும்?'

பஜாஜ் செட்டக் ஸ்கூட்டர், சிறு சிராய்ப்பு கூட இல்லாமல் கீழே கிடந்தது. அந்த ஆள் சாலையில் படுத்து உறங்கிக் கொண்டிருந்தான். எஸ்.ஐக்கு செம்ம கோவம் வந்து கத்தினார்.

"தா...ளி வண்டில வந்து இடிச்சிட்டு தூங்குகியா? எந்திரில!"

அவன் அசையவே இல்லை. எழுந்தால் போலீஸ்காரர்கள் துவைத்து விடுவார்கள் என்று பயபுள்ளை மயங்கியது போல பாசாங்கு செய்து படுத்திருந்தது.

'என்ன செய்ய?' என்று போலீஸ்காரர்கள் கையைப் பிசைந்தார்கள். அப்போது ஒரு போலீஸ்காரர் சமயோசிதமாக எஸ்.ஐயிடம் சொன்னார்.

"சார்! ஆள் டெத்து... செத்துட்டான்! பாத்துகிட்டே இருந்தோம்னா நமக்குத்தான் எழவு! தொப்பி பறந்துரும்! இந்தப் பயலுவ வெளிய சொல்ல மாட்டாங்க! இவுனுக ரெண்டு பேருக்கும்தான் கண்ணு தெரியாதே! சாட்சி சொல்ல வரமாட்டானுக... வந்தாலும் சாட்சி எடுபடாது! பேசாம இந்த பாடியத் தூக்கி ரெயில்வே ஸ்டேசன் பக்கத்துல கொண்டு போயி எரிச்சிருவோம்... குடிச்சிட்டு வண்டியோட்டி, ரயில்ல அடிபட்டு செத்ததா இருக்கட்டும்!" என்று யோசனை சொன்னார்.

இதைக் கேட்டு திடுக்கிட்டு டெட் பாடி லேசாக அசைந்தது. அதுதான் தாமதம். ரெண்டு லத்திகள் உடையும் அளவுக்கு அடித்தார்கள்.

"கொப்பன....ளி என்கிட்டே நடிக்கியா? டிப்பார்ட்மெண்டுல டீசலுக்கே பிச்ச எடுக்க வேண்டியிருக்கு! இதுல வண்டிக்கி பட்டி, டிங்கரெல்லாம் ஒங்கப்பனா பாப்பான்?"

உடனடியாக பிச்சைக்காரர்களையும், அந்த ஆசாமியையும் ஏற்றிக் கொண்டு வண்டி பறந்தது. எங்களுக்கு அசூயையாக ஆகிப் போனது.

"என்னடா இது....? வீட்டுக்குள்ள ஒரு பிரச்சினைன்னா? வெளியே வேற மாதிரி இருக்கே.... எல்லாம் கெரகம்!"

போன் அடித்தது... பெரியம்மா! இந்த நேரத்தில் ஏன் கூப்பிடுகிறாள்? மணி நாலரை! இன்னிக்கி நமக்கு சிவராத்திரிதான்...

"மக்கா! ஓடி வாங்கல! ஒந்தம்பிக்காரன் சாமத்துல வந்து படுத்தான்.. வாயாலயும், வயித்தாலையும் எடுக்கு..... நாக்க! நாக்க வாங்குகான்...! ரெத்த ரெத்தமாப் போகு... ஓடி வாங்கடே!" என்று ஒப்பாரி வைத்தாள்.

'இதென்னடா கோழி ரத்தத்துக்கு வந்த சோதனை? ரத்தத்துக்கே ரத்த வாந்தியா?'

வண்டியைக் கிளப்பிக் கொண்டு பறந்தோம்.

ஆறுமணி கோபாலன்

பெரியம்மா வீட்டுக்குப் போனோம். வீட்டின் வெளியிலிருந்த தண்ணீர்த் தொட்டியின் அருகில் கோழி ரத்தத்தைக் கிடத்தியிருந்தார்கள். உடனுக்குடன் கழுவ வசதியாக இருக்குமென்பதால் அந்த ஏற்பாடு.

"உவ்வ்....." வாயைக் கழுவினார்கள். "குர்ர்ர்...!" பின்பக்கம் நீர் ஊற்றப்பட்டது...

பெரியப்பா தீயணைப்புத் துறையில் பணியாற்றி ஒய்வு பெற்றிருந்தமையால் அசராமல் பணி செய்தார்.

"சரி தூக்குங்க... ஆஸ்பத்திரிக்கிக் கொண்டு போயிறலாம்!"

பக்கத்தில் இருந்த ஒரு ஆஸ்பத்திரியில் நின்றோம். ஸ்ட்ரெச்சரில் தூக்கிப் போனார்கள். கோழி ரத்தத்தின் சீர்கேட்டைக் கண்டு ஒரு நர்சு லேசாக இளித்தாள்.

நான் நர்சிடம், "யாம்மோ சிரிக்க? சாவகெடக்கியவனக் கண்டு பரியாசம் பண்ணுகியோ?"

அதற்கு நர்சு, "இல்லண்ணே! இது கோழி ரத்தந்தானே?"

நான் அவளிடம், "ஆமா! அதுக்கு என்ன இப்போ? உனக்கு எப்புடி இந்த நாயத் தெரியும்?"

அப்புறம் அவளே விவரத்தைச் சொன்னாள். கோழிக்கடை காரியம் வெளியில் கசிந்து ஊரார் சிரித்ததால் கோழிரத்தம் ஆஸ்பத்திரிக்கு

வந்து, பிச்சுவா கத்தியில் தடவ ஒரு யூனிட் மனித ரத்தம் கொள்முதல் செய்திருக்கிறது. அதுமட்டுமில்லாமல் ஒரு நாலைந்து நர்சுமார்களுக்கு அவர்களிடம் வாங்கிய ரத்தத்தில் காதல் கடிதங்கள் வேறு எழுதிக் கொடுத்திருக்கிறது.

எங்களுக்கு சிரிக்கவா? அழவா? என்றே தெரியவில்லை. டாக்டர் வந்து விட்டார்.

டாக்டர் எங்களிடம், "என்ன சூசைடு கேசா?"

நான் டாக்டரிடம், "அய்யய்யோ இல்ல டாக்டர்! ஃபுட் பாய்சன்!"

அதற்கு டாக்டர், "ரெண்டும் ஒண்ணுதான்... வெயர் இஸ் த பேஷன்ட்?"

டாக்டர் அளவாகவே பேசினார். வார்த்தைகள் தவறி வெளியில் விழுந்து விடக்கூடாது என்பதற்காக வாயைச் சுற்றிலும் வேலி அமைத்திருந்தார். (ஃப்ரெஞ்ச் பியர்ட்)

டாக்டர் கோழி ரத்தத்தை பரிசோதித்தார்.

"நாக்க நீட்டுடே?"

நாக்கு நீட்டப்பட்டது.

அதிர்ந்த டாக்டர் கேட்டார். "என்னதுடே இது? நாக்கா இல்லன்னா நாக்காமடம் ஆத்துப்பாலமா? பாளம், பாளமால்லா வெடிச்சிருக்கு? இழுத்து மூச்சு வுடு....!"

மூச்சு விட்டான், "ங்........ ஹ்ரூ........இஷ்........!" என்று அவன் விட்ட சுவாசமானது சீனத்து தாய்ச்சி அடவுகளின் ஒலிக்கலவை போல இருந்தது...

அப்போது நான் கிட்டார் வாசிக்கக் கற்றுக் கொண்டிருந்ததால் யாராவது கெட்ட வார்த்தை பேசினால் கூட அது மூன்று *chord*களின் கலவையாகவே ஒலிக்கும்.... அட நாயிண்ட மோனே! இது *Augmented Fourth (The chord of The Evil)* ஆச்சே....என்று வசவுகளையும் இனிமையாகவே கடக்கும் வல்லமையை இசை என்னுள் கடத்தியிருந்தது.

டாக்டர் சொன்னார். "வயித்துல ஒண்ணுமில்ல! நெஞ்சு வரை குடிச்சிருக்கான்! அதான் பிரச்சினை! ஒரு நாள் அப்சர்வேசன்'ல இருக்கட்டும்! ட்ரிப் போடச் சொல்றேன்!"

கோழி ரத்தம் அட்மிட்டட்.

நர்ஸ் சொன்னதை நினைத்து சத்தமாகச் சிரித்துவிட்டேன். கோழிரத்தம் என்ற பெயர் அவனுக்கு வந்ததே ஒரு அசாத்தியமான கதை.

ஊருக்குள் கோழிரத்தம் தானொரு ஊச்சாளி என்று சொல்லிக் கொண்டு திரிபவன். பத்து பேர் இருக்கும் கூட்டத்தில் நின்று கொண்டு, இடுப்பில் இருந்து ஒரு சிறிய கத்தியை எடுத்து, நாலு பேர்பார்க்குமாறு கையில் வைத்துக் கொண்டு சிறிய பேப்பரை எடுத்து சுரண்டுவான், பேப்பர் சிவப்பு நிறமாய் மாறும். அதைக் கண்டு யாராவது கேட்டால் இப்படி பதில் சொல்லுவான்.

'வடசேரி மேட்டுல வரும்போது ரெண்டு பேரு என்னையச் செறுத்து கரகர'ன்னானுவோ! டப்புன்னு கெடுமைய எடுத்து வீசி வவுந்துட்டேன்! ரத்தம் மளமளன்னு பாஞ்சி... ஓரத்துல கெடந்த செறட்டைய எடுத்து அவுனுவ கையில குடுத்து ரத்தத்த ஏந்திகிட்டே ஆசுத்திரிக்கி போனீயன்னா நாளைக்கி வெள்ளன எந்திரிச்சி ஊரைப் பாக்கலாம்... இல்லைன்னா கண்ண மூடிக்கிட்டே கல்லடியாங்கோணத்துக்குத் தான் போவணும்'னு சொல்லிட்டு செட்டியார் கடைல ஒரு டீ'யக் குடிச்சிட்டு வாறன்...! செவம் ரெத்த வாடையைக் கண்டா பூனை கத்தியத் தூக்கிட்டுப் போய் நக்கிட்டு கெடக்கும்... அப்புறம் பூனைக்க நாக்கு ரெண்டாயிரப் புடாதுல்லா? அதான் கழுவுகேன்...!"

என்று கொஞ்சமும் மனசாட்சியில்லாமல் கதை சொல்லுவான். கல்லடியான்கோணம் என்பது சுடுகாடு அமைந்திருக்கும் ஊரின் பெயர்.

ஒருநாள் பேச்சியப்பனின் கறிக்கோழிக் கடை பக்கம் நின்று கொண்டு, தன் இடுப்பில் இருந்த பிச்சுவா கத்தியை எடுத்து, கழிவுக் குடலில் முக்கி எடுத்ததை முக்கியஸ்தர்கள் நாலு பேர் பார்த்து ஊரில் சென்று பறையடித்தார்கள். அன்றிலிருந்து அன்னார் அவர்கள் 'கோழி ரெத்தம்' என்று விளிக்கப் பட்டார்.

யாராவது 'லேய் கோழிரெத்தம்!' என்று கூப்பிட்டால் கடுங்கோபத்துக்கு ஆளாவதும், கொஞ்சம் படித்தவர்கள் என்ன மாப்ள *Hen Blood* எப்பிடியிருக்க? என்று கேட்டால் மகிழ்ச்சியடைவதுமாக நாட்கள் உருண்டன.

கோழி ரத்தத்தை வார்டுக்குத் தூக்கிப் போனார்கள். நான் பின்னாலேயே போனேன். என்னைக் கண்டு மலங்க மலங்க விழித்தான். நான் அவனருகில் போய் ஆறுதலாக,

"கவலப் படாத மக்கா! சாய்ங்காலம் டிஸ்சார்ஜி ஆயி வீட்டுக்கு வந்தவொடனே அண்ணன் செலவுல ஒரு ஃபுல் பாட்டில் வாங்கி அடிப்போம்!"

அவனது முகம் தெளிந்தது. நான் அவனிடம் மெதுவாகக் கேட்டேன்,

"வீட்டும்பொறத்தால என்னத்தடே பாத்த?"

அவன் லேசாக அச்சத்தோடு பார்த்தான், நான் அவனிடம், "சரி பயப்புடாத!"

"யாருக்கு பயம்? எனக்கா? நா பழவூரு நீலியவே பாட்டில்ல அடச்சி ஆத்தோட வுட்டவனாக்கும்!"

"ம்க்கும்! பாத்தாலே தெரியி! சலம்பாம உண்மைய சொல்லு!"

சொல்லத் துவங்கினான், "வீட்டுக்குப் பொறத்தால லைட்ட போட்டுக்கிட்டு கதவத் தொறந்துகிட்டு போனம்லா?"

"ம்ம்ம்...!"

"மொாந்து'ன்னி ஒரு சத்தம்!"

"என்னது?"

"ரெண்டு தேங்கா! அந்தா அந்த சைசு இருக்கும்!"

அவன் கைநீட்டிய திசையில் திரும்பிப் பார்த்தேன். ஒரு பெண் டாக்டர் குனிந்து நின்று கொண்டு ஒரு பேஷண்டுக்கு ஊசி போட்டுக் கொண்டிருந்தாள்.

"அட செவமே! சொல்லித் தொலை!"

"மரத்துலேர்ந்து கீழ வுழுந்துட்டு! நானும் பயப்புடாம அதைத் தூக்கிட்டு நிமிரவும் எனக்கு எதுத்தால கன்னங்கரேல்லு ரெண்டு காலு!"

"ஆஆங்.. அப்போறம்?"

"நிமிந்து பாத்தேன்! ஒரு மீசக்காரன் நிக்கான்! யாருல தாயளி'னு கேட்டேன்! ஓடிட்டான்!"

"அப்பொரம் நீயென்ன மயித்துக்குப் பயந்து இங்க வந்து கெடக்க? அவந்தான் ஓடிட்டாம்லா?"

"அதானே பிரச்சன! அவன் காலால ஓடிருந்தாம்னா பரவால்ல! எங்கண்ணு முன்னால காத்துல மெதந்துல்லா பறந்து போனான்!"

"ஆளு எப்புடி இருந்தான்?"

"அந்தா இருக்குல்லா! அப்புடிதான் இருந்தான்!"

அவன் கைகாட்டிய திசையில் ஒரு டெரகோட்டா பொம்மை இருந்தது. மேலும் என்னவோ சொல்ல நினைத்தவன் உறங்கிப் போனான். தூக்க மருந்து கொடுத்திருக்கிறார்கள்.

நாங்கள் வீடு வந்து சேர்ந்தோம். மணி ஆறு.

வந்து படுத்ததுதான் தெரியும்! கடுமையான உறக்கம். சைக்கிள் பெல் சத்தம் தொடர்ச்சியாகக் கேட்டது. எட்டிப்பார்த்தால் பால்கார கோபால்!

'யாரு செத்தாலும் எட்டு மணிக்குத்தான் பால் வரும்!' என்ற கொள்கையைக் கடுமையாகக் கடைபிடிப்பவன். "மற்ற தெருக்களில் பால்காரர்கள் நான்கு மணிக்கே வந்து விடுகிறார்களே? உனக்கு மட்டும் என்ன நீக்கம்பு?" என்று கேட்ட ஓய்வுபெற்ற நீதிபதியிடம், "அப்போ நீரு அந்த தெருவுல போயி குடியிருக்க வேண்டியதானே?" என்று கேட்டு அவரது பால்சொம்பைத் தன் வாயில் ஏந்தியவன் கோபால்.

நாங்கள் அவனை 'ஊரை' என்றுதான் அழைப்போம். 'ஊரை' என்றால் 'கோள் சொல்பவன்' என்று அர்த்தம். ஏதாவது குடும்பத்தைப் பிரிக்க

வேண்டுமா? கூப்பிடு கோபாலை! என்ற அளவிற்கு அவனது புகழ் ஓங்கி நின்றது. நம் வீட்டிற்குப் பால் ஊற்றிவிட்டு போகிற போக்கில் நம் சொந்தக்காரர்கள் வீட்டுக்கு சென்று நம்மைப் பற்றிக் கேட்பான். அவர்கள் ஏதாவது நம்மைப் பற்றி சொன்னால் அவர்களிடம்,

"நீங்க அவியளைப் பத்தி இப்பிடி சொல்லுகிய? ஆனா அவிய ஓங்கள மானங்கெட்ட கேள்வி கேட்டாவ! வெளிய சொன்னா வெக்கம்! நா போட்டா?" என்றவாறே கிளம்பிச் சென்று விடுவான். நாம் வீட்டுக்குள் குடுமிப் பிடி சண்டை நடக்கும்.

ஒற்றர்களுக்கு சாக்காலமில்லை என்பது போல சொந்தக்காரர்களும் இம்மாதிரி சகுனிகளைக் காட்டிக் கொடுப்பதில்லை. காட்டிக் கொடுத்தால் மேற்கொண்டு பக்கத்து வீட்டுக்கதைகள் எப்படி வீட்டு வாசலுக்கு வரும்?

அன்று காலையிலேயே சகுனி வந்து நின்றான். தம்பி பாத்திரத்தை எடுத்து சென்றான். கோபால் அவனிடம்,

"என்ன மக்கா! அப்பா வரலியா? நீ வந்துருக்க? நீங்கல்லாம் காலையில குண்டியில வெயில் அடிக்கிற வரைக்கும் தூங்குவீய? இன்னிக்கென்ன புதுசா இருக்கு?"

அதற்கு தம்பி ராத்திரியில் நடந்த விஷயங்களைச் சொன்னான்.

அதற்கு கோபால், "பேயும், மயிருந்தான்.... பேய் எனக்குப் புல்லு.... தென்னமட்டை... அறுத்து மாட்டுக்குப் போட்டுருவேன்.... கூட நாலுபடி பால் கறக்கும்!"

நான் உள்ளே படுத்துக் கொண்டே வெளியில் நடந்த சம்பாஷணைகளைக் கேட்டுக் கொண்டிருந்தேன். திடீரென மகிழம்பூவின் மணம் அடித்தது.

'ஆஹா கோபாலுக்கு இன்னிக்கி பெட்டி எடுத்துர வேண்டியதான் போலுக்கே? தொலைந்தது சல்லியம்!'

நான் எழுந்து வெளியே போனேன். கோபால் என்னிடம், "என்னலே மக்கா! தம்பி எதோ கத சொல்லுகான். பேய்.கூய்னு... என்ன விவரம்? அப்பா சும்மாதானே இருக்காரு?"

நான் கோபாலிடம் சொன்னேன், "ஆமாண்ணே! சாயங்காலம் பாப்போம்....! மனதுக்குள், 'நீ உயிரோட இருந்தா வந்து பாரு!'

வெளியில் கேப்ஸ் வந்து நின்றது. "ஐய்யய்யோ...! நான்தான் வரச் சொல்லியிருந்தேன்!' அம்மாவின் உடல்நிலை சரியில்லாததால் அவளைப் பார்க்க அக்கா வெளிநாட்டில் இருந்து அவசரகால விடுமுறையில் வந்து கொண்டிருந்தாள். அவளைக் கூப்பிட திருவனந்தபுரம் ஏர்போர்ட் செல்ல வேண்டும். அடித்துப் பிடித்துக் கிளம்பினோம்.

நாங்கள் பார்வதிபுரம் தாண்டும் போது, கோபாலை பக்கத்துத் தெரு மக்கள் தாக்கியிருக்கிறார்கள்.

சம்பவம் 1 - மக்கள் கூட்டமாக நின்று பால்வாங்கும் போது எவனோ ஒரு குசும்பன் கோபாலின் பக்கத்தில் நின்ற பெண்ணின் பிட்டத்தில் கைவைத்துப் பிதுக்கியிருக்கிறான். அப்போது கோபாலை நோக்கித் திரும்பிய அவளிடம் கோபால் கேட்ட கேள்வி,

"என்னக்கா செம்பு சின்னதா இருக்கு?"

(பேய் உனக்கு தென்னமட்டையா? நல்லா வாங்கு...)

சம்பவம் 2 - களியங்காடு ரெயில்வே கேட்டில் நின்றபோது, ரயில் சத்தத்தில் மிரண்டு ஓடிவந்த ஒருமாடு கோபாலைத் தாக்கி, தூக்கி வீசியது. குளத்தில் விழுந்ததால் கோபால் மரிக்கவில்லை. கோபால் விழவும், பின்னாடியே சென்ற மாடும் குளத்தில் குதித்திருக்கிறது. அதுவும் கோபாலின் மேல் விழுந்தது. தாமரை மலர்களோடு குளத்தில் வீற்றிருந்த கோபாலை மாடு மேய்ப்பவர்கள் மீட்டு கரையில் வீசி விட்டுப் போயிருக்கிறார்கள்.

அன்று கோபால் கொண்டு போன அவ்வளவு கோவின் பாலையும் பூமாதேவி குடித்திருக்கிறாள். நாங்கள் திருவனந்தபுரம் போய்ச் சேர்ந்தோம். அக்கா வந்துவிட்டாள்.

"என்னடே லேட்டு?"

நான் அவளிடம், "குப்பி வாங்கிட்டு வரலியா?"

அக்கா முறைத்தாள், "சவுதியில ஏதுல குப்பி?"

"இந்தா திருவந்தரம் ஏர்போர்ட்டுக்குள்ள கெடைக்குமே?"

"ஊருக்கு வாங்... ரெண்டு பேருக்கும் ஆளுக்கொரு குப்பி பாலிடால் வாங்கித் தாரேன்!"

மனம் சோர்வடைந்து விட்டது. 'என்னதான் பணம் காசு சம்பாதித்துக் கொண்டுவந்தாலும் கூட டியூட்டி ஃப்ரீ பெயில் துயில் கொண்டபடியே கொண்டு வரப்படுகிற மாயாஜாலம் நிறைந்த குப்பிகள் தரும் ஆறுதலையும், தெம்பையும் யாராலும் நமக்கு தர முடியாது. இன்னைக்கும் நமக்கு மண்டை ஓடுதான் (ஒல்டு மங்க் ரம்) கதி....!'

ஊர் திரும்பி பார்வதிபுரம் அருகே வரும்போது கோபாலை ஒரு ஆட்டோ இடித்து பக்கத்தில் கிடந்த சாணி உரக்கிடங்கில் கிடத்தி விட்டுப் போனது. அப்போது அவ்வழியாக வந்த ஒரு முதியவர் கோபாலைப் பார்த்து,

'செவமே! பட்டப்பகல்ல தண்ணியடிச்சிட்டு உரக்குண்டுல செத்துக் கெடக்கியே? ஒன்னயப் பெத்து வளர்த்த ஒங்கப்பன சாணிய முக்கி அடிச்சி பண்ணி மேல உக்கார வச்சி தெருத்தெருவா கெட்டி இழுக்கணும்.... கோம்பப் பயலுக்கு பெறந்தயலே!'

அவர் வேறு யாரும் இல்லை. கோபாலின் சொந்தத் தகப்பன் செல்லமுத்துதான். 'சாணியில் முழுகினால் சாஸ்தானுக்கே அடையாளம் தெரியாதுன்னு சும்மாவா சொல்லிருக்கு?'

தம்பி சொன்னான். "லேய் அங்க பாத்தியா? கோவாலு!"

அக்கா சொன்னாள், "அது ஏதோ ஒரு குடிகாரன்... ஊர்ல உள்ள அத்தனை குடிகார நாய்களையும் உங்க ரெண்டு பேருக்கும் தெரியும் அப்படித்தானே?"

நாங்கள் ரெண்டு பேரும் பொத்திக் கொண்டு வந்தோம். வண்டி நேராக மருத்துவமனைக்கு வந்து விட்டது. அக்காவை விட்டு விட்டு வீட்டுக்கு சென்று லக்கேஜை வைத்துவிட்டு வரலாம் என்று கிளம்பும்போது, பெரியப்பாவிடம் இருந்து போன்.

"மக்களே! ஒங்க ரெண்டு பேரயும் தம்பி கூப்புடுகான். வாங்கடே!"

சிவாலய ஒட்டத்தில் ஒவ்வொரு சிவாலயமாக பக்தர்கள் ஓடுவது போல ஆஸ்பத்திரி ஆஸ்பத்திரியாக அலைய வேண்டிய சூழல். அந்த ஆஸ்பத்திரியில் போய் நின்றோம். கோழிரத்தம் எங்கள் ரெண்டு பேரையும் திருங்கத் திருங்கப் பார்த்துவிட்டு சொன்னான்,

"எண்ணே அந்த வீட்டுல ஒண்ணு இல்ல... ஆறு பேர் இருக்காக...!"

"ஆறு பேய்களா?"

அத்தியாயம் – 11

பக்கத்து வீட்டு பாட்டியின் டெட் பாடி

வீட்டில் ஆறு பேய்கள் இருப்பதாகக் கோழிரத்தம் சொன்னதைக் கேட்டு விக்கித்து நின்றேன்! ஆம் அவன் பொய் சொல்லவில்லை!

அன்று இரவு வீட்டின் பின்னால் சென்ற அவன் மீது மாமரத்திலிருந்து ஒரு பெண் குதித்திருக்கிறாள். அவள் இவனது தோளில் அமர்ந்திருக்க ஒரு ஐந்து பேர் இவனைத் துரத்தியிருக்கிறார்கள். அவனது வீடு வரைக்கும்....

'காலையில வேற ஒரு கதை சொன்னானே?' எனக்கு ஒரே குழப்பம்.

வீட்டுக்கு வந்தோம். எனக்கு அந்த வீட்டுக்குள் நுழையவே பயமாக இருந்தது. குடும்பமே ஆஸ்பத்திரியில் கிடக்கிறது. பயம் ஒரு பக்கம், துக்கம் ஒரு பக்கம், கோபம் ஒருபக்கம், இயலாமை ஒரு பக்கம் என மிகப்பெரிய கையறு நிலை.

லக்கேஜை எல்லாம் கொண்டு வந்து வைத்து விட்டு மறுபடியும் ஆஸ்பத்திரியில் போய் அக்காவைக் கூட்டிக் கொண்டு வந்து வீட்டில் விட்டேன். மாலை சுமார் ஐந்து மணி இருக்கும்.

அக்கா என்னிடம், "நீ ஆஸ்பத்திரிக்குப் போய் காஃபி ஏதாச்சும் வாங்கிக்குடுடே! நா ரெடியாயிட்டுக் கூப்புடுறேன்!"

நான் அவளிடம், "நீ வீட்டுல தனியா இருந்துருவியா?"

"ஆமா அதுக்கென்ன?"

"ஒனக்கு இங்க நடக்கற காரியங்கள் தெரியுமா?"

"என்னது?"

"இல்ல..... அந்த.... பே.... யி!"

"போடே அந்தால! நாங்க ராத்திரி முழுக்க ஆஸ்பத்திரில வேல பாக்குறோம்! ஆயிரக்கணக்கான ஆட்கள் எங்க கண்ணு முன்னாடி சாவும்! அதுகளுக்க ஆவியெல்லாம் அங்கதா அலையிதுன்னா ஆட்களே நடமாட முடியாது! பேயாம் பேயி? போ அந்தால!"

"இல்ல ஒனக்கு அதுகளப் பத்தித் தெரியாது பாத்துக்கா!"

"அதெல்லா நாம் பாத்துக்கிடுகேன்! நீ சொன்னத செய்யி!"

"கோழி ரத்தத்துக்க கதை தெரியுமா ஒனக்கு? ரத்த ரத்தமா போகு!"

"கும்பி முட்டக் குடிச்சா குத்தால அருவியா பாயும்? ரெத்தந்தான் வரும்!"

"இல்ல இந்த வீட்டுக்குள்ள ஆறுப் பேயி...!"

"ஆறும் கொளமும் இருக்கட்டும்! நீ ஆஸ்பத்திரிக்கிப் போ! வேற எங்கயும் போயிறாத! நாங் கூப்புடும் போது நீ இங்க வந்துருக்கணும்! சரியா?"

"சரி!"

நான் விடைபெற்றேன். 'இன்னிக்கி வெள்ளிக்கெழம வேற! அந்தி சாயப் போவுது! இவளுக்கு வேற இங்க நடக்கது ஏதும் தெரியாது! கடவுள்தான் காப்பாத்தணும்!'

அக்கா மிகுந்த பக்தியுடையவள். குண்டூசி வாங்கக் கடைக்குப் போனாலும் கூட இருபது நிமிடங்கள் ஜெபித்து விட்டுத்தான் போவாள். நான் ஆஸ்பத்திரி வாசலில்தான் போயிருப்பேன், அக்காவிடமிருந்து போன் வந்தது.

"லேய்! ஓடன வீட்டுக்கு ஓடியா!"

'சர்தான்! பேயிதான் வேலையக் காட்டிருக்கணும்?' அடித்துப் புரண்டு கிளம்பினேன். அக்கா வியர்க்க விறுவிறுக்க வீட்டு வாசலில் உட்கார்ந்திருந்தாள்.

'சரிதான்! பேயைக் கண்டுவிட்டாள்! எனக்கு ஒருபக்கம் மகிழ்ச்சி! இன்னொரு பக்கம் உதறல்!'

நான், "என்னாச்சி!"

அக்கா, "அங்க! அங்க! வீட்டுக்குள்ள"

"வீட்டுக்குள்ள? என்ன சொல்லு!"

"வீட்டுக்குள்ள ஒரு பெரிய்.....ய!

"பெரிய?"

"ஒரு பெரிய....!"

"அடி சக்க! ஒரு பெரிய மீச வச்ச கிழவன் வந்தானா?"

"மண்ணாங்கட்டி! ஒரு பெரிய பல்லி எனக்க தலயில வுழுந்துட்டு! உவ்வெக்!"

"எதுக்குமே பயப்புட மாட்டேம்ன்னு சொன்ன?"

"அதுக்குன்னு பல்லி தலையில வுழுந்தா அதுக்கு பாயாசமா வச்சிக் குடுக்க முடியும்? அருவருப்பு!"

"சரி! நீ ரெடியாகு! சேந்தே ஆஸ்பத்திரிக்குப் போயிரலாம்!"

அக்கா எழுந்து உள்ளே போனாள். அப்போதுதான் அந்த விஷயம் எனக்குத் தோன்றியது. பல்லி சாஸ்திரப்படி பல்லியாரானவர் ஒருவரின் தலையில் விழுந்தாரானால் அந்த வீட்டில் ஒரு மரணம் உறுதி. மூன்று பேர் ஆஸ்பத்திரியில் இருக்கிறார்கள். 'அம்மாவா? கிழவியா? கோழிரத்தமா? மூவரில் யார் மரணமடைவார்?' என்ற கேள்வி மண்டைக்குள் எழுந்த வண்ணம் இருந்தது.

'அம்மாவுக்கு காலில் அடி! அதனால் அவள் சாவதற்கு இப்போதைக்கு வாய்ப்பில்லை. மேலும் அப்பாவுக்கு எப்போதுமே நல்லகாலம் பிறக்கப் போவதில்லை!'

'கிழவி? ம்ஹூம்! வாய்ப்பேயில்லை! அம்மாவுக்கும் நல்லகாலம் பிறக்காது என்பது தெரிந்த கதைதானே?'

'கோழிரத்தம் வேண்டுமானால் சாக வாய்ப்பிருக்கிறது! அதிகப்படியான மேற்போக்கும் (வாந்தி), நீரூற்று போன்ற 'பிற்'போக்கும் (பேதி) அவனை எமனது கன்னத்தில் முத்தமிட வைக்கும் வாய்ப்புகள் அதிகம்.

யோசனையோடே காம்பவுண்டுக்குள் நடந்து கொண்டிருந்த போது பக்கத்து வீட்டு வேலைக்காரன் பிரகாசன் ஆட்டோவில் வந்திறங்கினான். அவன் சொன்ன செய்தி வியப்பை வழங்கியது.

'பல்லி விழுந்தது எங்கள் வீட்டில்! பாடி விழுந்தது பக்கத்து வீட்டில்!'

ஆம்! நேற்றிரவு கோழி ரத்தத்தைப் பார்த்து பயந்து பின்மண்டை அடிக்கக் கீழே விழுந்த பாட்டி பரமண்டலத்துக்குப் பிரயாணித்து விட்டாள்.

மேலும் பிரகாசன் சொன்ன செய்தி என்னவென்றால், "உங்கள் வீட்டில் ஒரு மிகப்பெரிய துஷ்ட சக்தி வாசம் செய்கிறது! அதுதான் எங்கள் எஜமானியைக் கொன்று போட்டது!"

துஷ்ட சக்தி இருப்பது எனக்கும் தெரியும்! ஆனால் கிழவியின் மரிப்புக்குக் காரணம் அந்த துஷ்ட சக்தியல்ல! அது எங்கள் குடும்பத்திலுள்ள துஷ்ட ஆத்துமா என்பது அவனுக்குத் தெரியாது! தெரிந்தால் கோழி ரத்தம் ஆஸ்பத்திரியிலிருந்து நேராக சிறைக்குச் செல்ல நேரிடும்! ஆகையால் நானும் வாயே திறக்கவில்லை. கிழவியின் மரணத்துக்கு ஆறுதல் சொல்ல மட்டுமே அப்போதைக்கு என்னிடம் காரணங்கள் இருந்தன. ஆனாலும் அவளது வீட்டுப் பணியாளான பிரகாசனிடம் ஆறுதல் சொல்ல என்ன இருக்கிறது?

அவளது பிள்ளைகள் அமெரிக்காவிலிருந்து வரும் வரையிலும் அவளது அடக்கம் தாமதமாகுமெனச் சொல்லிக் கொண்டிருந்தான். அப்போது வீட்டிலிருந்து ஒரு அலறல் சத்தம்... அக்காவேதான்!

'மறுபடியும் கரும்பல்லி விஜயம் செய்து விட்டதோ என்னவோ?'

உள்ளே ஓடினேன், பிரகாசனும் உடன் வந்தான். அக்கா ஒரு மூலையில் கண்களை மூடியபடியே நின்று கொண்டிருந்தாள். நான் போய் அவளிடம்,

"என்னாச்சம்மாளு ஒரே கூப்பாடா கெடக்கு?"

"அங்க ஒரு பாட்டி நிக்கா! போய்ப் பாரு!"

சமையலறையில் நின்று கொண்டு அதற்கடுத்த வாஷிங் ரூமைக் கைநீட்டினாள். அதுதான் அந்த வீட்டின் கடைசி அறை. வாஷிங் மெஷின், துணி காயப் போடும் கொடிக்கயிறு மற்றும் கொஞ்சம் தட்டுமுட்டு சாமான்கள் கிடந்தன. அங்கிருந்து வீட்டின் பின்பக்கம் போய்விடலாம். எங்கள் காம்பவுண்டுக்கு அடுத்த வீடு அந்தப் பாட்டியின் வீடுதான்.

நான் லைட்டைப் போட்டுவிட்டு போய்ப் பார்த்தேன். அங்கே யாருமில்லை. அக்காவைப் பார்த்தேன். அவளது கண்களில் ஒரு மிரட்சி தெரிந்தது. நான் அவளிடம் மீண்டும்,

"என்ன? யார் வந்தாங்க? அதுவும் வீட்டுக்குப் பின்பக்கமா? நான் வாசல்லதான் நின்னுகிட்டிருந்தேன்!"

"இல்ல! நா நல்லா பாத்தேன்! ஒரு பாட்டி! நல்ல கலரு! சுருட்ட முடி! வெள்ளக் கலர் சேலை கட்டியிருந்திச்சி! என்கிட்ட வந்து எனக்கு ஒரு தேயில போட்டுத் தாம்மோ'னு கேட்டாங்க! வீட்டுக்கு வெளியதான் நின்னிச்சி!"

எனக்கு எதுவோ பொறி தட்டியது. நான் பிரகாசனிடம் கேட்டேன், "மக்கா! அந்தப் பாட்டிக்க போட்டோ உன்கிட்ட இருக்கா?"

"இல்லையெண்ணே! எதுக்குக் கேக்கிதீய?"

"இரு சொல்லுகேன்!" என்று அவனிடம் சொல்லிவிட்டு அக்காவிடம் திரும்பி,

"நீ அந்தப் பாட்டிய நல்லாப் பாத்தியா?"

"ஆமா பாத்தேன்!"

"சரி உனக்க செல்போனக் கொண்டா!" என்று அவளின் செல்போனை வாங்கிவிட்டு பிரகாசனை அழைத்துக் கொண்டு வெளியே செல்ல எத்தனிக்கும் போது, "நா இங்க ஒத்தையில இருக்கலை! பயமாருக்கு!" என்று சொல்லியவாறே அக்காவும் என்னோட வந்தாள்.

'அப்படி வா வழிக்கி!'

அக்காவை வராந்தாவில் இருக்கச் சொல்லிவிட்டு நாங்கள் அந்தப் பாட்டியின் வீட்டுக்கு வந்தோம். அங்கே அவளது சொந்தக்காரர்கள் கொஞ்சம் பேர் வரத் துவங்கியிருந்தார்கள். வானம் முழுவதுமாக இருட்டியிருந்தது.

நானும் பிரகாசனும் பாட்டியின் அறைக்குள் சென்று அவளது புகைப்படத்தைத் தேடத் துவங்கினோம். அப்போது அங்கு ஒருவர் நுழைந்து,

"என்ன விசியம்? இங்க என்ன தேட்டம்?"

"பாட்டிக்க ஃபோட்டோ ஒண்ணு வேணும்! நாளைக்கி பிரேயர் மீட்டிங்க்ல வைக்க என்லார்ஜ் பண்ணி பிரேம் போடக் குடுக்கணும்லா?" என்றான் பிரகாசன்.

அவர்தான் பாட்டியின் கடைசித் தம்பியாம்... அவர் எங்களைக் கையமர்த்தி வேறொரு அறையில் போய் பாட்டியின் ஒரு புகைப்படத்தை எடுத்து வந்து தந்து, லேமினேசன் பண்ண ஐநூறு ரூபாய் பணத்தையும் தந்து விட்டுப் போனார். பிரகாசன் என்னைப் பார்த்தான். நான் புகைப்படத்தில் இருந்த கிழவியைப் பார்த்தேன். கிழவி பிராயத்தில் அழகியாகத்தான் இருந்திருப்பாள்.

பிரகாசன் என்னிடம், "கெழவி இருக்கம்ப ஒரு பயலும் வந்து எட்டிப் பாக்கலை! இப்போ செத்துப் போயிட்டான்னவொடனே போட்டோ மாட்ட பைசா தந்துட்டுப் போறாம் பாத்தியாண்ணே?"

"நல்ல மனுசன்! பைசா தந்துட்டுப் போனாம் பாத்தியா?"

"ம்க்கும்! அவனுக்க அப்பன் ஹூட்டுப் பைசால்லா? கிழவிக்கப்புறம் இந்த சொத்த வாயில போட்டுறலாம்னு நெனச்சிக்கிட்டு திரிவானுவோ! கெழுவியும் லேசுப்பட்டவ கெடையாது! பச்சத் தண்ணியவே கடிச்சித்தான் திம்பா! கருமி! எனக்கே ரெண்டு மாசஞ் சம்பள பாக்கி!"

"சரி வுடு மக்கா! இன்னிக்கி கோட்டருக்கு ஆவும்ல்லா வச்சிக்கா! சம்பள பாக்கிய நாளைக்கி கெழுவிக்க மக்கமாருகிட்ட பேசி வாங்கிக்கிடலாம்!"

என்றவாறே அந்தப் பணத்தை அவனது கையில் வைத்தேன். போட்டோவோடு வெளியேறி எங்கள் வீட்டுக் காம்பவுண்டினுள் நுழைந்தேன். அக்காவிடம் நேரே போய்,

"நீ பாத்த கெழவி இவதானா பாரு?"

"ஆங்! இந்தப் பாட்டியேதான்!"

எனக்கு திக்கென்றது. நான் வெளியில் காட்டிக் கொள்ளவில்லை. கிழவி செத்துப் போனதையும் அவளிடம் சொல்லவில்லை,

"சரி! வா ஆஸ்பத்திரிக்குப் போய் ஒரு எட்டு பாத்துட்டு வருவோம்!"

என்று அவளைக் கூட்டிக் கொண்டு ஆஸ்பத்திரிக்குப் போனேன். அங்கே அம்மாவிடம் அக்கா எங்கள் வீட்டில் நடந்தவைகளை விவரித்தாள்.

அம்மா அக்காவிடம், "பாட்டியா? யாது பாட்டி? நம்ம பக்கத்து வீட்டு ஆலீஸ் கெழவியா?

(என்னாது? அந்தக் கெழவிக்க பேரு ஆலீஸா? அதுஞ்சரிதான்! யங் ஸ்டேஜி புள்ளயளுன்னா பேர விசாரிச்சி பிரயோஜனம் உண்டு! கெழவிக்க பேரு நமக்கெதுக்கு? அதுஞ் செத்துப்போன பொறவு?)

அக்கா, "தெரியலைம்மா! ஆனா இவங்காட்டுன போட்டோவுல அந்த பாட்டிதான் இருந்திச்சி!" என்று என்னைக் கை காட்டினாள்.

"யாரு இவனா? இவேன் பேயி கீயின்னு எதாவது நரி உட்டுருப்பானே? அந்த போட்டாவ இங்க கொண்டா பாக்கட்டும்!" என்று என்னிடம் இருந்த போட்டோவைக் கேட்டாள். கொடுத்தேன்.

அதைப் பார்த்த அம்மா முகமலர்ச்சியுடன், "இந்த வயிசுலயும் கெழவி எவ்ளோ அந்தஸ்தா இருக்கா பாத்தியா? இங்கயும் ஒண்ணு கெடக்கே? காக்கறையுங் கூக்கரையுமா! த்தூ!"

வாயில் சாரம் கட்டப் பட்டு பக்கத்து கட்டிலில் கிடந்த ஆச்சி புரண்டு படுத்தவாறே முனகினாள். அவள் என்ன சொல்லியிருப்பாளென்று எனக்குப் புரியும்.

அக்கா அம்மாவிடம், "இந்நேரத்துல அந்தப் பாட்டி அங்க எதுக்கு வந்தான்னு தெரியல! பேசிக்கிட்டிருக்கும் போதே திடீர்ணு போயிட்டாங்க! நாம் பயந்துட்டேன்!"

அம்மா, "இந்தா நிக்கீல்லா ஒண்ணு! ராத்திரி நேரத்துல அந்தப் பக்கம் நின்னு சிகுரட்ட குடிச்சி பொகையா ஊதுவானுவோ! அந்தக் கெழவிக்கி பொகை ஆவாது! ஜன்னல் வழியா என்னையக் கூப்புட்டு பராதி சொல்லுவா! கழிஞ்ச ரெண்டு மாசமா ஆளு ஊருல இல்லைல்லா! அமெரிக்கா போயிருந்ததால அந்தப் பராதி கொஞ்ச நாளைக்கி இல்லாம இருந்து மருவுடியுந் தொடங்கி வச்சிருக்கானுவ!"

நான் எதுவும் பேசாமல் உட்கார்ந்திருந்தேன். அம்மா விடவில்லை,

"எப்புடி உக்காந்துருக்கு பாரு மூதேவி! வாயத் தொறயாம்டே!"

நான் அங்கே நடந்த விஷயத்தைச் சொல்லவில்லை. இன்று என்னால் அந்த வீட்டின் பயங்கரத்தை ஆதாரப் பூர்வமாக விளக்கி விடமுடியும் என்ற துணிச்சல் ஒரு அசைக்க முடியாத நம்பிக்கையைக் கொடுத்தது.

அக்கா அம்மாவிடம், "நா நைட் இங்க இருந்துக்கவா மா?"

அம்மா, "வேண்டாம் மக்ளே! நீ வீட்டுக்குப் போயி ரெஸ்ட் எடு! காலைல என்னைய டிஸ்சார்ஜ் பண்ணிருகேன்னு டாக்டர் மாமா சொல்லிருக்கான்! அப்பா இங்க இருக்கார்லா! ஒரு ராத்திரிதானே நாஞ் சமாளிச்சிக்கிடுவேன்!"

அக்கா, "நம்ம வீட்டுக்குப் போயிறவா?"

அம்மா என்னைக் கையைக்காட்டி, "அங்க இந்த நாயிகல்லாம் கெடக்கும்! இவுனுவ கூட தூங்க கூட ரெண்டு வாதையளும் வரும்! ராத்திரி முச்சூடுஞ் சளம்பி ஒனக்க தூக்கத்தக் கெடுத்துருவானுவோ! நீ நேரா சித்தி வீட்டுல போயி படுத்துக்கா!"

நாங்கள் கிளம்பினோம், அக்கா சொன்னாள், "நம்ம வீடு வரைக்கும் போயிட்டு சித்தி வீட்டுல கொண்டு போயி என்னைய விட்டுரு! கொஞ்சோல சாக்லேட் எடுத்துக்கிட்டு போயிரலாம்!"

வண்டி நேராக எங்கள் வீட்டின் முன் வந்து நின்றது. அடுத்த வீட்டில் ஆம்புலன்ஸ் நின்றதைக் கண்ட அக்கா அதிர்ச்சியில், "அங்க என்ன நடக்கு?" என்றவாறே ஆம்புலன்சில் இருந்த நர்சிடம் போய்க் கேட்டாள்,

"யாருக்கு ஆம்புலன்ஸ்?"

நர்ஸ், "இந்த வீட்டுல உள்ள பாட்டி இறந்துட்டாங்க! மிஸஸ் ஆலிஸ் ராபர்ட்!"

அக்கா மிரண்டு போய், "சாயங்காலம் கூட நா அவங்களப் பாத்தனே?"

அதற்கு அந்த நர்ஸ் பெண் சிரித்துக் கொண்டே, "அவங்க இன்னிக்கி மத்தியானம் ரெண்டு மணிக்கே இறந்துட்டாங்க! இப்பத்தா பாடியக் கொண்டு வந்தோம்!"

நின்று கொண்டிருந்த அக்காவைக் காணவில்லை. தரையில் படுத்திருந்தாள். உடனடியாக அவளைத் தூக்கி அந்த ஆம்புலன்சிலேயே அக்காவைக் கொண்டு போய் ஆஸ்பத்திரியில் சேர்த்தோம். அக்காவோடு சேர்த்து மொத்தம் மூன்று பாடிகள் எங்கள் குடும்பத்திலிருந்து அந்த ஆஸ்பத்திரியில் கிடந்தன. கோழி ரெத்தம் இன்னொரு ஆஸ்பத்திரியில்.. ஆக மொத்தம் நான்கு சாதனங்கள் கிடப்பாட்டில் இருந்தது.

நான் ஆஸ்பத்திரி வராண்டாவில் நடந்து ஒரு வேப்ப மரத்தடியில் வந்து அங்கிருந்த ஒரு கல் பெஞ்சில் அமர்ந்தேன். அந்த ஆஸ்பத்திரி நூற்றைம்பது வருடப் பழமையானது. பிரிட்டிஷ் காலத்தில் கட்டப் பட்டது. சுமார் எழுபது ஏக்கர் பரப்பளவில் ஆங்காங்கே கட்டிடங்களும் மரங்களுமாக ஒரு அமானுஷ்யத் தோற்றம் கொண்டது. அப்போது மணி ஒன்பதரை. மொபைலைக் கையில் எடுத்து வெங்கலத்துக்கு டயல் செய்தேன். அவன் போனை அட்டேன் செய்யவில்லை.

'வீட்டுக்குக் கிளம்பலாம்' என்று எண்ணி எழவும் அந்த மரத்திலிருந்து ஒரு உருவம் 'தொபுக்கடீர்' என்று என் முன்னே குதித்தது. நான் மிரண்டு போய் ஓடத் துவங்கினேன்.

வெள்ளைப் பிசாசு *Vs* கொள்ளிவாய்ப்பிசாசு

மரத்திலிருந்து குதித்த உருவத்தைக் கண்டு மிரண்டு ஓடத்துவங்கிய என்னை நோக்கி அந்தக் குரல் கேட்டது,

"டே தம்பி நில்லுடே! ஓடாத!"

"எம்மா! ஆம்பளப் பேயில்லா நம்மள கூப்புடுகு?" என்று கூச்சலிட்டுக் கொண்டு நான் நிற்காமல் ஓடிக் கொண்டிருந்தேன். மீண்டும் அந்தக் குரல்,

"எடேய்! யாம்டே ஓடுகா! நில்லு கேட்டியா!"

அந்தக் குரல் பம்மவும் நான் ஓடுவதை நிறுத்திக் கொண்டு திரும்பிப் பார்த்தேன். அங்கே ஒருவர் என்னை நோக்கி ஓடி வந்தார். நான் மறுபடியும் ஓட எத்தனிக்கவே அவர் என்னைத் தடுத்து,

"என்னடே தம்பி! பேயக் கண்டா மாதிரி ஓடுகா? நா இங்க உள்ள பிளம்பரு பாத்துக்கா! மேல மாடியில பைப்பு ரிப்பேருன்னி சொன்னானுவா! ரெடி பண்ணிட்டு செத்த கண்ணு அசந்துட்டு! எவனோ தா...ளி மொவேன் வெளிய பூட்டி சாவிய எடுத்துக்கிட்டு போயிட்டான்! அதாம்டே மரத்து வழியா கீழ எறங்கி வந்தேயன்!"

'அட வெங்கங் காவடிப்பெயலே! ஒரு சத்தங் குடுத்துட்டு சாடப் புடாதா? நாம்லா பயந்துட்டேன்?' என்று எண்ணிக்கொண்டே அவனிடம்,

"ஒண்ணுமில்லண்ணே! மரத்துலேர்ந்து மரநாயிவல்லதுஞ்சாடிட்டோன்னு நெனச்சேன்! மத்தபடி பயறேல்லாம் மாட்டங் கேட்டியளா? நமக்கென்ன பயம்? ஹிஹிஹி!"

"நாங்கூட நீ பயந்துட்டியோன்னு நெனச்சி பயந்துட்டம் பாத்துக்கா மக்கா!"

என்று சொல்லியவாறே என்னோடு இணைந்து கொண்டு நடந்து வந்தார். அது ஒரு நீண்ட ஆளரவமற்ற சாலை. இரண்டு புறமும் மருத்துவமனைக் கட்டிடங்கள் உயர்ந்து நின்றன. பிளம்பர் அண்ணன் ஏதேதோ பேசிக் கொண்டே வந்தார். திடீரென்று பேச்சை நிறுத்தியவர் எதிரில் வந்த ஒரு ஆளைக் கண்டு பயந்து மரியாதை நிமித்தமாக தன்னுடைய முதுகை வளைத்து குனிந்தவர் என்னிடம் முணுமுணுத்த குரலில்,

"தம்பி! அவளுக்க மூஞ்ச மட்டும் பாத்துறாத! முக்கியமா கண்ண பாத்தா அவளுக்குப் புடிக்காது!"

என்று சொல்லியவாறே தலைகவிழ்ந்து பதட்டத்தோடு நடந்தார். அப்போதுதான் நான் எதிரில் நிமிர்ந்து பார்த்தேன். அட்டகாசமான அழகில் ஐரோப்பியப் பெண்மணி ஒருத்தி தாதி உடையில் நடந்து வந்து கொண்டிருந்தாள். அவளது முகத்துக்கு மாத்திரம் லைட்டிங் கொடுத்தது போன்றதொரு பிரகாசம். நான் வைத்த கண் வாங்காமல் அவளையே பார்த்துக் கொண்டிருந்ததைக் கண்ட பிளம்பர் என்னிடம்,

"தம்பி லேய்! சொன்னாக் கேளு... அவளப் பாக்காத! அப்புறம் எங்கிட்ட வந்து அழப்புடாது!"

அவள் அப்படியொரு பேரழகி. இப்படி ஒருத்தி இங்கே வேலை செய்கிறாள் என்பது தெரிந்திருந்தால் வீட்டில் கிடந்து அந்தப் பேய்களிடம் செருப்படி படுவதற்கு இந்த ஆஸ்பத்திரிக்கே குடி வந்திருக்கலாமே? என என் மனம் ஸ்தம்பித்துப் போனது.

"தம்பி அவ மூஞ்ச பாக்காத!" பிளம்பரின் குரலில் ஒருவித நடுக்கம்.

'பொறாமை புடிச்ச பயல்! நானெல்லா இப்புடியொருத்திய இங்கிலீசு படத்துல மட்டுந்தான் பாத்துருக்கேன்! கோதுமை சிலை கணக்கா நேர்ல

வாரா ஒருத்தி! அவள பாக்காம ஊழி மூஞ்சன் ஒன்னியவா பாக்கப் போறேன்? பிளம்பர்க் கூய்மோன?' என உள்ளம் கருவியது.

இதோ அவள் என்னருகில் வந்து விட்டாள். 'ஒருமுறையாவது அவள் என்னுடைய முகத்தைப் பார்த்துவிட மாட்டாளா?' என மனம் ஏங்கிப் போனது. கிட்டே வந்துவிட்டாள். அப்போதுதான் நான் அவளுடைய கண்களைக் கண்டேன். அப்படியொரு கண்கள் அவளுக்கு... பெர்ஷியப் பூனையின் கண்களை ஒத்திருந்தது. ஒரு நொடியில் என் கண்களை ஊடுருவி என்னைப் பார்க்க நான் மயங்கிப் போனேன். அவள் கண்களிலிருந்து ஒருவித ஒளி ஊடுருவியது போல இருந்ததில் என் சித்தம் ஒரு நொடி கலங்கிப் போய் மெய்மறந்து நின்றேன்.

"நாந்தா அவ மூஞ்ச பாக்காதன்னு சொன்னம்லா? சாவு தா...ளி!" என்ற பிளம்பரின் குரல் கேட்டுத் திரும்பினால் அங்கே பிளம்பர் இல்லை.

'எங்க போயி தொலஞ்சி செத்தக் கூய்வுள்ளை? கூடவே நின்னானே? நாயி எங்க போயிறப் போகு? இங்கன எங்கயாது ஒரு கக்கூஸ் குழாய சொரண்டிக்கிட்டு நிக்கும்! நம்ம டார்லிங்க பாப்போம்!' என்று அந்த ஐரோப்பிய அழகியின் பக்கம் திரும்பினால் அங்கேயும் யாருமில்லை.

இப்போது அந்த பிளம்பரும் அங்கில்லை! வெள்ளைக்கார நர்ஸ°ம் இல்லை! இத்தனை சீக்கிரம் அவர்கள் அந்த இடத்தை விட்டு மறைந்து போய்விடவே முடியாது! எப்படி மறைந்தார்கள்? எங்கு போனார்கள்? என்ற குழப்பம் நீடித்த போதுதான் நான் ஒன்றைக் கவனித்தேன். நான் முதலில் நடந்து வந்த சாலையைக் காணவில்லை. மாறாக நான் நின்றுகொண்டிருந்தது மருத்துவமனையின் பின் பக்கம் காடடைந்து கிடந்த மார்ச்சுவரியின் அருகில். எனக்கு ஒருநிமிடம் மூச்சே நின்றுவிட்டது. பகலிலேயே நான் அந்தப் பக்கம் போக மாட்டேன்.

'கடவுளே! நான் எப்படி இங்கே வந்தேன்!' மீண்டும் ஓடத் துவங்கினேன். என்னை யாரோ துரத்திக் கொண்டிருந்தது போலத் தோன்றியதில் என்னுடைய வேகம் அதிகரித்தது. ஓடிப்போய் ஆஸ்பத்திரியின் ஓ.பியை அடைந்தேன். அங்கே கொஞ்சம் பேர் அமர்ந்திருந்தார்கள். டாக்டர் மாமா

ரவுண்ட்ஸ் போவதற்காக ஒரு நர்சோடு வந்து கொண்டிருந்தார். என்னைக் கண்டதும்,

"என்னடே வேர்த்துப் பூத்து நிக்கிய? எங்கயாது ஏறிச் சாடிட்டியா?"

"பக்கத்தில் ஒரு லேடி நர்சையும் வச்சிக்கிட்டு பேசுக பேச்சாவே இது?' எனக்குக் கடுப்பாகிப்போனது. நான் அவரிடம், "மாமா! ஓங்ககிட்ட ஒரு காரியம் கேக்கணும்!"

"என்ன ஓங்காச்சி வாயப் பொளந்துட்டாளா?"

"அப்டின்னாத்தான் சந்தோசமாவே சொல்லிருப்பனே? இது வேற ஒரு காரியம்! காத இப்டி கொண்டாரும்!"

"என்னடே சொல்லப் போற? ஏதாவது 'டும்காங்'கதையா?"

"எப்பவும் அந்த நெனப்புலயே கெடந்து லாந்தும்! ஓம்மையெல்லா நம்பி இந்த நர்சுமாருக எப்டித்தா கூட வாராளுவளோ?"

"சத்தம் போடாம பேசுலே! கூட பிள்ளையளு நிக்கில்லா?"

"அது இப்பத்தானா ஒனக்க செத்த கண்ணுக்குத் தெரியி?"

"சரி சரி சலம்பாத! காரியத்த சொல்லு!" என்றவாறே காதை அருகில் கொண்டு வந்தார். நான் அவரிடம் சன்னமான குரலில்,

"மாமா இங்க வெள்ளக்கார நர்செல்லாமா வேல செய்யாளுவோ? ஒரு வார்த்த சொன்னீரில்லியே?"

அவர் திடுக்கிட்டு என்னை மேலும் கீழும் பார்த்தார். நான் தொடர்ந்தேன்,

"அந்தப் புள்ள பாக்க அவ்ளோ மினுக்கமா இருந்தா! டைட்டானிக் படத்துல கீத் வின்ஸ்லெட்டு மாதிரி இருந்தா பாத்துக்காரும்!"

"அது கீத்து இல்லடே! கேட் வின்ஸ்லெட்டு! எப்பவும் கீத்துக்க ஒர்மையில திரியணும்! வெளங்குகதுக்கா?"

"கீத்தோ ஊத்தோ? நீரு விசியத்த சொல்லும்!"

"நீ கொஞ்சம் வெளங்குகது மாதிரி சொல்லு! யாரக் கண்ட? எங்க வச்சி கண்ட?"

"வேய் மாமா! ஒரு வெள்ளக்காரி நர்ச பாத்தேன்! எங்கூட பிளம்பரு ஒருத்தன் வந்தான்! அவன் என்கிட்ட அவளுக்க கண்ண பாக்காதடோன்னு கூவனான்! சூத்துக் காஞ்ச பயல்!"

மாமாவுக்கு வியர்த்து விட்டது. அவர் என்னிடம் பயந்த முகத்தோடே,

"நீ அவளுக்க கண்ணப் பாத்தியாடே?"

"ஹிஹிஹி! ஆமா மாமா! விடுவனா? பாத்தம்லியா! என்னா ஷார்ப்பு எம்மோ?"

எனக்குக் கிளுகிளுப்புத் தாங்கவில்லை. அவருக்குக் கோபம் வந்துவிட்டது.

"என்ன நோமா? ஒன்னிய எவம்புலே மார்ச்சுவரிக்கிட்ட போவச் சொன்னான்? அதுவும் இந்த நேரத்துல! குடும்பத்தோட சாவ திரியிதியேளா?"

நான் அதிர்ந்து போய், "என்ன மாம்ஸு? எதுனா பிராப்ளமா?"

"அடிபட்டுச் சாவாம வந்தியே? சரி எங்கூட வா!"

என்று என்னையும் அவரோடு ரவுண்ட்சுக்கு அழைத்துப் போனார். முதலில் ஒரு அறைக்குப் போனோம். அங்கே ஒரு தாத்தா படுத்திருந்தார். இடுப்பில் கட்டுப் போட்டிருந்தார்கள். அவரிடம் மாமா,

"என்ன தாத்தா! டைம் பாம செதுக்கி செட் பண்ணியாச்சி! இனி துப்பாக்கி நல்லா சுடும்! கெழவி கெவனமா இருக்க வேண்டிய காலம்! இல்லியா?"

தாத்தாவுக்கு வெட்கம் தாங்கவில்லை, "இல்ல டாக்டர் சார்! வீட்ல பேரம் பேத்தியெல்லா இருப்பாவால்லா?"

"ஓ இல்லைன்னா சுடுவீரு இல்லியா?"

தாத்தாவுக்கு மீண்டும் வெட்கம். மாமா நர்சிடம், "ஸ்வீச்சர் ரிமூவ் பண்ணச் சொல்லிருங்க! தாத்தாவ நாளைக்கே வீட்டுக்கு அனுப்பிறலாம்!" என்று சொல்லிவிட்டு தாத்தாவிடம்,

"என்ன தாத்தா சரிதானே? காயம் ஆறுத வரைக்கும் 'கன்'னுல கைய வச்சிரப்புடாது! சரியா?"

"சரி டாக்டர்!" கிழவனுக்கு மீண்டும் வெட்கம்.

மாமா அங்கிருந்து நகர்ந்து அடுத்த அறைக்கு வரவே எனக்குக் கோபம் வந்துவிட்டது,

"மாமா! உம்ம கூடவே நானும் எதுக்கு கிடந்து சுத்தணும்? நா வீட்டுக்குப் போவட்டா?"

"எனக்க ரூம்ல போயி உக்காரு! நா இந்தா வாரேன்!" என்று சொல்லிவிட்டு ரவுண்ட்ஸ் போய்விட்டார். நானும் மெதுவாக அங்கிருந்து புறப்பட்டு அந்த நீண்ட வராந்தாவில் நடந்து அவரது ரூமை அடைந்தேன். அட்டெண்டர் என்னை வரவேற்று ஒரு நாற்காலியில் அமரவைத்துவிட்டு போய்விட்டான். நான் அங்கிருந்த ஆங்கில மாதஇதழ் ஒன்றை எடுத்துப் புரட்டத் துவங்கினேன். அதன் பெயர் 'வோக்'. நல்ல பெயர். அழகழுகான பெண்டிர் பாதிப்பாதி என்னுமளவிலான ஆடைகள் அணிந்து அந்தப் புத்தகத்தை அலங்கரித்தார்கள். நேரம் போனதே தெரியவில்லை. சுமார் இருபது நிமிடங்கள் கழித்து மாமா வந்தார்.

"என்னடே! வயசுக்கு மிஞ்சின புஸ்தகங்கள எடுத்து வாசிப்பு நடக்கு?"

"நீரு வாசிக்கலாம்? நா வாசிக்கப்புடாதா? எனக்கும் பதினெட்டு கழிஞ்சி வர்ஷம் கொறைய ஆவுகுல்லா?"

"எலேய்! இதெல்லாம் பெரிய பெரிய ஆட்கள் வாசிக்கதாக்கும்! இந்த டாக்டெர்ஸ், இஞ்சினியேழ்ஸ் மாதிரி ப்ரோபஷன்ஸ் ரீட் பண்ணுக புக்ஸ்லா!"

"ம்க்கும்! பாதி குண்டிய காட்டிக்கிட்டு நிக்காளுவோ! இத வாசிக்கியதுக்கா எம்பிபிஎஸ்ஸ் படிச்சீரு?"

"எடே! கூடுதலு பேசப்புடாது கேட்டியா?"

"இது என்ன ஆச்சரியம்? இந்த புஸ்தகத்த நீரு வாங்கி படிக்கிய காரியத்த அத்தகிட்ட சொல்லட்டா?"

"அடக்கோம்பையா! இதுல இருக்குத புள்ளையளுக்க அந்தஸ்தக் கண்டல்லா? ஒங்க அத்த கெடந்தவள இவுளுவளுக்க காலுக்க கெட்டி அடிச்ச காணாது! ஆளும் மோறக்கட்டயும்... கொண்டுகிட்டு நடக்கா! நாணமத்துப்போயி?"

"இவுளுவ வெள்ளக்காரிகல்லா மாமா? அப்டித்தா இருப்பாளுவோ! ஒம்மகிட்ட எவன் புத்தேரில பொண்ணு கெட்டச் சொன்னது? நல்லா இங்கிலாந்துலயோ, அமெரிக்காலயோ போயி கேட்ட வேண்டியதானே?"

"நீ சொல்லுகதுஞ் சரிதாம்டே! நானெல்லாம் இப்புடி இருக்க வேண்டியவனேல்லாங் கெடையாது கேட்டியா? காலேஜில படிக்கம்ப ஒரு ரெஷ்யாகாரிய வளைச்செ! செவம் கெட்ட முடியல!"

"யாம்மாமா? ரஷ்யாக்காரின்னா ஜம்முன்னு இருப்பால்லா?"

"நீ இந்தாவாயப்பொளக்க பாத்தியா? அவளமட்டும் நாங் கெட்டிருந்தம்'னு வையி... அவள வீட்டுக்குள்ள இட்டு பூட்டிக்கிட்டு திண்ணையிலதாம் பூதங்காக்கணும்!"

"நாங்க என்ன கடிச்சா திங்கப்போறேம்?"

"பிசாசுன்னு தெரியாம வெள்ளத்தோலு, வெள்ளக்காரின்னவொடனே அவளுக்க ஓரக்குண்டுக்கு பொறத்தால நடந்த பாத்தியா? ஒங்களையெல்லா நம்பி ஒரு வெள்ளக்காரிய நாங் கெட்டிருந்தம்னா எனக்க பாடு எச்சக்கல எடவாடாயிருக்கும்!"

"என்னது பிசாசா? என்ன மாம்ஸ் சொல்லுகீரு?"

"பொறத்த திரும்பி அந்த போட்டோவப் பாரு செவமே!"

என்று அவர் என்னுடைய பின்பக்கம் கைகாட்டிச் சொன்னார். நான் திரும்பிப் பார்த்தேன். சுவரில் ஒரு குரூப் ஃபோட்டோ ஃப்ரேம் போட்டு மாட்டியிருந்தார்கள். நான் எழுந்து போய் அந்தப் படத்தினருகில் நின்று கொண்டு ஒவ்வொருவராகப் பார்த்தேன். அதில் சுமார் ஐம்பது அறுபது பேர் இருந்தார்கள். பாதிக்கு மேல் ஐரோப்பியர்கள். அதில் இருந்த இந்தியர்களின் முகங்கள் அனைத்தும் வெல்டிங் வைத்தது போலவே

இருந்தது. அப்போதுதான் அந்த முகத்தைக் கண்டேன். 'அவளேதான்! அந்த வெள்ளைக்காரி!'

"ரெண்டாவது வரிசைல லெஃப்டுல இருந்து மூணாவதா நிக்கால்லா? அவளத்தான பாத்த?"

என்று மாமா சொல்லவும் நான் அதிர்ந்து திரும்பினேன்.

"எப்படி மாமா இவ்ளோ கரெக்டா தப்பா சொல்லுகீரு?"

"என்னது? அவ இல்லியா?"

"கீழ வரிசைல சேர்ல உக்காந்துருக்கால்லா! அவளத்தாம் பாத்தேன்!"

மாமாவின் முகத்தில் ஒரு குழப்பத்தின் ரேகை. அந்த மூஞ்சியே அப்படித்தான் இருக்கும். குரங்கு மூஞ்சன். எழுந்து என்னருகே வந்தார்.

"என்னடே சொல்லுக? வழக்கமா எல்டா சிஸ்டராத்தாம் எல்லாரும் கண்டதா சொல்லுவானுவ? நீ இந்தம்மா ரேச்சல பாத்ததா சொல்லுகியே? ம்ம்ம்ம்...!"

"இவளத்தா நாம் பாத்தேன் மாமா!"

"யாரப் பாத்தா என்னடே! இதுல முக்காவாசி கேசுகள் மண்ணுக்குள்ள போயாச்சி!"

அப்போதுதான் அந்தப் படத்தைக் கூர்ந்து பார்த்தேன். ஓரத்தில் ஒரு சாணிமாடன் நின்று கொண்டிருந்தான். அட அவனேதான்! அந்த பிளம்பர்!

"மாமா! நா இவனையும் பாத்தேன்! எனக்க கூடத்தான் நடந்து வந்தான்!"

"அதுசரி! இவஞ்செத்தே இருவது வருசமாவுகே?"

எனக்குள் கடுமையான மிரட்சி. அந்தப் புகைப்படத்தை 1945-ல் எடுத்திருக்கிறார்கள். 'அப்போ நாங் கண்டது பேய்களையா?' என்னால் நம்பவே முடியவில்லை.

'வீட்டில் ஜாடைமாடையாக, கூக்குரல்களையும், நறுமணங்களையும் உருவாக்கி, கனவுகளில் வந்துபோனாலும் கூட அப்போது வரைக்கும்

தன்னுடைய எந்தவிதமான உருவத்தையோ, அருவத்தையோ காட்டாத பிசாசு இப்போது நேரில் வந்திருக்கிறதே? சரி... இது வெளிநாட்டுப் பேயல்லவா? சில வித்தியாசங்கள் இருக்கலாம்!' என்று மனதை ஆறுதல் படுத்திவிட்டு திரும்பினால் அங்கே நின்று கொண்டிருந்த மாமாவைக் காணவில்லை.

'அட செத்தக் கூய்மோன! நீயுமா செத்து ஆவியா வந்த?' என்று மீண்டும் குழம்பவே,

"உள்ள வாடே! அங்கயே நின்னு ரொம்ப நேரம் அவளுக்க மூஞ்ச வாயப்பொளந்துட்டு பாக்காத! அப்புறம் ஒங்கூடவே வீட்டுக்கு வந்துருவா?'

"என்ன மாமா சொல்லுகிய? எங்கூட வீட்டுக்கு வருவாளா?" எனக்கு ஆச்சரியமும், கிளுகிளுப்பும் தாங்கவில்லை.

"நாக்கத் தொங்கப் போடதலே! தரை வரக்கிம் தொங்குகு செவம்! நீ கண்டது பிசாசு... மனசிலாச்சா? இங்க உள்ள நெறைய பேர்த்த அது பாடா படுத்திருக்கு!"

நான் பக்கத்திலிருந்த அவரது ஓய்வு அறைக்குள் நுழைந்தேன். என் முகம் வெளிறிப் போயிருந்ததை அங்குள்ள கண்ணாடியில் கண்டேன். மாமா காஃபி தயாரித்தார்.

"ஒரு டாக்டர் அப்டிங்குற முறையில நா இதையெல்லா நம்பக் கூடாதுடே! ஆனாலும் நா அனுபவிச்ச கூத்துகள சிலசமயம் என்னாலயே நம்ப முடியாது பாத்துக்கா! இப்புடித்தா ஒருக்கா ஆப்பரேஷன் தியேட்டர்ல ஒரு சர்ஜரி! பேஷண்டுக்க வயித்த கிழிச்சிப் போட்டுருக்கு! பயலுக்கு ஹெர்னியா! அனஸ்தீசியா குடுத்துப் படுக்க வச்சவன் சர்ஜரிக்க மத்தியில எழும்பி வலியில ஒரே ஊளை! அந்த டோசுக்கெல்லாம் சாமானிய பாடிக்கி மூணு மணிநேரத்துக்கு முழிப்பு வராது! அப்போதாம் பாத்தேன்! ஒரு கத்திரிக்கோலு அந்தரத்துல பறந்துகிட்டு நிக்கி! கூட இருந்த நர்சுமாருவ போட்ட சத்தத்துல நானே பயந்து போனேன்! அந்தப் பய அலறுனது என்னன்னா ரெண்டு மூணு உருவங்களா அங்குட்டு பாத்துருக்கான்! கூட நின்ன ஒரேஒரு நர்ஸுக்கும் அந்த உருவங்களு கண்ணுக்குத் தெரிஞ்சிருக்கு!

அவ மயங்கி சரிஞ்சி தரையில மலந்துட்டா! அப்பொறம் அவள மயக்கந் தெளிய வச்சி, அந்தக் கூதறப் பயலுக்கு மயக்க மருந்து கொடுத்துன்னு அன்னிக்கி முழுக்க ஒரே அங்கிலியக் கூத்துடே! செவங்களூ!"

என்று சொல்லி முடித்தார். எனக்கு பகீரென்றிருந்தது. 'ஈவில் டெட் படத்துல கூட இப்டியெல்லா நடக்கலியே இறைவா!'

"இந்தா காப்பிய குடி!" என்று காப்பிக் கப்பை என்னிடம் நீட்டினார். நான் அதை வாங்கிக் குடித்து விட்டு வீட்டுக்குக் கிளம்பினேன். அந்த அரைகுறை அம்மணிகள் நிறைந்த புத்தகத்தை எடுத்து என் இடுப்புக்குள் நான் சொருகியதை மாமா கண்டிருக்கவில்லை.

அந்த அறையை விட்டு வெளியில் வந்து யாரைப் பார்த்தாலும் பேய் போலவே தெரிந்தார்கள். மெதுவாக நடந்து பார்க்கிங் பக்கத்தில் வந்தால் அங்கே அநியாயத்துக்கு இருட்டு. அப்போதுதான் கவனித்தேன். என் பைக்கில் ஒரு உருவம் அமர்ந்திருந்தது. 'திரும்பி ஓடலாமா? என்று யோசித்தாலும் கூட இன்னும் கொஞ்ச தூரத்துக்கு ஓட வேண்டுமே?' என் மண்டைக்குள் ஒரு பெரும் இரைச்சல்.

'என்ன செய்ய? பேயின் கையால் அடிபட்டுத்தான் எனக்கு சாக்காலமா?' என்று நினைக்கவே அத்தனை அச்சமாக இருந்தது. அப்போதுதான் ஒன்றைப் பார்த்தேன். அந்தப் பேயின் வாய்க்குள் நெருப்பு. அது கொள்ளிவாய்ப் பிசாசேதான்! நான் அரண்டு போய் நின்றேன்.

பீடிவாய்ப் பிசாசு

'வேறு வழியேயில்லை! ஓட முடியாது! வீட்டுக்கும் போக முடியாது! யாரென்று பார்த்துவிடுவோம்!' என்று நின்ற இடத்தில் நின்றபடியே சப்தம் போட்டேன்,

"யாருவே அது? இருட்டுக்குள்ள!"

அந்த உருவம் மெதுவாக என்னை நோக்கித் திரும்பியபடியே என்னை நோக்கி நடந்து வந்தது. நான் ஓட எத்தனிக்கவும் அந்த உருவம் என்னிடம்,

"நாந்தா வாச்சரு தம்பி! ஒரு பீடி குடிக்கலாம்னு இருட்டுக்குள்ள வந்தேன்! பெரிய டாக்டரு கண்டா ஏசுவாருல்லா!"

"பெரிய டாக்டரு நக்குவாரு! பேத்தப் பெயலுக்குப் பொறந்தையல... இந்த ஆஸ்பத்திரியில ஒருவனும் வெளிச்சத்துக்குள்ள திரிய மாட்டேளா? பிளம்பருன்னு சொல்லி ஒருத்தன் மரத்துலெர்ந்து சாடுகான்! பாத்தா அவஞ்செத்து இருவது வருசமாவுகு! அம்பது வருசத்துக்கு முன்ன செத்த வெள்ளக்காரி யூனிஃபார்மு மாத்திக்கிட்டு டூட்டிக்கி போறா! இது ஆஸ்பத்திரியா? சுடுகாடா? நீயாவது உயிரோட இருக்கியா? இல்ல செத்தொழிஞ்சி போயிக்கிட்டு ஆவியா லாத்துகியா?"

கடுப்பில் வண்டியை எடுத்துக் கொண்டு வீட்டுக்கு வந்தேன்.

அன்றிரவு நான், மது, வெங்கலம் மற்றும் செம்புலி மட்டுமே வீட்டில் இருந்தோம். பக்கத்து வீட்டில் துஷ்டியானதால் அங்கே ஆட்கள் ராத்திரி முழுக்க விழித்திருந்தார்கள். இரவு பிஸ்கட்டும், சுக்குக் காப்பியும்

வீட்டுக்கு வந்தது. பிரகாசனின் உபயம். நாங்கள் வேறு ஒரு அசாத்திய சுக்குக்காப்பி அருந்தியிருந்ததால் எங்களுக்குத் தூக்கம் வந்து விட்டது. அன்றைக்கு அசாத்தியமான உறக்கம். காலையில்தான் விழித்தோம்.

ஆஸ்பத்திரியில் ஒரே குழப்பம். அக்கா பயங்கரமாக பயந்து போயிருந்தாள்.

"மத்தியானம் ரெண்டு மணிக்கு செத்துப்போன செத்த கிழவி எப்புடி ஆறரை மணிக்கு வந்தா?"

அம்மாவுக்கு பயங்கர கோபம், "எம்புள்ளய பயங்காட்டிருக்காளே பாழாப்போன கோட்டிக்கார கெழவி?"

அப்பாவுக்கு வருத்தம், 'மூணு பயவுள்ளைகளுக்கும் சேத்து பில்லு கட்டணுமே கடவுளே?'

ஆச்சிக்கு மகிழ்ச்சி, 'எப்பா! எல்லாரும் எங்கூடத்தானே கிடக்காளுவோ! நா மட்டும் தனியா சிக்கிருந்தா என்னவாயிருக்கும்?'

நான் ஒரு ஓரத்தில் கம்பீரமாக அமர்ந்திருந்தேன். என்னை ஒரு ஜெகதலப்பிரதாபன் என்றோ, நாகர்கோவிலின் நாம்ஸ்டர்டாம்ஸ் என்றோ அல்லது அதிகபட்சம் ஒரு தீர்க்கதரிசி என்றோ யாராவது ஒருவர் அழைத்துவிடும் பாவனை அங்கு உருவாகியிருந்தது. அந்த ஆஸ்பத்திரியில் சஞ்சரிக்கும் ஆவிகள் குறித்த காரியங்களைக்கூட அங்குள்ளவர்கள் என்னிடம் கேட்கக்கூடும் என்றுகூட தோன்றியது.

"கருஞ்சாமட்ட வாயன்!"

குரல் வந்த திசையை நோக்கிச் சடாரெனத் திரும்பினேன். 'அம்மாதான்! வேற யாரு?'

'என்னாச்சி இவளுக்கு? யார ஏசுகா? நியாயமா என்னைப் பாராட்டி யிருக்க வேண்டாமா?' எனக்குள் பெருங்குழப்பம். அம்மா தொடர்ந்தாள்,

"அந்த வீட்டுக்குள்ள காலடி எடுத்து வைக்கும் போதே இந்த தரித்திரியம் புடிச்ச நாயி வாய வச்சி! அன்னிக்கி ஏறுன அய்யா... இன்னும் பொடதிய வுட்டு எறங்கலை! செவங்கள் இதெல்லா வெளங்கவா?"

எனக்குக் கடும் கோபம் வந்து விட்டது.

"நாந்தாஞ் சொன்னம்லா? அங்க பேயி இருக்குன்னு... நாவாய வச்சதாலதான் அங்க பேயி குடிபுகுந்துட்டுன்னு சொல்லுவ போலிருக்கே?"

அதற்கு அம்மா, "பேயின்னு ஒண்ணு கெடையவே கெடையாது!"

நான் பதில் சொல்ல முனைந்ததும் அக்கா என்னைக் கையமர்த்தி அம்மாவிடம், "எம்மா சத்தம் போடாத! அந்த ஆலீஸ் பாட்டிய நா எங்கண்ணால பாத்தேன்!"

அம்மா, "ஏதும் மனப்பிராந்தியா இருக்கும் மக்ளே!"

எனக்கு வேவலாதியாகப் போய் விட்டது, 'பேயையும் நம்பாம பிராந்தியையும் நியாபகப் படுத்துகாளே இறைவா! அம்மைன்னுகூட பாக்காம இவளக் கொன்னா என்ன?'

அக்கா தொடர்ந்தாள், "சவுதில நா வேல பாக்குற ஆஸ்பத்திரியில ஒருநாளு நைட் டூட்டில நா லேசாக் கண்ணசந்துட்டேன்! மணி ஒரு ரெண்டரை இருக்கும்! அப்போ ஒரு வெள்ளக்காரப் பொம்பள வந்து என்னிய எழுப்புனா! டாக்டர் டிரஸ்'ல இருந்தா! வயசு ஒரு முப்பத்தஞ்சி வயசு இருக்கலாம்!"

"என்னது வெள்ளக்காரியா? வெள்ளக்காரின்னா ஆளு பந்தாவா இருந்துர்ப்பாளே?" நான் குதூகலித்தேன்.

அக்கா கடுப்பானாள், "சொல்லும்போது கேளு! எடையில கோட்டாங் கணக்கா கெடந்து கூவாத!"

"இல்லடே! நானும் நேத்து ராத்திரி இங்கன ஒரு வெள்ளக்காரிய கண்டேன்! டாக்டரு மாமா வருவாம்லா! அவுருகிட்ட கேளு!"

"அவனே ஒரு பொய்யங்காணிப் பெய! நீ ஒரு பிராடு! நீங்க சொல்லுகதெல்லாம் எவம்லே நம்புவான்?"

அம்மா மீண்டும் கடுப்பிடிக்க நான் அமைதியாகக் கேட்கலானேன். அக்காவின் கதை தொடர்ந்தது,

"நானும் அந்தம்மாவப் பாத்தேன்! சீனியர் டாக்டராச்சே! என்னாச்சின்னு கேட்டேன்! என்கூட வா'ன்னு கூப்புகிட்டு வேகமா நடந்து பீடியாட்ரிக் வார்டுக்குக் கூட்டிப் போச்சி! நானும் பின்னாடியே போனேன்! உள்ள போனா அங்க ஒரு அம்பது அறுவது குட்டிப் புள்ளைக தொட்டில்ல தூங்கிட்டிருந்திச்சி! அந்த டாக்டர் என்கிட்ட ஒரு இஞ்செக்சன் எடுத்துட்டு வரச்சொல்லிச்சி! நானும் போய் எடுத்துக்கிட்டு வந்து பாக்கேன்! அங்க அந்த பொம்பள ஒரு கொழந்தையோட காலைப் பிச்சி தின்னுக்கிட்டு இருந்தா! அவளுக்க மூஞ்சி பூரா ரத்தம்!"

அக்கா சடாரென கதையை நிறுத்தி எங்களையெல்லாம் ஒருகணம் சுற்றிப்பார்க்க நான் நடுங்கிவிட்டேன். "அய்யோ அம்மா!"

"புள்ளதின்னி எசக்கியா இருக்கும்!" என்று ஆச்சி துப்பு சொல்ல அம்மா கடுப்பானாள்.

"ஆமா! எசக்கிய சவுதிலதானே கெட்டிக் குடுத்துருக்கு? அங்க போயி புள்ளையத் திங்கியதுக்கு? வாய வச்சிக்கிட்டு சும்மா கெடக்க மாட்டா! வாயில கம்பி கெட்டியிருக்கும் போதே இவ்வளவு பேச்சி!"

அக்கா தொடர்ந்தாள், "அதப் பாத்து நா அலறி சத்தம் போட்டுகிட்டே வெளிய ஓடிப்போக, அங்க தூங்கிட்டிருந்த அத்தன பொடிப் புள்ளைகளும் கண்ணு முழிச்சி கதறி சத்தம் போட்டிச்சி! நா கேசுவாலிட்டில வந்து கொஞ்சம் பேர்த்த கூட்டிக்கிட்டு அந்த வார்டுக்குள்ள போனேன்! அங்க யாருமில்ல! ரத்தக் கறையும் இல்ல! என்கூட வந்தவங்க எல்லாரும் டென்ஷன் ஆகிட்டாங்க! இப்படி சத்தம் போட்டு எல்லா புள்ளைகளையும் எதுக்கு முழிப்பு காட்டுன'ன்னு சொல்லி பயங்கர பிரச்சனையாயிட்டு! டூட்டில தூங்குனதுமில்லாம கனவு வேற கண்டுருக்கியான்னு கம்ப்ளைண்ட் ஆகி விஷயம் மேனேஜ்மெண்ட்கிட்ட போயி என்கொயரி வரைக்கும் போயிட்டு!"

அம்மா கேட்டாள், "இந்தக் காரியத்த ஏன் என்கிட்ட சொல்லலை!"

நான் அம்மாவிடம், "இன்விட்டேசன் கொஞ்சமாத்தான் அடிச்சிருப்பாளாருக்கும்! அங்க பிரிண்டிங்குக்கு ஏக செலவாகுமாம்!"

அம்மா என்னை முறைத்தாள்.

'அப்பறம் என்னாச்சி?' என்றேன் நான்.

அக்கா தொடர்ந்தாள், "ஒரு மலையாளி டாக்டரம்மா என்கிட்ட வந்து ஒரு குரூப் போட்டோவைக்காட்டி நீ பாத்த பெண் இதில் எங்கிருக்கிறாள் என்று கேட்டார். நான் பார்த்த பெண் அதில் வலது பக்கத்திலிருந்து நாலாவதா இருந்தா! அதக் காட்டினதும் அந்த டாக்டரம்மா அதிர்ச்சியடைந்து விசாரணை அதிகாரியிடம் இவ்வாறு சொன்னார்.

'அந்த அமெரிக்கப் பெண்மணி அதே ஆஸ்பத்திரியில் பதினைந்து வருடங்களுக்கு முன்னர் வேலை செய்த டாக்டராம்! ஒரு பிரசவ கேஸ் பார்க்கும்போது கவனக் குறைவா இருந்ததால ஒரு தாயும், சேயும் செத்துப் போனதால் மனமுடைந்து மாடியிலிருந்து விழுந்து தற்கொலை செய்து கொண்டாளாம்! அன்றிலிருந்து ஒரு குறிப்பிட்ட நாளன்று அவள் இம்மாதிரி அருவமாக வந்து எதையாவது செய்து விட்டுப் போவது வாடிக்கையாம்!'

"அந்த ஆஸ்பத்திரியில் பலபேர் அவளைப் பார்த்ததாகச் சொன்னதன் அடிப்படையில் என்னை விடுவித்தார்கள்" என்று அக்கா முடிக்கையில் என்னுடைய கைகள் நடுங்கிக் கொண்டிருந்தன. அம்மாவும் கொஞ்சம் நம்பினாள். ஏனென்றால் அக்கா இந்த மாதிரியெல்லாம் மூட நம்பிக்கைகள் குறித்துப் பேசியதில்லை.

நான் அக்காவிடம், "எடே எனக்கு ஒரு சந்தேகம்! இந்த டாக்டருமாருவ, நர்சுமாருவ எல்லாரும் ஜீவிச்சிருக்கும்போதுதான் வீட்டுக்குப் போவ மாட்டாக! செத்தப்புறமும் இங்கனத்தான் கெடந்து சுத்துவாகளா?"

"யாம்லே அப்புடிக் கேக்க?"

"இல்ல நானும் இதேமாதிரி சேம் ஸ்டோரி ஒண்ணுல மாட்டுனேன்! அதாங் கேட்டேன்!"

"என்னது?"

"இல்ல... ஒனக்கு அமெரிக்காக்காரி! எனக்கு இங்கிலாந்துக்காரி! கூடவே ஒரு பிளம்பரும் இலவச இணைப்பா வந்தாம் பாத்துக்கா!"

"என்னத்துக்கு எதையாங்கெடந்து ஒளறாத!"

"நீ வேணா டாக்டரு மாமாகிட்ட கேளு இப்ப வருவாருல்லா?"

அன்று அம்மாவுக்கு டிஸ்சார்ஜ். ஆஸ்பத்திரியில் தனியாக கிடக்க வேண்டுமே என்ற துக்கத்தில் கிழவி சோகத்தில் இருந்தாள். அப்போது டாக்டர் மாமா வந்து ஆச்சியிடம்,

"எத்தே! அக்கா வீட்டுக்குப் போனா என்ன? நாந்தா இங்க இருக்கம்லா? நீ இங்கன எத்தன வருசம் கெடந்தாலும் ஒன்னிய நாம் பாத்துக்கிடுகேன்! பயப்புடாத என்னா?"

ஆச்சி கோபத்தில் கையை நீட்டி நீட்டி ஏதோ சொன்னாள், அதாவது,

"மக்கும்.. பாத்துக் கெடந்துருவான்! போலே அந்தால! செத்த பயல்!"

ஆச்சி சொன்னது எனக்கு மட்டும் புரிந்தது. மாமா என்னிடம் கேட்டார்,

"ஆச்சி என்னடே சொல்லுகா?"

"நீங்க அவளுக்காக ஜெபிக்கணுமாம் மாமா!"

ஆச்சி என்னை நோக்கி கையை நீட்டி ஏதோ சைகையில் சொன்னாள். "நீசப் பெயலுக்குப் பொறந்த பாவி!" என்பதே அது.

அக்கா மாமாவிடம் கேட்டாள், "மாமா இந்த மூதேவி என்னவோ சொல்லுகு! வெள்ளக்காரி, பிளம்பருன்னு? என்ன விஷயம்?"

மாமா என்னைக் கூர்ந்து பார்த்துவிட்டு அக்காவிடம், "செவத்துக்கு மண்டைக்கி சோமில்லம்மோ! எதயாங் கெடந்து ஒளறுவாங் கேட்டியா? பேயி, நாயின்னு..!"

நான் கடும்கோபத்தில் மாமாவை முறைக்க மாமா என்னிடம் வந்து லேசாக,

"அந்த புக்க எங்கல!"

"ஆங்... கவட்டைக்கெடையில இருக்கு! போவுவே அந்தால! காலம்போன காலத்துல புக்கு, நக்குன்னுகிட்டு...!"

என்று விருட்டென வெளியில் வர அப்பா உள்ளே வந்து, "சரி வண்டி வந்துட்டு! நேரத்த கெளம்புங்க!"

நாங்கள் வீட்டிற்கு வந்து சேர்ந்தோம். அன்றைக்கு என்னவோ அந்த வீடு என் கண்களுக்கு அமைதியாய்த் தெரிந்தது. 'அடுத்து என்னவெல்லாம் நடக்குமோ' என்ற பீதி ஒருபுறம் இருந்தாலும் இப்போதைக்கு என்னுடைய மூளை கொஞ்சம் ஓய்வாக இருந்தால் நல்லது என்று தோன்றியது.

என்னுடைய வாழ்வு பாதி கனவும், பாதி நிஜமுமாகப் போய்க் கொண்டிருந்ததால் 'நான் உறங்குகிறேனா விழித்திருக்கிறேனா' என்பது கிள்ளிப் பார்த்தால்தான் தெரிந்தது. சில சமயங்களில் கனவில் கூடக் கிள்ளினால் வலித்தது. ஆனால் கனவு அதன் போக்கில் முற்றுப் பெற்றால்தான் உண்டு. இது என்ன மாதிரியான ஒரு சூழல் என்பது மட்டும் புரியவேயில்லை. யாரோ இந்த வீட்டில் அமானுஷ்யமாக வசித்து வருகிறார்கள். அவர்கள் என்னிடம் அல்லது என் மூலம் ஏதோவொன்றை யாரிடமோ சொல்ல நினைக்கிறார்கள் என்பது மட்டும் புரிந்தது.

வீட்டுக்குள் நுழைந்ததும் படுத்து விட்டேன். நல்ல உறக்கம் வந்தது. தூங்கி மறுபடியும் எழுந்து பார்த்தால் வீட்டில் யாருமில்லை. மணி மதியம் மூன்று! எங்கு போயிருப்பார்கள்? என்று பதறி எழுந்து சப்தம் போட்டேன்,

"எம்மா!"

சத்தமில்லை.

"எக்கா!"

ம்ஹூம்... அனக்கமில்லை! வீட்டைவிட்டு வெளியே ஓடி வந்தேன். அம்மாவும் அக்காவும் கேட்டைத் திறந்தபடியே உள்ளே நுழைந்தார்கள்.

நான் கடுப்பில், "எல்லாரும் எங்க தொலஞ்சி போனீங்க?"

அம்மா, "அந்த பாட்டி செத்தால்லா! அதான் துட்டி விசாரிச்சிட்டு வாறோம்!"

"அதுக்குன்னு... இந்த பாழடஞ்ச வீட்டுக்குள்ள என்னைய தனியா போட்டுகிட்டு போவேளா? எனக்கு ஏதாவது ஒண்ணு ஆச்சின்னா?"

"அதான் ஓங்க ஆச்சி ஆஸ்பத்திரியில தனியாத்தானே கெடக்கா! அவளுக்கு தொணைக்கி போய் படுத்துக்கா!"

என்று எகத்தாளம் செய்தபடியே வீட்டுக்குள் போனார்கள். எனக்கு டயர்டாகிப் போனது. அன்றிலிருந்து பத்து நாள் பயங்கர ஜாலி. அக்கா விடுமுறை முடிந்து வெளிநாடு செல்லக் கிளம்பும் வரைக்கும் வீட்டிற்கு உறவினர்வருகை, வெளியே போக்கும் வரத்துமாகநாட்கள்மகிழ்ச்சியோடு கழிந்தன. வீட்டிலும் எந்த துர்சம்பவங்களும் நடக்கவில்லை. அன்று மாலை அக்காவுக்கு திருவனந்தபுரத்திலிருந்து விமானத்தில் புறப்பாடு.

அன்றுதான் ஒரு உண்மை உரைத்தது. அந்த பத்து நாட்களில் நாங்கள் யாரும் சாராயம் குடித்திருக்கவில்லை. குடிக்கத் தோணவுமில்லை... நாங்கள் அந்தப் பத்து நாட்களாக எந்தத் தொல்லைகளையும் அனுபவிக்காமல் இருந்தது குறித்த எண்ணம் மேலோங்கியது. இந்த நகரத்து வாழ்க்கை தரும் ஏக்கங்களில் இதுவும் ஒன்று. நம் வீட்டுக்கு யாராவது வெளியூரிலோ அல்லது வெளிநாட்டிலோ இருந்து வந்தால்தான் சொந்தக்காரர்கள் யாராவது வந்து போவார்கள். கூடிக் கும்மியடிக்க முடியும். இல்லையென்றால் இந்த நகரத்துப் பாலைவனச் செங்கல் காட்டினுள் அடைபட்டிருக்கும் கடல் ஆமையை ஒத்ததாகவே நாட்கள் நகர்ந்து கொண்டிருக்கும். இது ஒரு சாபம்.

ஆனால் பேய்களுக்கு அந்தத் தொந்தரவில்லை. அவைகளால் நினைத்த நேரத்தில் கிராமங்களிலுள்ள ஒற்றைப் புளியமரத்துக்கோ, முருங்கை மரத்துக்கோ அல்லது புன்னை மரங்களிலோ தஞ்சம் புக முடியும். பஸ்களில், ரயில்களில் மற்றும் விமானங்களில் பிசினஸ் வகுப்புகளில்கூட இலவசமாகவும் இருக்கைகளில் அமராமலேயேயும் பயணிக்க முடியும் என்பதை நினைக்கும்போது நானெல்லாம் ஆவியாகி விடவே விரும்பினேன். அக்கா விடை பெற்றாள்.

அப்புறம் ஒரு ஆறுமாத காலத்துக்கு அந்த வீட்டில் பெரியளவில் உபத்திரவங்கள் ஒன்றையும் காணவில்லை. அங்கிருந்த துஷ்ட சக்திகள் அனைத்தும் கொடைக்கானலுக்கு சுற்றுலா சென்றிருக்குமோ என்னுமளவில் வீடே நிசப்தமாக இருந்தது. எங்களுக்கும் இரவில் தூங்க ஆல்கஹாலின் துணை தேவையில்லாமல் போனது.

ஆனால் அந்த அமைதியும், நிசப்தமும், பேய்களின் விடுமுறையின் அர்த்தம் அப்போது எங்களுக்குப் புரியவில்லை. அதன்பின்னர்தான் அந்த வீட்டிலிருந்த பிசாசின் வேறொரு திட்டம் எங்களுக்குத் தெரிய வந்தது.

ஆலமரத்துப் பேயின் ஆவணப்படம்

அப்போது நான் கல்லூரியில் இரண்டாமாண்டு முடிந்து மூன்றாமாண்டில் அடியெடுத்து வைத்தேன். ஐந்தாவது செமஸ்டரில் 'ஐந்து பேர்கள் குழுவாய் சேர்ந்து ஒரு குறும்படம் தயாரித்து, இயக்கி, நடித்து வெளியிட வேண்டும்' என்றொரு இம்சை ப்ராஜெக்ட் வந்து சேர்ந்தது. நான், மணி, சாண்டி, முருகு மற்றும் குரியச்சன் என்று நாங்கள் ஐந்து பேர் குழுவாய்ச் சேர்ந்து விவாதித்தோம். என்னிடம் ஒரு பேய்க்கதை இருந்தது. அதைப் படமாக்கலாம் என்று முடிவு செய்தோம்.

கதைப்படி ஒரு வீட்டில் குடியிருக்கும் நண்பர்கள் மூன்று பேரை அதே வீட்டில் தூக்குப் போட்ட ஒருவனது ஆத்துமா அச்சுறுத்தி அடித்துத் துரத்தும். ஓரிரு திருப்புமுனைகள் எல்லாம் சேர்த்து கதையே அமர்க்களமாகத் தெரிந்தது. எப்படியும் ஒழுங்காகப் படமாக்கினால் ஹிட் கொடுத்துவிடலாம் என்ற நம்பிக்கை மனதில் பூத்தது. ஆனாலும் ஒரு கவலை... 'எல்லாப் பேய்க்கதைகளும் வீடுகளில்தானே நிகழ்கிறது. நாம் கொஞ்சம் வித்தியாசமாக மாற்றலாம்!' என்று வீட்டிலுள்ள பேயை அத்துவானக் குளத்தின் பரப்பில் டிரான்ஸ்ஃபர் செய்தோம். கதையில் ஆண் பேய் பெண் பேயாக மாறியது. மறுநாள் படப்பிடிப்பு என்று ஏற்பாடு.

நகரின் வெளியில் கோதைகிராமம் என்னும் கிராமத்தின் கிழக்குப் பகுதியில் அமைந்திருந்த தத்தையார்குளத்தின் கரையில் நின்ற பழமையான ஆலமரம்தான் சூட்டிங் ஸ்பாட். இரவு படப்பிடிப்பு. மாலை ஏழு மணியளவில் கேமரா, லைட்டுகள் சகிதம் அங்கே போய்ச் சேர்ந்து ரெடியானோம். சாண்டி கேரளாக்காரன். எந்தக் கோணத்தில் இருந்து

பார்த்தாலும் ஒரு சேச்சியின் முகச் சாயல் அவனிடம் தெரியும். அவன்தான் பெண் பேயாக நடிக்கப் போகிறான்.

நான்தான் ஒப்பனை செய்தேன். வெள்ளைச் சேலையணிந்து, தலையில் கொண்டை முடியைப் பறத்திப் போட்டு, முகத்தில் ஒரு டப்பா பாண்ட்ஸ் பவுடரை தேங்காய் எண்ணையில் குழைத்து அப்பி, கண் மையால் கண்கள் தீவிரமாக்கப் பட்டு, வாயில் சிவப்பு சாந்துப் பொட்டு தெளித்து... என அரை மணிநேரத்தில் உலகை அச்சுறுத்தும் பேய் ஒன்று ரெடியாகி பைக்கில் சென்டர் ஸ்டாண்ட் போட்டு அமர்ந்திருந்தது.

நான் எழுந்து போய் லைட் செட் பண்ணினேன். அந்த பெரிய ஆலமரத்தின் பின்னணியில் புகைமண்டலம் சூழ பேய் எழுந்தருள வேண்டும். அதுதான் முதல் காட்சி. கேமரா ஸ்டாண்டை எடுத்து செட் செய்து, கேமராவை அதில் பொருத்தி கோணங்கள் வைத்தாகிவிட்டது அப்போது மணி எட்டரை. எல்லாருக்கும் பசித்தது. குரியச்சனிடம் வண்டியைக் கொடுத்து ஒழுகினசேரியிலிருந்து புரோட்டாவும், சால்னாவும் வாங்கி வரச் சொன்னேன்.

படமாக்கப் போகும் காட்சியை ஒத்திகை பார்த்தோம். பேய் வேஷத்தில் சாண்டி அவனது தங்கை சந்தியாவைப் போலவே இருந்தது எனக்கு வியப்பளித்தது. பயல் நிறைய சொதப்பினான். அப்போதெல்லாம் மெமரி கார்டுகள் கிடையாது. இரண்டு குட்டி வீடியோ கேசட்டுகள் மாத்திரமே இருந்தன. எனக்குக் கோபம் வந்தது.

"எலேய் சாண்டி... கோம்பப் பெயல! இருட்டுக்குள்ள அதுவும் சில்லவுட்டுல நடிக்கிய ஒனக்கிட்ட நவரசமெல்லாம் கேக்கலை! இப்போ நீ போட்டுருக்கது பேய் வேசம்! காலையில கக்கூஸ் போவாதவம் மாதிரி மூஞ்சிய வச்சிக்கா அது போதும்! மூணு செக்கண்டு சீனுக்கு முப்பத்தியொரு ரீடேக்கு! நமக்குன்னு செவங்கள் வந்து சிக்குதுகள்?"

"சரிண்ணே! அப்புடியே செஞ்சிரலாம்!" என்றான் சாண்டி.

"ம்க்கும்! ஒருமாதிரி செஞ்சி மலத்திருவானுவோ!"

நான் மீண்டும் ஒரு ரீடேக் போகலாம் என்று சொல்லி லைட்டுகளை ஆன் செய்தேன். மணி ஆலமரத்தின் பின்பக்கம் அமர்ந்து தேங்காய்

மட்டைகளைக் கொளுத்தி புகை போட்டான். லைட் மூடும், ஸ்மோக் எஃபக்டும் ஒருவித திகிலை உருவாக்கியது. குரியச்சன் வந்து விட்டான். எல்லாருக்கும் பசித்ததால் சாப்பிட உட்கார்ந்தோம். சாண்டி பேய் வேஷம் கலைந்து விடாமல் சாப்பிடப் பட்ட கஷ்டத்தைப் பார்த்து சிரிப்பு வந்தது. அப்போதே மணி பத்து தாண்டி விட்டது. அந்த நள்ளிரவில் அந்த அத்துவானப் பிரதேசத்தில் ஒரு வவ்வால் கூட இல்லை. பூச்சிகளின் ரீங்காரம் வேறு ஒரு வித கிலியை உண்டாக்கி விட்டிருந்தது.

"ஷாட் ரெடி! ரோல் கேமரா!"

"கேமரா ரோலிங்!"

"ஆக்சன்!"

சாண்டி பேய் புகைமண்டலம் சூழ நடை பயின்றது. அப்போது 'கொல்லியாண்டோ குட்டியப்போ' என்றொரு ஊளைச்சத்தமும், குளத்தில் யாரோ ஒருவர் குதிக்கும் சப்தமும், மறுபக்கம் வயலுக்குள் ஒருவர் குதிக்கும் சப்தமும் கேட்டு பயந்து பதறிப் போய் லைட்டைத் தூக்கிக் கொண்டு ஓடிப் போய்ப் பார்த்தோம்.

வாட்ச்மேன் ஒருவர் வயலுக்குள்ளும், கூர்க்கா ஒருவர் குளத்துக்குள்ளும் கிடந்தார்கள். நான் அவர்களிடம், "என்னாச்சி அண்ணாச்சி?" என்று வினவவே ஒருவர் குளத்துக் கரையில் இருந்தும், ஒருவர் வயல் வரப்பு வழியாகவும் கரையேறி மேலே வந்து நடுங்கிக் கொண்டே வண்டியை எடுத்துக் கொண்டு ஓடினார்கள். நாங்கள் எவ்வளவோ சொல்லியும் கேட்கவில்லை.

நாங்கள் ஸ்பாட்டுக்குச் சென்று பார்த்தால் அங்கே கேமரா பின்மண்டை அடிக்க வீழ்ந்து தரையில் கிடந்தது. நாங்கள் அதிர்ச்சியில் அதைத் தட்டிவிட்டுவிட்டுப் போன காரியம் உரைத்தது. நல்லகாலமாக கேமரா உடையவில்லை.

கீழே விழுந்து பயந்து ஓடிப்போன ரெண்டு பேரும் மரத்துக்குப் பின்னால் நடந்து வந்து கொண்டிருந்த போது பேய் வேடம் தரித்து புகைமண்டலத்தில் மிதந்து நடித்துக் கொண்டிருந்த சாண்டியைக் கண்டு நிஜமான பேய் என்றெண்ணி பயந்து போய் ஓடியிருக்கிறார்கள்.

மீண்டும் படப்பிடிப்பு நடத்த விரும்பவில்லை. பேக்கப் செய்ய எத்தனித்த சற்று நேரத்துக்கெல்லாம் ஒரு போலீஸ் வண்டி வந்து எங்களை அள்ளிப் போட்டுக் கொண்டு காவல் நிலையத்துக்கு வந்தது. வேஷம் கலையாமல் வந்த சாண்டியைக் கண்டு ஒரு காவலர் பயந்து போனார்.

ஸ்டேசனுக்குள்ளே இரண்டு பேர் நனைந்து போய், போர்வையைப் போர்த்திக் கொண்டே நடுங்கிக் கொண்டிருந்தார்கள். எனக்குப் புரிந்து போனது வயலுக்குள் கிடந்ததும், குளத்துக்குள் மிதந்ததும் கூர்க்காவோ, வாட்ச் மேனோ அல்ல! போலீஸ்காரர்கள்தான்.

எஸ்.ஐ லத்தியோடு வரவேற்றார், "எலேய்! நடுராத்திரியில பேய் வேசம் போட்டு ஆளுவள பயங்காட்டுதிய இல்லியா? வாங்கல இங்க!"

நான் முன்னால் போய் நின்றேன், "சார்! அடிச்சிறாதீங்க! நாங்க காலேஜி ஸ்டுடண்ட்ஸ்! பேய்ப்படம் எடுத்துட்டிருக்கோம்!"

"பேய்ப்படமா? அதும் இன்னேரத்துக்கு? சுடுகாட்டுல சூட்டிங்கு இல்லியா?"

"இல்ல சார்... காலேஜி பிராஜெக்டு! ஓடனடியா சப்மிட் பண்ணணும்!"

"பொது இடங்கள்ள படப்புடிப்பு நடத்த லோக்கல் ஏரியா போலீஸ் ஸ்டேசன்ல பெர்மிசன் வாங்கணும்னு தெரியாதாடே?"

"தெரியாது சார்!"

என்று நான் பதிலளிக்க எஸ்.ஐ திரும்பி அங்கே நின்று கொண்டிருந்த சாண்டியிடம், "நீ அதுல போயி உக்காருடே! எனக்கே ஒருமாதிரி கெதக்குன்னு இருக்கு!" என்று சாண்டியைப் பார்த்து சொல்லிவிட்டு, நடுங்கிக் கொண்டிருந்த அந்த இரண்டு கான்ஸ்டபிள்களிடம் எஸ்.ஐ,

"நீங்க எதுக்குவே இன்னேரத்துக்கு அங்க போனீய?"

அதில் ஒருவரது வாய் தந்தியடித்தவாறே சொன்னார், "மா! மா!"

"என்னவோய்? யாருவே ஓமக்கு மாமா? ஏற்கனவே போலீஸ்காரனுவள ஊரு முச்சூடும் மாமான்னு சொல்லிக்கிட்டு திரியானுவ? நீரு வேற? ஓளராம சொல்லுவோய்!"

"அந்த மாயாண்டிப் பய கஞ்சா வி...வி... விக்காம்'னு தகவலு வந்திச்சில்லா சார்!"

"மாயாண்டி இன்னேரத்துக்கா கஞ்சாவ மூட்ட கெட்டிக்கிட்டு கொளத்தாங்கரையில விதூட்டு லாந்துகான்?"

"இ..இ...!"

"என்னவோய் ஈ ஈ ன்னு கெடந்து இளிக்கிரு?"

"இல்ல சார்! பே பே... பேயி!"

"இந்தா குத்துக்கல்லு மாதிரி உக்காந்துருக்குல்லா பேயி?"

என்று எஸ்.ஐ சொல்லவும் சாண்டி முகத்தில் ஈயாடவில்லை. நாங்கள் பயந்து போய் நின்று கொண்டிருந்தோம். அந்த கான்ஸ்டபிளுக்கு நடுக்கம் குறையாமல் தொடர்ந்தார்,

"இ.... இ.... இது இல்ல சார்! மா! மா!"

"மருவுடியும் என்னவோய் மாமா? நக்கலடிக்கிறா?" எஸ்.ஐ கடுப்பானார்.

"மரம் சார்ர்.... மரத்துமேல... தலகீழா...!"

"தலகீழா???"

"ஒண்ணு பாத்தோம் சார்!"

"என்னத்த பாத்திரு? ஒழுங்கா சொல்லும்!"

என எஸ்.ஐ அதட்டிக் கேட்கவே கூட இருந்த இன்னொரு கான்ஸ்டபிள் சொன்னார்,

"ஆமா சார்! உண்மதான்! நானும் எனக்க ரெண்டு கண்ணாலயும் பாத்தே சார்!"

"எதப் பாத்தியோ?"

"மரத்துமேல ஒரு பொம்பள தலகீழா தொங்கிட்டு இருந்தா சார்! இவனுவளுக்க லைட்டு வெளிச்சத்துல நாங்க ரெண்டு பேருமே பாத்தோம்!"

எங்களுக்குக் குழப்பமானது. எஸ்.ஐ. மீண்டும் கேட்டார், "மரத்துமேல யாரு நின்னா?"

"நிக்கலை சார்! தலைகீழா தொங்கிட்டிருந்திச்சி! ஒரு பொண்ணு சார்! நாங்க இந்தப் பயலைப் பாக்கவேயில்ல!"

என்று சாண்டியைக் கையை நீட்டினார்கள். நாங்கள் முதலில் கொஞ்சம் மிரண்டு போனோம். அவர்கள் சொன்னது எங்களுக்குப் புரியவில்லை.

'சாண்டியைப் பார்க்கவில்லையானால் இவர்கள் யாரைப் பார்த்திருப்பார்கள்?'

நாங்கள் திருதிருவென விழித்தோம். எஸ்.ஐ எங்களை வினோதமாகப் பார்த்தவாறே அந்த கான்ஸ்டபிள்களைப் பார்த்தார். அவர்களது உடல் நடுக்கம் இன்னமும் குறைந்திருக்கவில்லை. எஸ்.ஐ எங்களிடம்,

"அந்தக் கேமராவ வெளிய எடுங்கடே! பாக்கட்டும்! ஒரே கொழப்பமா இருக்கே!"

நான் ஒருவிதத்தயக்கத்தோடே கேமராவை எடுத்தேன். 'கடைசி டேக்கிலும் சாண்டிப் பயல் ஒழுங்காக நடித்திருக்கவில்லை! ஒரு ஷெட்யூலையே காலி பண்ணிட்டானே சேட்டன்?' என்று என் மனம் கல்லானது. கேமராவை ஆன் செய்து லாஸ்ட் வீடியோ கிளிப்பை ப்ளே செய்து எஸ்.ஐ.யிடம் கொடுத்தேன்.

பார்த்துக் கொண்டே இருந்தவரின் கண்கள் லேசாக விரிந்தன. சிறிது நேரத்தில் அவரது கண்கள் கொஞ்சம் கொஞ்சமாக சுருங்கி ஒரு கட்டத்தில் மனிதர் வெலவெலத்து ஆடிப் போய் உட்கார்ந்து விட்டார். படக்கென கேமராவைமேஜையில்வைத்துவிட்டுஎங்கள்அனைவரையும்மாறிமாறிப் பார்த்துவிட்டு தலையில் கைவைத்து குனிந்து கொண்டவர் சில நொடிகள் கழிந்து நடுங்கிக் கொண்டிருந்த அந்த ரெண்டு கான்ஸ்டபிள்களையும் ஏறிட்டு அவர்களிடம்,

"சார்! நீங்க ரெண்டு பேரும் வீட்டுக்குப் போங்க! மருந்து ஏதாச்சும் போட்டுகிட்டு ரெஸ்ட் எடுங்க! நாளைக்கி ஸ்டேசனுக்கு வராண்டாம்! நா இன்ஸ்பெக்டர்கிட்ட சொல்லிக்கிடுதேன்!"

என்றவாறே தன்னுடைய கையிலிருந்த மொபைல் ஃபோனை எடுத்து இன்ஸ்பெக்டருக்கு அழைத்தார். மறுமுனையில் ஃபோன் அட்டெண்ட் செய்யப் பட்டதும் எஸ்.ஜ,

"சார்! இங்க ஒரு பயங்கரமான பிரச்சினை! கொஞ்சம் ஸ்டேஷன் வரைக்கும் வர முடியுமா? கொஞ்சம் பசங்க சேர்ந்து தத்தியார்கொளத்தாங் கரையில எதையோ ஒரு உருவத்த படம் புடிச்சிட்டு வந்துருக்காங்க! ஒண்ணும் புரியவுமில்ல! நம்பவும் முடியல!"

மறுமுனையில் என்ன சொல்லப் பட்டதோ தெரியாது, எஸ்.ஜ போனில்,

"சரிங்க சார்! அவங்கள இங்கயே இருக்க சொல்றேன்!"

எங்களுக்கு மீண்டும் பயம் தொற்றிக் கொண்டு விட்டது. 'இங்கே என்ன நடக்கிறது? அந்த வீடியோவில் எஸ்.ஜ எதைப் பார்த்தார்?'

நான் அவரிடம் மெதுவாகக் கேட்டேன், "சார் அந்த வீடியோல என்ன இருக்கு சார்!"

அவர் என்னை மிரட்சியாகப் பார்க்கவே எங்களுக்கு ஆவலும், பயமும் தொற்றிக் கொண்டது. அவர் அந்தக் கேமராவையே பார்த்துக் கொண்டிருந்தார். சிறிது நேரத்தில் வெளியே போய் ஒரு சிகரெட்டைப் பற்ற வைத்தார். நாங்கள் மேஜையின் மீதிருந்த கேமராவையே பார்த்துக் கொண்டிருந்தோம். அந்த இரண்டு கான்ஸ்டபிள்களும் உடை மாற்றிக் கொண்டே எங்களைப் பார்த்தார்கள். மணி நள்ளிரவு இரண்டு ஆகிவிட்டிருந்தது. வெளியில் ஜீப் சத்தம் கேட்டது. நாங்கள் வெளியில் எட்டிப் பார்த்தோம்.

இன்ஸ்பெக்டர் வாங்கிய இடி

இன்ஸ்பெக்டர் வந்து நின்று கொண்டிருந்தார். எஸ்.ஐ பதட்டமாக அவரிடம் ஏதோ பேசிக் கொண்டிருந்தார். இரண்டு பேருமாய் உள்ளே நுழைந்தார்கள். இன்ஸ்பெக்டர் எங்களை ஒருமாதிரியாகப் பார்த்துக் கொண்டே போனார்.

'கடவுளே... அந்த வீடியோல என்ன இருக்கோ? நம்மள இன்னிக்கி ஒரு கை பாக்காம வுடமாட்டானுவோ? இங்கனேயே கெடந்து வெளஞ்சி வித்துக்காவாம இடி வாங்கிச்சாவப் போறோம்! அது மட்டுந்தான் தெரியி!' எனக்கு மனம் விட்டுப் போனது.

எஸ்.ஐ கேமராவை எடுத்துக் கொண்டு இன்ஸ்பெக்டரின் அறைக்குள் போனார். நாங்கள் நின்று கொண்டேயிருந்தோம். எங்களது கைகால்கள் நடுங்கத் துவங்கியிருந்தன. ஒரு சில வினாடிகள் கடந்த நிலையில் அறைக்குள்ளிருந்து ஒரு அலறல் சத்தம் கேட்டது. நான் ஓடினேன். அங்கே இன்ஸ்பெக்டர் முகம் வெளிறிப் போய் அதிர்ச்சியில் உறைந்திருந்தார். எஸ்.ஐ ஓடிப்போய் இன்ஸ்பெக்டர் குடிப்பதற்காய் தண்ணீர் எடுத்து வந்தார். இன்ஸ்பெக்டரின் உடல் குலுங்கியது. நான் ஓடிப்போய் கேமராவைக் கையில் எடுத்தேன்.

அந்த வீடியோவை ரீவைண்ட் செய்து ஓடவிட்டேன். எஸ்.ஐ என்னைத் தடுத்தார். நான் அவரிடம் மறுத்து அதை ப்ளே செய்யவே அந்த காட்சியில் சாண்டி லைட்டிங் வெளிச்சத்தில் புகை மண்டலத்தில் நடந்து வருகிறான். 'ஒரு பெர்ஃபக்ஷன் இல்லாத பயல்! நிஜத்தில் மலையாள மக்கள் நடிப்பிலும், அபிநயத்திலும் வல்லவர்கள். காதல் என்ற பெயரில் எங்கள்

ஜூனியர் ஓமனப்பிரியா என்னுடைய தொண்டைக் குழி வரைக்கும் வைத்தபோதுதான் மலையாளிகள் தங்களது இயல்பு வாழ்க்கையில் கூட நாடகத் தன்மையை அசாத்தியமாகக் கையாள்வதை நான் அறிந்து கொண்டிருந்தேன். மலையாளிகள் எப்போதுமே தேர்ந்த நடிகர்கள். டன் கணக்கில் பொய் சொல்வது அவர்களுக்கு புட்டும், பீஃப் கறியும் சாப்பிடுவது போலாகும்.

ஆனால் சாண்டி அந்த வகைமையை விட்டு வெளியில் கிடந்தான். அவனுக்கு நடிப்பு சுத்தமாக வரவில்லை. முப்பத்தி இரண்டாவது டேக்கிலும் வெளிமூலம் வந்தது போல நடந்து வந்து கொண்டிருந்தான் சாண்டி. இப்படி ஒரு அசுகம் உள்ள பேயை ஒரு இயக்குனராக ஒருநாளும் நான் கற்பனை செய்து பார்த்தே கிடையாது. பின்னணியில் மணி போட்ட புகையின் தன்மைக்கும் அந்த பேயின் நடவடிக்கைகளுக்கும் கொஞ்சமும் சம்மந்தமில்லை. அப்போதுதான் அந்த இரண்டு போலீஸ்காரர்களின் ஊளைச் சப்தம் வீடியோவின் பின்னணியில் கேட்டது.

"'யம்மயோவ்!"

அந்த சப்தம் கேட்டதும் நான் கேமராவை விட்டுவிட்டு ஓடுகிறேன். சாண்டியும் அவன் அணிந்திருந்த போதகரின் அங்கி போலிருந்த துணியை தொடை வரைக்கும் தூக்கி விட்டு மெதுவாக ஓடத் துவங்குகிறான். 'இவனை வைத்து ஷகிலா படசாயலில் வேண்டுமானால் ஏதாவது எடுக்கலாம்' என்றே தோன்றியது. அப்போதுதான் ஒன்றைக் கவனித்தேன். கேமராவை நாங்கள் யாரும் தட்டி விடவில்லை.

அந்த ஃப்ரேமில் அட்மாஸ்பியர் இருந்தது. அடுத்த சில நொடிகளில் அந்த ஆலமரத்தின் கிளையில் தலைகீழாக ஒரு அந்த பெண் உருவம் தரையில் இறங்கி கேமராவை நோக்கி வந்து ஒரு அமானுஷ்ய மந்திரச் சிரிப்போடு க்ளோஸ் அப்பில் வந்து நின்றது. அதன் பின்னர் கேமரா பின்னோக்கி விழுகிறது. அதன் பின்னர் எதுவும் பதிவாகவில்லை.

இதைக்கண்டு நான் நடுநடுங்கி நின்றேன். அந்த மொத்த ஸ்டேஷனும் அத்தனை நிசப்தமாக இருந்தது. அப்படி ஒரு பெண்ணால் தலைகீழாக அந்த ஆலவிழுதில் இறங்கி வரமுடியாது. இதை கண்கூடாகக் கண்ட இன்ஸ்பெக்டர் மயங்கிக் கிடந்தார். அப்போது திடீரென கரண்ட் கட்

ஆனது. சாண்டி கத்தினான். நான் சுற்றுமுற்றும் பார்த்தேன். இருட்டுக்குள் எதுவும் பிடிபடவில்லை. அந்த ஸ்டேஷன் செல்லுக்குள் கண்களுக்குப் புலப்படக்கூடிய அரைகுறை வெளிச்சத்தில் ஒரு உருவம் எழுந்து நின்றது.

அந்த உருவத்தைக் கண்ட சாண்டி அரண்டுபோய் கத்த நானும் அலறினேன். அதற்கு முன்னமே அந்த உருவமும் கத்தியது. ஏற்கனவே கலவரத்தில் இருந்த எஸ்.ஐ எங்களுடைய கதறலைக் கேட்டு ஓடிவந்து "என்னடே ஆச்சி?" என்று கேட்கவும் மின்சாரம் வரவும் சரியாக இருந்தது. நாங்கள் செல்லுக்குள் பார்க்க அங்கே ஒருவன் ஜட்டியோடு நின்று கொண்டிருந்தான். அவனது முகம் வெளிறிப் போயிருந்தது. அவன் ஏதோ முனகினான். எஸ்.ஐ அவனை நோக்கி முன்னேறிப் போய்,

"எதுக்குடே சத்தம் போடுகா?"

அவன், "சார் பொம்பள!"

எஸ்.ஐ கடுப்பில், "யாரல பொம்பள'ன்னு சொல்லுக?"

"இல்ல சார்! அங்க... ஒரு... பொம்பள...!"

"யாது பொம்பளயோ?"

"இங்கதா நின்னா சார்!"

"யாம்டே அவளுக்க கொண்டையயிம் அறுக்கப் போறியா?"

நான் எஸ்.ஐ'யிடம், "கொண்டையா? என்ன சார் சொல்லுகியோ?"

"இந்தா உள்ளுக்க கெடக்கியானே! இந்தப் பயலுக்க வீடு அரிப்புத் தெரு! தெருவுல அடிபம்புல தண்ணி எடுக்கதுல நடந்த தகராறுல இந்த நாயி பக்கத்து வீட்டுக்காரனுக்க பொண்டாட்டிக்க கொண்டைய அறுக்கப் போயிருக்கான்! அதாம் புடிச்சி உள்ள போட்டுருக்கு! தனக்க பொண்டாட்டிக்க கொண்டையத் தொட்டா கொதவளைய அறுத்துப் புடுவால்லா?"

"அவன எதுக்கு சார் ஜட்டியோட உட்டுருக்கு?"

"செல்லுக்குள்ள லுங்கியோட உட்டா செவம் கழுத்தி தூக்கு கீக்கு போட்டு செத்துட்டுன்னா நமக்குல்லா உபத்திரவம்?"

செல்லுக்குள் இருந்தவன் பயத்தில் நடுங்கியபடியே, "சார்! இப்ப கரண்டு போவச்சில அந்த பையம்மாருவ கூட ஒரு பொம்பளயிம் நின்னா சார்!"

எங்களுக்கு மீண்டும் பயம் வந்தது. 'இங்கயும் வந்துட்டாளா இறைவனே? இதுகளெல்லாஒரே பேயா? இல்லைன்னா வேற வேற பேய்களா?' எனக்குக் கடுமையான குழப்பம் ஏற்பட்டது. சாண்டி வேறு அந்த வீடியோக்களை இன்னும் பார்க்கவில்லை. பார்த்தால் செத்தான். ஸ்டேஷன் முழுவதையும் டெட்டால் விட்டுத்தான் கழுவ வேண்டும்.

எஸ்.ஜ அவனிடம், "பொம்பளையா? இங்கயா நின்னா? நீ வாய வச்சிக்கிட்டு சும்மா கெடலே! போலீஸ் ஸ்டேசனுக்குள்ள நட்டப்பாதிரில பொம்பள நிக்கான்னு சொல்லுக? எங்கள இழுத்து தெருவுல உடுகதுக்கா?"

"சார்! அது பேயி சார்! எங்கண்ணால கண்டேன்! வாயில ரத்தம் வடிஞ்சத இதே கண்ணாலதாங் கண்டேன்!"

அப்போது இன்ஸ்பெக்டர் அறைக்குள்ளிருந்து ஒரு கூக்குரல், அதுவும் ஒரு பெண்ணின் குரல். எஸ்,ஜ குழம்பிப் போய் ஏட்டைய்யாவைப் பார்த்து,

"ஓய் ஏட்டைய்யா! நீரு ஏற்கனமே ஒரு வான்கோழி! இன்ஸ்பெக்டர் ரூமுக்குள்ள எதையாவது சரக்குவள ஏத்திட்டீரா?"

ஏட்டைய்யாவுக்கு வெட்கம் தாளவில்லை. அப்போது உள்ளிருந்து மீண்டும் ஒரு பெண்ணின் குரல்.

"இக்பால்... இவிடே வராம்பற்றுவோ?"

எஸ்.ஜ கவலையடைந்தார், "சர்த்தான்! இன்னிக்கி விடிய விடிய அம்மங் கொடதாம் போலுக்கு!"

நாங்கள் குரல் வந்த திசை நோக்கி நடந்தோம். நான் சாண்டியின் உடையைப் பார்த்து,

"எலேய்! நீ இந்த பேய் வேசத்தக் கலைக்கபுடாதா? செவம் இப்புடியே கூட நடக்க?"

"எனக்கப் பேண்டும் சட்டயிம் கொளத்தாங் கரைல பைக்குலல்லா கெடக்கு?"

"இனி நம்ம அந்தப் பக்கம் இன்னேரத்துக்கு போறது சரியில்ல!"

"யாம்ணே?"

"அதுவொண்ணுமில்ல பேசாம வா!"

உள்ளே போய் பார்த்தால் இன்ஸ்பெக்டர் என்னைக் கண்டு வெட்கத்தில் நெளிந்தார். 'என்னடா இது கொடுமை?'

"இக்பால்! அவிட எந்தா நிப்பு? அருகிலோட்டு வா!"

நாங்கள் அதிர்ச்சியடைந்தோம். இன்ஸ்பெக்டர்தான் பெண்ணின் குரலில் பேசிக் கொண்டிருந்தார். ஏட்டையாவுக்கு சிரிப்பு பொத்துக் கொண்டு வந்தது.

"எதுக்குய்யா சிரிக்கீரு? அந்தாளுக்குப் பேய் புடிச்சிருக்கு! போதாக்கொறைக்கி இன்ஸ்பெக்டரு வேற? ஒரு மான மரியாதி இல்லாம பல்லக் காட்டுதீரு?"

என்று எஸ்.ஐ ஏட்டையாவைக் கடிந்து கொண்டார். இன்ஸ்பெக்டர் என்னிடம் காதலோடு,

"எடோ இக்பாலேட்டா! வள (வளையல்) எவிடயா?"

நான் திருதிரு'வென விழித்தேன். எனக்கு ஒன்றும் புரியவில்லை. நான் இன்ஸ்பெக்டரிடம்,

"இக்பாலா? யார சார் சொல்லுகிய?"

"நின்னத்தன்னடோ?"

"எனக்கு மனசுலாவலியே?"

"மனசிலாவும்! நினக்கு ஞான் பறயுன்னது ஈ பவுர்ணமியிட சேஷம் மாத்தரம் மனசிலாவும்!"

"ஙே...!"

எஸ்.ஐ இன்ஸ்பெக்டரிடம் ஒரு சிறிய பயத்துடனே, "சார்! ஒங்களுக்கு என்னாச்சி சார்?"

இன்ஸ்பெக்டர் வெடுக்கென தலையைத் திருப்பி எஸ்.ஐயிடம்,

"நீ போடா தெண்டி! ஞான் இவிடே ஸம்ஸாரிச்சோண்டிரிக்கியது கண்டில்லே? மண்டங்க்கோணாப்பி"

"ப்ர்ர்ர்ர்ர்ர்!"

ஏட்டைய்யா பொதீரெனச் சிரிக்க எஸ்.ஐ திரும்பி ஏட்டைய்யாவைப் பார்த்து முறைத்தார். ஏட்டு அமைதியே வடிவானார். இன்ஸ்பெக்டர் என்னிடம் திரும்பி,

"இக்பாலேட்டா! இனி நீ ஆ தரவாட்டினருகே போகல்லே! ஆ காலமாடி கல்யாணி நின்னையும் தீர்த்து களையும்!"

என்று சொல்லி ஒரு பெரும் சிரிப்பும், அதைத் தொடர்ந்த மிக நீண்ட சப்தத்தோடு ஒலித்த அழுகையும் கண்ணீரும் கண்டு நாங்கள் நடுநடுங்கி நின்றோம். அந்த நெடிய கண்ணீரின் முடிவில் இன்ஸ்பெக்டர் மயங்கித் தரையில் வீழ்ந்தார். நாங்கள் ஓடிப்போய் தூக்கினோம். ஏட்டைய்யா ஓடிப்போய் ஒரு பிளாஸ்க்கில் இருந்த நீரை எடுத்து இன்ஸ்பெக்டரின் முகத்தில் வீசியடிக்கவே இன்ஸ்பெக்டர் ஒரு அலறலோடு எந்திரிக்க எஸ்.ஐ கத்தினார்.

"வே ஏட்டைய்யா மயிறாண்டி! அது சுக்காப்பி ஓய்! இப்பத்தான் சூடாக்கி வச்சேன்!"

இன்ஸ்பெக்டரின் கதறல் நிற்கவில்லை. 'என்ன பாவம் செய்தாரோ?' அப்போது மணி அதிகாலை மூன்றரை. 'என்னடா அங்கிலியக் கூத்தா இருக்கே?' நாங்கள் செய்வதறியாது திகைத்தோம். அப்போதுதான் ஒருவிஷயத்தை கவனித்தேன். எங்களோடு இருந்த முருகு, மணி மற்றும் குரியச்சனைக் காணவில்லை. 'எங்கே போனான்கள்?' எனக்கு மொத்தமாக சோர்வாகிப் போனது. நானும் சாண்டியும் வாசலுக்கு வந்து தேடத் துவங்கினோம். ஸ்டேஷனின் பின்பக்கம் செடிகள் அடைந்து ஒரு வித அமானுஷ்யத் தன்மையை உருவாக்கியிருந்தன. அங்கே ஒரு பாழடைந்த கிணற்றின் துவளத்தில் நான்கு உருவங்கள் அமர்ந்திருந்தன. நான் திரும்பி தூரத்தில் நின்று கொண்டிருந்த சாண்டியை அழைத்தேன்,

"லே சாண்டி! இந்தா இருக்கானுவோ பாரு! ஓங்களுக்கு இங்க என்னடே பணி? பாண்டப் பயல்கள்!" என்றவாறே அவர்களை நோக்கி முன்னேறினேன். அப்போது அங்கிருந்த முக்காடிட்ட ஒரு உருவம் மாத்திரம் அந்த செடி அடைவில் புகுந்து மறைந்தது. எனக்கு வியப்பு. 'எங்க போவுது சனியன்?' அப்போதுதான் அந்த உருவம் ஒரு பெண்ணினுடையது என்று புரிந்தது.

"லேய் முருகு... மூதேவி! மூணு பேரும் இங்க என்னடே செய்யிறிய? ஓங்கள எங்கையெல்லா தேடுகது?"

முருகு என்னைத் திரும்பிப் பார்த்து, "நீ வேற யாம்ணே வெப்ராளத்த கெளப்புக? எங்க அப்பா எத்தன தடவ போனடிச்சாரோ தெரியல! மொபைல் போனு வேற அந்த கொளத்தாங்கரையில எனக்க பைக்குள்ள கெடக்கு! இனி காலையில வீட்டுல போயி செறதாங் கேட்டியா?"

"அதெல்லாஞ் சொல்லிக்கிடலாம்! நானே ஓங்கப்பாகிட்ட வந்து சொல்லுகேன் போதுமா?"

"அதானே பிரச்சனையே? எங்கூட்டுல ஓனக்க கூட சேரப்புடாதுன்னுல்லா சொல்லிருக்கு?"

"கிகிகி" சாண்டி சிரிக்க நான் சாண்டியை முறைத்தவாறே, "சரி சரி ஓங்கக் கூட இப்ப ஒரு பொட்டப்புள்ள இருந்திச்சில்லா அது யாரு? இந்த செடி மறைவுக்குள்ள போனா மாதிரி இருந்து????"

"நாங்க மூணு வேருந்தானே இருக்கோம்! அது யாரு பொட்டப்புள்ள? சொப்பனங் கிப்பனங் கண்டியாண்ணே நீ?"

எனக்கு சுகக்கேடு புரிந்து போனது. 'இது மத்ததுக்க வேலதாம்!'

"சரி! இந்த இருட்டுக்காத்த உக்காராண்டாம்! பூச்சி பொட்டுக கெடக்கும்! எந்திரிங்கல! இருக்க எடங்கொள்ளாம்?"

நான் அவர்களைக் கிளப்பினேன். குரியச்சன் என்னிடம், "அங்க வந்து என்னண்ணே செய்யப் போறோம்? நாங்க விடிய வரைக்கிம் இங்க இருக்கோம்! உள்ளுக்க போராடிக்கி!"

"ஏலேய்! நாம என்ன மாமியா ஊட்டுக்கு விருந்துக்கா வந்துருக்கோம்? பெர்மிஷனில்லாம ஷூட் பண்ணதுக்கு நம்மள புடிச்சி விசாரணைக்கி கொண்டு வந்துருக்கானுவோ!" நான் கோபித்துக் கொண்டேன்.

"போலீஸ்காரத் தம்மக்கார பெயலுவா? வேற வேல மயிரு கெடையாது இவுனுவளுக்கு? கொள்ளையடிக்கிய மந்திரிமாருவளுக்க குண்டிக்க பொறத்தால பொத்திகிட்டு பந்தோபஸ்துக்கு நிப்பானுவ! ரோட்டுல சும்ம கெடக்கவனுவாகிட்ட போயி நீட்டுவானுவ எட்டு மொழத்துக்கு? த்தூ!" என்று மணி சொல்லவும் பின் பக்கத்திலிருந்து ஒரு செருமல் சப்தம் கேட்டது. எஸ்.ஜ நின்று கொண்டிருந்தார். நான் சிரித்துக் கொண்டே,

"ஆங்! வாங்க சார்! ஓங்களப் பத்திதாம் பெருமிதமா பேசிக்கிட்டிருந்தோம்! ஹிஹி!"

"கோபப்படாதங்கடே தம்பியளா! நாங்க மந்திரிமாருவளுக்க பொறத்தால திரியது உண்மதாம்! எங்களுக்கு வேற போக்கடி இல்லியே! கழுத வேசம் போட்டாச்சி! ஓதச்சிதாம்டே ஆவணும்! இல்லைன்னா எங்கள சவுட்டிப் புடுவானுவா?"

"சார் ஏதோ தெரியாம....!"

"அதெல்லா ஒண்ணுமில்லடே! நீங்க வாங்க! காப்பி வாங்கியாந்து வச்சிருக்கு! குடிங்க!"

"சுக்காப்பியா சார்?"

"ஹாஹா! இல்லடே பால் காப்பிதான்! சுக்காப்பி இன்ஸ்பெக்டருக்கு மட்டுந்தான்!"

"அதாம் மூஞ்சோட குடுத்தேளே!"

"குடுத்தது செரிதாங் கேட்டியா தம்பி! ஏட்டையாவுக்கு என்ன கடுப்போ?"

"இப்ப இன்ஸ்பெக்டர் எப்புடியிருக்காரு?"

"மூஞ்சியில பர்னல் பூசி கெடத்திருக்கு! காலைல விடிஞ்சாதாந் தெரியும்! தோலு பொள்ளியிருக்கான்னு?"

ஆறு பேரும் நடந்து ஸ்டேஷன் வாசலுக்குள் நுழைந்தோம். ஏட்டையயா காபியை ஊற்றிப் பரிமாறினார். நான் எஸ்.ஐயிடம்,

"சார்! எங்க போனுகளெல்லாம் சூட்டிங் ஸ்பாட்டுல மாட்டிக்கிட்டு... நீங்களே எங்க வீடுகளுக்கு போன் பண்ணி சொல்லிட்டீங்கன்னா வீட்டுல அடி தப்பும்!"

"ஒவ்வொருத்தாரா நம்பர் சொல்லுங்கடே!" என்றவாறே ஸ்டேஷன் லேண்ட்லைன் போனைக் கையிலெடுத்தார் எஸ்.ஐ. நான் என் அப்பாவின் நம்பரைச் சொன்னேன். இரண்டு ரிங்குகள் போய்க் கட் ஆகி மூன்றாவது ரிங்கில் போனை அட்டென் செய்த அப்பா தூக்கக் கலக்கத்தில்,

"அலோவ்! யாரு இன்னேரத்துல?"

"சார்! நா கோட்டாரு ஸ்டேஷன் எஸ்.ஐ பேசுகேன்! உங்க மகன் ஸ்டேசன்லதா இருக்காப்டி!"

"என்ன விசியமா புடிச்சி உள்ள போட்டுருக்கீங்க?"

"அது வந்து... வந்து... ஒரு பொம்பள...! வீடியோவுல... கொளத்தாங்கரை ஆலமரத்துல??" என எஸ்.ஐ வாயாலேயே ஏர் உழுதார். எனக்குக் கோபம் தாங்கவில்லை.

'அடேய் எஸ். ஐ முண்டம்! ஒழுங்கா சொல்லித் தொலை! இப்பவா ஒனக்கு நாக்கு தண்டவாளத்து மேல ஏறணும்? ஒரு விஷயத்த ஒழுங்கா சொல்லத் தெரியலை? ஒனக்கெல்லா எவம்டே எஸ்.ஐ வேல குடுத்தான்?'

அப்பா பக்கத்தில் படுத்திருந்த அம்மாவை எழுப்பி, "எளா! ஒனக்க மொவேன் ஏதோ பொம்பளப் புள்ளைய கூட்டிக்கிட்டுப் போயி கொளத்தாங்கர ஆலமரத்துல போயி வீடியோ எடுத்துருக்காம்! போலீஸ் புடிச்சி லாக்கப்புல கெடக்கானாம்! எஸ்.ஐ லைனுல இருக்காம் பாத்துக்கா! என்ன சொல்லதுக்கு?"

அம்மா, "கேஸ போட்டு ரிமாண்ட் பண்ணச் சொல்லுங்க! செவம் ஜெயிலுக்குள்ள கெடந்துட்டு வரட்டும்... ஒரு பைனஞ்சி நாளு சல்லியம் இல்லாம இருக்கும்!"

இந்த சம்பாஷணைகளைக் கேட்ட எஸ்.ஐ என்னிடம் திரும்பி, "தம்பி ஒங்கூட்டுல நீ செல்லப் புள்ள போலுக்கு! அம்மாவும் அப்பாவும் மாறிமாறி அன்பப் பொழியிதாவளே?"

"ஹிஹி! ஆமா சார்! நம்ம கேரக்டர் அப்டி! ஐயாம் வெரி லவ்வபிள் கை இன் மை ஃபேமிலி!"

"த்தூ!"

என்றபடியே போனில் அப்பாவிடம் நடந்த விஷயங்களைக் குறித்து தெளிவாகச் சொன்னார்.

'இத மொதல்லயே சொல்லித் தொலைய வேண்டியதானே மூதேவி?' நான் வாடிப் போய் விட்டேன். கடைசியில் அப்பா எஸ்.ஐயிடம் எங்களை எப்போது வெளியில் விடுவீர்கள் என்று கேட்டதற்கு எஸ்.ஐ விடிந்தவுடன் விடுவதாகச் சொல்லிவிட்டுக் கட் பண்ணவும், நான் பதட்டமடைந்து எஸ்.ஐ யிடம்,

"சார்! விடிஞ்சவொடனே குளத்துல குளிக்க ஆட்கள் வந்துரும்! நல்ல காலத்துலயே கொஞ்சம் அசந்து ஒறங்குனா இடுப்புல கெட்டியிருக்குற கோமணத்த உருவிருவானுவோ! அங்கதா எங்க பைக்கு, செல்போனு, கேமரா ஸ்டாண்டு எல்லாங் கிடக்கு! பாத்து செய்ங்க சார்!"

என்றதும் எஸ்.ஐ என்னைக் கையமர்த்திவிட்டு அடுத்தடுத்த நம்பருக்கு டயல் செய்து பேச ஆரம்பித்தார். மற்ற எல்லார் வீட்டிலும் காரியங்கள் குறித்து ஒழுங்காக எடுத்துரைக்கப் பட்டதில் பயல்களுக்கும் நிம்மதி. அப்போது வரைக்கும் மணி, சாண்டி, முருகு மற்றும் குரியச்சனுக்கு அந்த வீடியோ மற்றும் அதில் வந்த பேய் குறித்து எதுவும் தெரியாது. தெரிந்தால் அவ்வளவுதான்... பிராஜக்டை விட்டு விலகி விடுவார்களாகையால் நானும் அவர்களிடம் எதுவும் சொல்லவில்லை. அப்போது மணி நாலே கால்.

திடீரென மீண்டும் இன்ஸ்பெக்டர் அறைக்குள்ளிருந்து ஒரு மிகப்பெரிய அலறல் சப்தம் கேட்டது. பயல்கள் பயந்து போனார்கள். சாண்டிக்கு முதல் சம்பவமே ஒழுங்காகப் புரியவில்லை. நாங்கள் எழுந்து இன்ஸ்பெக்டர் அறைக்குள் ஓடத் துவங்கினோம்.

ஆலவிழுதில் அரைஞாண்கொடி

அங்கு போய்ப் பார்த்தால் இன்ஸ்பெக்டர் கண்ணாடி முன்பாக நின்று கதறிக்கொண்டிருந்தார். அவரது முகம் தீய்ந்து போயிருந்தது. சிறிய கொப்புளங்கள் இருந்ததும், எரிச்சலும் சேர்ந்து அவரை குழப்பத்திற்கும், கேள்விக்கும் உள்ளாக்கியிருந்தன.

"யோவ் ஏட்டு! என்னய்யா ஆச்சி எனக்கு? மூஞ்சில என்னய்யா இது? இப்புடி எரியி? அய்யோ!"

ஏட்டைய்யா திருதிருவென விழித்தார். நான் இன்ஸ்பெக்டரிடம்,

"சார் அதுவந்து இந்தா நிக்காருல்லா ஏட்டைய்யா சார்? அவுரும் எஸ்.ஐ சாரும் சேந்து?"

இன்ஸ்பெக்டர் என்னிடம் திரும்பி, "சேந்து??? யாருடே நீ? ஆமா இது யாருடே கோமாளி?"

சாண்டிக்கு அவமானமாகப் போயிருக்க வேண்டும். தலையைக் குனிந்து கொண்டான். நான் அடுத்த வார்த்தை பேசுவதற்குள்ளாகவே ஏட்டைய்யா முந்திக் கொண்டு,

"சார்! என்ன சார்? ஓங்களுக்கு ராத்திரி நடந்த எதுவுமே ஓர்மையில்லையா?"

இன்ஸ்பெக்டர் கடுப்பில், "என்னைய்யா நடந்து?"

"சார்! நேத்து ஓங்க மேல மாடென் வந்துட்டாம் பாத்துக்கிடுங்க! இங்கன கெடந்து ஆராசன புடிச்சி ஆடி மறிஞ்சி, கும்பங் கோருவல என்னா?

மஞ்சக் குளிப்பு என்னா? எப்பப்பா ராமுச்சூடும் ஒரே பெகளம்? ஓங்கள புடிக்கியதுக்கு நாங்க பட்ட பாடும், மட்டையடியும் சொல்லி மாளாது போங்க!"

என்று அலுத்துக் கொண்டார். சலிக்காமல் ஏட்டைய்யா அடித்து விட்ட கப்சாவைக் கேட்டு எஸ்.ஐ மருண்டு போய்ப் பார்த்தார். இன்ஸ்பெக்டர் எஸ்.ஐயிடம்,

"யோவ்! இந்தாளு என்னத்தய்யா கெடந்து உருட்டுகாம்? ராத்திரியில நீயும் இங்கனத்தானே கெடந்த? அதுசரி ராத்திரி நா எப்புடி ஸ்டேசனுக்கு வந்தேன்? இப்போ மணி என்னாவுகு?"

என்று மணியைப் பார்த்தார். ஸ்டேஷன் கடிகாரம் மணி நான்கு இருபது என்று காட்டியது. இன்ஸ்பெக்டர் கேட்டவுடன் எஸ்.ஐ தடுமாறியபடியே,

"ஆமா சார்! ஏட்டைய்யா சொல்லுகது நெசந்தாங் கேட்டீளா? சுடுகாட்டுப்பாதை வழியா வந்தீகளோ என்னவோ? கூடவே நீங்க என்னத்தையோ கூட்டிக்கிட்டு வந்துட்டியன்னு நெனைக்கேன்!"

"என்னய்யா அளக்கிதீய ரெண்டு வேரும்? அந்த சிசிடிவி ஃப்ுட்டெஜுகள ஓட விடுங்க?"

ஏட்டைய்யா, "அது எப்புடி சார் முடியும்? நீங்கதானே நம்ம ஸ்டேசனுக்கு வரக்கூடிய ஆளுவள அடிச்சி பெண்டு கழத்துக்கத வீடியோ எடுக்கப் புடாதுன்னு சொல்லி கேமராவ கழத்தி வைக்கச் சொன்னிய? பொறவு எங்கனோடி இருந்து புட்டும் ஏஜியுங் கெடைக்கும்?"

இன்ஸ்பெக்டர் தலையிலடித்துக் கொண்டார். செல்லுக்குள் இருந்து ஒரு குரல் கேட்டது,

"சார்! விடியப் போகு! கக்கூஸ் போவணும்! ஒரு சுக்காப்பி கெடைக்குமா?

"இவெம் வேற வாய வச்சிக்கிட்டு சும்மா கேடக்க மாட்டாம்! யாம்னா ராத்திரி யானக்கறில்லா தின்னான்? விடிய வெள்ளனயே கொல்லக்கி போவுகதுக்கு? பேசாம கெடையாம்ல? சுக்காப்பி... சூக்காப்பின்னுகிட்டு?"

'சுக்காப்பி' என்ற வார்த்தையை கேட்டதும் இன்ஸ்பெக்டரின் முகம் மாறியது. மூக்கில் எதையோ சுவாசம் பிடித்து, சட்டையைத் தொட்டுப் பார்த்து விட்டு, முகத்தைச் சுழித்து,

"என்னைய்யா இது? சட்ட பிசுபிசுன்னு இருக்கு! சுக்காப்பி மணமடிக்கி? என்னய்யா நடந்திச்சி ராத்திரி? நா எப்புடி ஸ்டேசனுக்கு வந்தேன்?"

"அதாஞ் சொன்னம்லியா சார்? ஓங்க மேல ராத்திரிக்கி சொள்ளமாடன் வந்துட்டாம்! நீங்க கும்பமெடுத்து ஆடுனிய! சொல்லச் சொல்ல கேக்காம மஞ்சத் தண்ணீன்னு சொல்லி சுக்காப்பிய பிளாஸ்க்கோட எடுத்து மூஞ்சியில வீசியடிச்சிய?"

"என்னய்யா திரும்பத் திரும்ப சாமி, பேயின்னுக்கிட்டு கெடக்கிய? நா கிறிஸ்டீனுல்லா? எம்மேல எப்புடிய்யா சாமி வரும்?"

"சாமிக்கி யாது சார் சாதியும் மதமும்...? ஊர்ல வெளங்காதவம் யாருன்னு பாத்து அவனுக்க மேல ஏறிப்புடிக்கிம்!"

"இப்ப யாரைய்யா வெளங்காதவம்னு சொல்லுதீரு?" என்று இன்ஸ்பெக்டர் லேசாகச் சலம்பவே ஏட்டைய்யா லேசாகப் பம்மி,

"வெளங்காதவம்னாக்கா வேழத்தின் காதுகளை உடையவம்'னு அர்த்தம் சார்! வேழும்னா யானையின்னும் சொல்லுவாங்க! யானைத் தந்தமுன்னும் சொல்லுவாங்க சார்! பின்னே... சொள்ள மாடன் சூத்தையும் பீத்தையுமா இருக்கவுனுக்க பொடதியிலயா ஏறுவாம்? அவனுக்குன்னு ஒரு அந்தஸ்து இருக்குல்லா?"

என்று சமாளிக்கவும் இன்ஸ்பெக்டரின் முகத்தில் அப்படியொரு பெருமை.

"நானா சாமியாடுனெய்ன் ஏசப்பா?" இன்ஸ்பெக்டரால் நம்ப முடியவில்லை. எங்களுக்குப் பரபரப்பு தாளவில்லை. விடியும்முன் குளத்தின் கரைக்குப் போகவில்லையென்றால் எங்களுடைய பொருட்கள் அனைத்தும் எங்களுக்கில்லை. நான் எஸ்.ஐ யிடம் மெதுவாக,

"சார்! எங்களக் கொண்டு போயி லொக்கேசன்ல விடுவேளா? திங்க்ஸ் எல்லாம் அங்க கெடக்கு?"

இன்ஸ்பெக்டர் எங்களைத் தடுத்து, "நீங்க யாருடே? எதுக்கு ஸ்டேசன்ல நிக்கிதிய? என்ன ப்ராப்ளம்?"

'இங்கிலீசு கு...ணைக்கி ஒண்ணுங் கொறச்சலில்ல கோந்தன்?' என்று எண்ணிக் கொண்டே நான் விளக்க முற்படவே எஸ்.ஐ என்னை நிறுத்தி இன்ஸ்பெக்டரிடம்,

"சார்! நாஞ் சொல்லுகேன் சார்! தம்பி நீ அந்தக் கேமராவை எடுடே!" என்று என்னிடம் சொன்னார். நான் பயல்களை வெளியே இருக்கச் சொல்லிவிட்டு கேமராவை எடுத்துக் கொண்டு வந்து இன்ஸ்பெக்டரிடம் அந்தக் குறிப்பிட்ட கிளிப்பை ஓடவிட்டேன். அதைக் கண்ட இன்ஸ்பெக்டர் பீதியில் மீண்டும் மயங்கி பொத்தெனக் கீழே மல்லார்ந்தார்.

"இது இவனுக்குத் தேவையா சார்! சொல்லுவழி கேக்காத தறுதலையெல்லாம் இன்ஸ்பெக்டராகி நம்மஜட்டிய கிழிக்கியதுக்குன்னே வந்து சேந்துருக்கு பாத்தேளா?" என்று ஏட்டைய்யா எஸ்.ஐயிடம் சலம்ப எஸ்.ஐ,

"ஏட்டைய்யா! அது நம்ம இன்ஸ்பெக்டராக்கும்!"

"இன்ஸ்பெக்டரு கெடந்தாய்ன்! கு...ணயாங்கன் படுத்துருக்க சைச பாருங்கய்யா! நாந்திண்ணைய புடிச்சி நடக்கம்போ எனக்க குண்....?"

"ஏட்டைய்யா போதும்! சாருக்க காதுல வுழுந்துராம?"

"வுழுந்துட்டாமட்டும் நக்கிருவாரு? வார கோவத்துல மண்டைய அடிச்சிப் பொளந்துரலாம்னு தோணுகு! ச்சை! வேற சோலி புண்... இல்ல!"

எல்லாரை விடவும் சீனியரான ஏட்டைய்யா இன்ஸ்பெக்டரின் முகத்தில் தெளித்து எழுப்ப நீர் எடுக்கச் சென்றார். அப்போது செல்லுக்குள் கிடந்த கொண்டையறுப்பு முயற்சியாளர் ஏட்டைய்யாவிடம்,

"ஏட்டைய்யா! அந்த சுக்காப்பி?"

"தோல் சுருட்டு இருக்கு! பத்த வச்சி தாரன்! ஊதுகியாலே? தா...ளி...! மனுசன் அவனவன் தீப்புடிச்சி நிக்கிம்போதுதான் அவனுக்க கெழவியக் கெடந்த ஒரு சுக்காப்பிக் குடி?"

"கக்கூசுக்கு போவாண்டாமா ஏட்டைய்யா?"

"ஒரு காடாத்துக்கும் போவாண்டாம்! காலம்பற கோர்ட்டுக்குப் போவல்லா? போற வழியில பாத்துக்கிடலாம்!" என்று ஏட்டு சொல்லி வாய் மூடவில்லை செல்லுக்குள் இருந்து ஒரு ஒலி கேட்டது,

"டர்ரக்!"

வேறென்ன? ஏட்டைய்யாவுக்கு இன்ஸ்பெக்டரின் முகத்தில் தெளிக்க ஒரு சொம்பு தண்ணீரும், செல்லைக் கழுவி விட ஐந்து குடம் தண்ணீரும் கிணற்றிலிருந்து இறைக்க வேண்டி வந்தது.

"படுபாவிப்பயல் ராத்திரி என்ன மயித்த தின்னு தொலச்சானோ? கழுவுல தா...ளி!" என்று சொல்லி அந்த ஆசாமிக்கு இரண்டு எத்துகள் கொடுத்தார் எஸ்.ஐ. நாங்கள் இருந்த இருப்பைக் கண்டு எஸ்.ஐ எங்களிடம் வந்து,

"தம்பி ஆட்டோவுக்கு பைசா தந்தா போயிருவேளா?"

"ஐயோ வேண்டா சார்! நீங்களே ஒங்க ஜீப்புல கொண்டு போயி உட்டுருங்க! போலீசுன்னா கொஞ்சம் தைரியமா அந்த எடத்துக்குப் போவோம்!"

ஏட்டைய்யா இடைமறித்து, "தம்பியளா! போலீசும் மனுசனுவதாம்! உள்ள ஒரு பாடி கெடக்கு! ஓர்மையிருக்கா? பேயிக்கு எல்லா பெயலுவளும் ஒண்ணுதாம்! எங்களுக்கும் அடிச்சா வலிக்கிம் கேட்டீளா?"

"ஆமா எங்களுக்கு மாத்தரம் சரீரத்த தகரத்துல செஞ்சிருக்கு? அடிச்சா வலிக்காது? சொகமாயிருக்கிம்?"

குரல் வந்த திசையில் பார்த்தால் செல்லுக்குள் கிடந்த ஆத்துமாதான். தரையைக் கழுவிக்கொண்டே கம்மியூனிசம் பேசியிருக்கிறான். ஏட்டைய்யா கடுப்பில்,

"ஊரானுக்க பொண்டாட்டிமாறுவளுக்க கொண்டைய அறுக்கதுக்கு ஒடுனா ஒனக்கென்ன ஆஸ்கார் அவார்டா தரமுடியும்? கண்டார...ளி! பேசாம இரு! லாக் அப் டெத் ஆயிறாத ராஸ்கல்!" என்று கடுப்பானார் ஏட்டைய்யா.

நாங்கள் போய் ஜீப்பில் ஏறினோம். எஸ்.ஐ'தான் வண்டியோட்டினார். விடிவாரான சமயமாக கிழக்கு நீலம் பாயத் துவங்கியிருந்தது. இரவு முழுவதும் தூங்காததால் நான் லேசாகக் கண்ணயர்ந்தேன்.

நள்ளிரவு. அந்தக் குளத்தின் கரையில் எங்கள் வண்டிகளும், சாதனங்களும் போட்டது போட்ட படியே கிடக்கின்றன. எவனோ ஒரு வழிப்போக்கன் சைக்கிளில் வந்து கொண்டிருந்தான். அந்த ஆலமரமே ஒரு மிகப்பெரிய அமைதி நிறைந்த அச்சம் சூழ அசைந்தாடிக் கொண்டிருந்தது.

அந்த சைக்கிளை ஓரம் கட்டிவிட்டு ஒரு பீடியை எடுத்து வாயில் வைத்துப் பற்ற வைத்தான். அப்படியே லுங்கியைத் தூக்கி சிறுநீர் கழிக்க அமர்ந்தவன் தன்னுடைய வலது பக்கத்தில் எதுவோ இருப்பது கண்டு திரும்பிப் பார்த்து விட்டு எழுந்து ஆலமரத்தடியில் கொஞ்சம் பொருட்கள் இருப்பது கண்டு வந்து பார்க்கிறான்.

மூன்று பைக்குகள், இரண்டு பைகள், கேமரா பேக் மற்றும் லென்ஸ், ட்ரை பாட் ஆகியவை அங்கே இருந்தன. அவனுடைய முகத்தில் ஒருவித மகிழ்ச்சி. அவன் ஒவ்வொன்றாக எடுத்துச் சுருட்டுகிறான். எனக்குப் பேரதிர்ச்சி. எனக்கு வாயிலிருந்து வார்த்தைகள் வரவில்லை. ஆனாலும் கத்துகிறேன்.

"லேய்! திருட்டு நாய! கீழ வைல!"

அவன் காதில் வாங்கிக் கொள்ளவேயில்லை. அப்போதுதான் நான் ஒன்றைப் பார்த்தேன். ஆலமரத்தின் உச்சியில் ஒரு மிகப்பெரிய வெளிச்சம். அதிலிருந்து ஒரு உருவம் இறங்கி வருகிறது. அதுவும் தலைகீழாக... விழுதுகளின் வழியாக இறங்கிக் கொண்டிருந்தது. நான் திகைத்தேன்.

"எலேய்! பின்னாடி திரும்பிப் பாரு! பேயி வருகு... ஓடிரு!"

அவன் எதையும் காதில் வாங்கிக் கொள்ளவில்லை. எனக்கு ஒரு ஆறுதல்.

"சாவு கூய்மோன! களவா எடுக்க?"

அந்த உருவம் சற்றும் தாமதிக்காமல் அவன்மீது குதித்து அவனது தோள்களில் அமர்ந்து அவனது கழுத்தை வளைத்துப் பிடித்து ஒரே கடி.

இதைச் சற்றும் எதிர்பாராத அவன் நிலைகுலைந்து கீழே விழ 'அவள்' அவனிடம் எதுவோ சொல்லிவிட்டு, அவனது இடுப்பிலிருந்து ஒரு அரைஞாண் கயிறு போன்ற ஒன்றைப் பிடுங்கி ஒரு விழுதொன்றில் கட்டிவிட்டு, மீண்டும் தலைகீழாக அந்த விழுதுகளில் ஏறிச் செல்கிறாள். அவன் தரையில் கிடந்து துடித்து உருண்டு கொண்டிருந்தான். நான் கனவு கலைந்து அலறியடித்து ஒரு பெரும் சப்தத்தோடு எழும்ப எஸ்.ஐ தடுமாறி ஜீப்பை ஒரு பள்ளத்துக்குள் செலுத்தினார். நாங்கள் ஜீப்புக்குள் உருண்டோம்.

நல்லவேளையாக யாருக்கும் எந்தச் சேதமுமில்லை. ஜீப் ஒரு மரத்தின் மீது மோதி நின்றது. மெதுவாகவே சென்றதால் ஜீப்புக்கும் சேதாரம் பெரிதாகயில்லை. எஸ்.ஐக்கு மாத்திரம் ஸ்டியரிங்கில் போய் முட்டியதில் நெற்றியில் ஒரு கோடு கிடந்தது.

'இந்தப் போலீஸ் ஜீப்புகளுக்கு மாத்திரம் ஏன் சீட் பெல்ட் வைக்கவில்லையோ? இழவுடுப்பான்கள்!'

எனக்குக் கோபம் வந்தது. எஸ்.ஐக்கும் கடும் கோபம்,

"எதுக்குடே இப்பம் சத்தம் போட்டா? பூரா பேய் புடிச்சவம் மாரு! நானுந்தா ஓங்க கூட கெடந்து மாரடிச்சதுல ராமுச்சூடும் தூங்கலை? நானென்ன ஊளையிட்டுக்கிட்டா கெடக்கியென்? நீங்க தந்த பணியில ரெண்டு பீ.சி.மாரு ஆஸ்பத்திரியில கெடக்காணுவோ? ஒரு இன்ஸ்பெக்டரு பேச்சு மூச்சத்து மூலையில கெடக்காரு! எந்த நேரத்துலடே ஸ்டேசன்ல கால வச்சியோ?"

"நாங்க எங்க சார் கால வச்சோம்? நீங்கதாம் எங்க சூட்டிங்க கெடுத்து அள்ளிக்கிட்டு போனிய?" என்று முருகு சலம்பவே அதற்கு எஸ்.ஐ,

"ஆமா பெரிய டைரக்டரு பாலச்சந்தர்லா? மண்வாசனை பாகம் ரெண்டு எடுக்காணுவ?"

நான் சிரித்துக் கொண்டே, "சார்! மண் வாசனை படத்துக்க டைரக்டரு பாரதிராஜா! பாலச்சந்தர் இல்லை! ஹிஹிஹி!"

"பேசாம வாறியளா? திரும்பவும் ஸ்டேசனுக்குக் கொண்டோயி கவட்டைக்குள்ள லத்திய வுடணுமா?"

நாங்கள் அமைதியானோம். ஊர்க்காரர்கள் கூடி விட்டார்கள். அவர்களது உதவியோடு ஜீப் மேலே வந்தது. விடிந்து விட்டது. மீண்டும் ஒரு கிலோ மீட்டர் பயணித்து ஆலமரத்தின் அருகில் வந்தால் அங்கிருந்து ஒரு ஆம்புலன்ஸ் புறப்பட்டுப் போனது. அங்கே கொஞ்சம் ஆட்கள் நின்று கொண்டிருந்தார்கள். அவர்களது மத்தியில் சிறிய சலசலப்பு. எஸ்.ஐ போய் விசாரித்தார்,

"என்னவே இங்க ஒரு கூட்டு சேர்ந்து நிப்பு? ஏதும் காரியங்கள் உண்டா? ஆம்புலன்சுல யாரு போறா?

"ஜவஹர்லால் நேரு போறாரு? கூட போறீரா ஓய் வாச்சர?"

'என்னடா இது எஸ். ஐ'க்கு வந்த சோதனை?' என்று பார்த்தால் எஸ். ஐயின் மிக அருகாமையிலேயே கண்ணை இடுக்கிக் கொண்டு அந்த வார்த்தையைச் சொல்லியிருந்தார் ஒரு வயதான ஆசாமி. எஸ்.ஐ கோபத்தில்,

"ஓய் புட்டான்! என்னவே பரியாசம் அடிக்கீரு? உள்ளுக்கக் கொண்டோயி பொளக்கணுமா?"

"சார்! அவுருக்குக் கண்ணு எள்ளு போலத்தாந் தெரியிம்? ஓய் தாத்தா! இது எஸ்.ஐ? ஓமக்கக் கண்ணக் கொண்டு மண்ணுக்க வெட்டிப் பூத்த?"

என்று பக்கத்தில் நின்றிருந்த ஒருவர் சொன்னார். அதற்கு அந்தத் தாத்தா,

"என்னது? எஸ்.ஐ'யா? நானுங்கூட நம்ம மரக்கடை வாட்ச்மேனுன்னுலா நெனெச்சேன்? என்னைய மன்னிச்சி உட்டுருங்கய்யா? நா இனிமே கொளத்துல பொம்பளையளு குளிக்கியத செடிக்குள்ள குனிஞ்சி பாக்க மாட்டடம்யா!"

"ஓ! அந்த சோலி வேற உண்டுமா ஓமக்கு? கண்ணு தெரியாதுன்னு சொன்னீரு?"

"எட்டு மணிக்கி மேல கொஞ்சோல தெரியிம்யா?"

"சரி இப்பஞ் சொல்லும்! ஆம்புலன்சுல போறது யாரு?"

"அது நம்ம புதுக்கிராமம் பாக்கியநாதன் சார்! அவன பாம்பு கடிச்சி போட்டு அய்யா!

நான் இறங்கி ஓடிப்போய், "பாம்பா கடிச்சி? கழுத்துலதானே?" என்று கேட்கவும் அங்கிருந்த ஒருவர் திடுக்கிட்டு என்னிடம்,

"ஆமா தம்பி! ஒங்களுக்கெப்படித் தெரியிம்? நாங்களே பாம்பு எப்புடி கழுத்துல கடிச்சின்னு கொழப்பத்துல இருக்கோம்!"

"அய்யோ! அது பாம்பு இல்ல! பேயி! இந்த மரத்துலதானிருக்கு!" என்று நான் சொல்லவும் எஸ்.ஐ என்னை ஓரக்கண்களால் பார்த்தார். நான் எஸ்.ஐ யிடம் சொன்னேன்,

"சார்! நீங்க நம்பலைன்னா அந்த ஆளோட அரணாக்கொடி இங்க உள்ள ஒரு விழுதுல இருக்கான்னு பாருங்க!" என்றேன்.

ஆட்கள் தேடத்துவங்கிய அடுத்த பத்தாவது நிமிடத்தில் ஒருவர் சப்தம் போட்டு கூப்பிட்டு,

"சார்! அந்த அரணாக்கொடி இந்தா கெடக்கு சார்!"

எஸ்.ஐ உட்பட அத்தனை பேரும் மிரண்டு போய் நின்றார்கள். எனக்குத் தலை சுற்றியது.

கெஜக்கம்பனின் நெளிந்த தாயத்து

எஸ்.ஐயும் நானும் அந்த ஆளை நோக்கிச் சென்றோம். அவரது கையில் ஒரு சிறிய கயிறில் கட்டப்பட்ட தாயத்து ஒன்று இருந்தது. எஸ்.ஐ அதைக் கையில் வாங்கிப் பார்த்துவிட்டு,

"ஏலாசி கடுமையா நெளிஞ்சிருக்கு? பயல் பெரிய கம்பனா இருப்பாம் போலுக்கே?"

"ஆமா சார்! பாக்கியநாதனுக்கு மூணு பொண்டாட்டியளு உண்டும்! ஆளு பெரிய கோழி!" என்றார் கூட்டத்தில் நின்ற ஒருவர்.

"அதாங் கழுத்துல கடி வாங்கிருக்கான்!" என்றவாறே எஸ்.ஐ பாக்கெட்டிலிருந்து ஒரு கர்ச்சீப்பை எடுத்து அதில் அந்த தாயத்தை எடுத்துச் சுற்றிபொதிந்து மீண்டும் அதைப் பாக்கெட்டுக்குள் வைத்துக் கொண்டார். பக்கத்தில் நின்ற கிழவன் எஸ்.ஐயிடம்,

"சார்! அந்த ஏலாசிய நீங்க கொண்டோறியளே? பாக்கியநாதம் பெய வந்து எங்ககிட்ட கேட்டாம்னா நாங்க என்ன சொல்லுகதுக்கு?"

"உயிரோட வந்தாம்னா ஸ்டேசன்ல வந்து வாங்கிக்கிட சொல்லும் ஓய்! பெருசுக்கு ஓவர் மொளப்புத் தனம் இல்லியா?"

"இல்ல சார்! அது ஆபரணமுல்லா? எங்கூருக் காரனுவல்லா களவாண்டுட்டாவ்'ன்னு நெனப்பான்?"

"ஆமா பெரிய தங்கத்துல அடிச்சிப் போட்டுருக்காரு? இந்தப் பாசி புடிச்ச பித்தள மயித்த போட்டு நெளிச்சிக்கிட்டு அதையும் வந்து

கேப்பானாவோய்? நியாயமா அவனுக்க கருந்தாயத்த அத்து மரத்துல கெட்டிருக்கணும்? ஒடிஞ்சி கெடக்க ஓடமரத்துக்கு ஒம்பத்தேழு பொண்டாட்டியாமே?"

என்று எஸ்.ஐ ஜீப்பினருகே சென்று முன்பக்க பம்பர் உடைந்திருப்பதைக் கண்டு மனமுடைந்து போய் சொன்னார்,

"சை! ஏற்கனவே டிப்பாட்மெண்டு கெடக்க கெடையில இதுவேற? எஃப் சி காட்டாத வண்டியள நாங்க புடிச்சி ஸ்டேசனுக்காத்த போடுகொம்! இந்த செவமும் அங்கனக்குள்ளத்தா நிக்கி? இது என்ன வண்டி? என்ன கம்பெனி வண்டி? எவந் தயாரிச்சான்? அந்தக் கம்பெனி இப்ப இருக்கா இல்லியா? இந்த எழுவ ரோட்டுல ஓட்டலாமா ஓட்டப்புடாதா? ஒரு மையிரும் தெரியாது! ஊருல உள்ள வண்டிகளுக்க ஸ்பேர் பார்ட்ஸ் பூரா இதுக்குள்ளத்தான் இருக்கு? இனி இதக் கொண்டோயி எங்க ரிப்பேரு பண்ணுகதுன்னுதாந் தெரியல?"

என்று தலையிலடித்துக் கொண்டார். நான் அவரது அருகில் சென்று,

"நீங்க பாத்து பத்திரமா போங்க சார்! நாங்க சாயந்திரவாக்குல ஸ்டேசனுக்கு வாறோம்!"

திடுக்கிட்டுத் திரும்பிய எஸ்.ஐ என்னிடம், "எதுக்கு? கொஞ்சம்போல துடிச்சிக்கிட்டு கெடக்க இன்ஸ்பெக்டருக்க ஈரக்கொலைய உருவுகதுக்கா? போதும்டே ஒங்க சகவாசம்? நாம்போறேன்!" என்றவாறே ஜீப்பில் ஏறி திரும்பிப் பார்க்காமல் கரடு முரடான சாலையிலும் கூட எண்பது கிலோமீட்டர் வேகத்தில் வண்டியைச் செலுத்தினார்.

"இம்மாதிரி எத்தர பயலுவள நாம் பாத்துருப்பேன்! எஸ்.ஐன்னா பெரிய கு...ணையா? அவனும் வாச்சிமேனுதான? ஊரக் காவ காக்கிய பணி? நம்ம சக்கரத்துலத்தானே சம்பளம் வாங்கியான்? அவனக் கண்டு நா என்ன மயித்துக்குலே பயறணும்? இனி இந்தப் பக்கம் வந்தாம்னா தாயளி மவன வெட்டிப்புடுவெம் பாத்துக்கா!"

என்று கிழவன் கம்பு சுத்திச் சலம்ப, நான் அவரிடம் போய், "ஓய் பாட்டா! ஒமக்க வயசு எத்தன?"

"எம்பது! யாம்போ கேக்கிய?"

"அடுத்த வருஷம் இதே நாள்ல ஓமக்கு வருசந் தெவச்சி, கல்லறைக்கி வெள்ள அடிச்சி மொத ஆண்டு எடுக்கணுமா?"

என்று கேட்டவுடன் கிழவன் மறுவார்த்தை பேசாமல் திரும்பி நடக்கவே, நாங்கள் எங்கள் பொருட்களை அள்ளிச் சுருட்டிக் கொண்டு பைக்கை உதைத்துக் கிளம்பினோம். இரவு முழுவதும் ஒரு கனவு போலவே இருக்க எனக்குத் தூக்கம் கண்ணைத் தட்டியது. பயல்கள் நான்கு பேரையும் அவரவர் வீட்டுக்கு அனுப்பிவிட்டு நானும் வீடு வந்து சேர்ந்தேன். அம்மா செடிகளுக்குத் தண்ணீர் ஊற்றிக் கொண்டிருந்தாள். அப்பா பேப்பர் படித்துக் கொண்டிருந்தார். நான் காம்பவுண்டுக்குள் நுழைந்து பைக்கை ஸ்டாண்ட் போட்டுவிட்டு வீட்டுக்குள் நுழைந்தேன்.

அம்மா அப்பாவிடம், "பறக்க பட்டத்த புடிப்பாரில்ல! அத்துட்டுப் போன பட்டத்த தேடுவாரில்ல! எப்பம் போன நாயி இப்ப வந்துருக்கு? அப்புடியே ஸ்டேசன்ல இருந்து ஜெயிலுக்குள்ள தூக்கிப் போடுவானுவன்னு பாத்தா செவத்த அவுத்து வுட்டுருக்கு?"

அப்பா, "நீ சும்ம கெடந்து சொறியாதளா! இப்பத்தானே வந்துருக்கான்! கொஞ்ச கழிச்சி கேப்போம்!"

"கொஞ்சங்கழிச்சின்னா? ஒரு நாலஞ்சி மாசம் கழிச்சி கேப்பமா? எல்லாம் நீங்க வச்சி குடுக்க எடம்! இந்த ரெண்டு பெயலுகளாலயும் என்னென்னவெல்லாம் அனுவிக்கணுமோ?" என்று அம்மா கூச்சல் போட்டாள்.

நான் எதையும் காதில் வாங்கிக் கொள்ளவில்லை. அப்பா என்னிடம் வந்து,

"என்னடே! எங்கயோ ஷாட் பிலிம் சூட் பண்ணப் போறம்னு சொல்லிக்கிட்டு போயி ராமுழுக்க போலீஸ் ஸ்டேசன்ல படுத்துக் கெடந்துகிட்டு வந்துருக்க? என்னடே நடத்துகே? ஒண்ணும் சொல்லிக்கிடுகது மாதிரி இல்ல கேட்டியா?"

நான் கேமராவைக் கழற்றி பேட்டரியை எடுத்து சார்ஜில் போட்டேன். அப்பா மீண்டும் என்னிடம்,

"எலேய்.. நாந்தாங் கேக்கம்லா? ராத்திரி என்னடே நடந்து?"

நான் கம்பியூட்டரை ஆன் செய்து கேமராவில் கேசட்டை ரிவைண்ட் செய்து 'கேப்சரிங்' போட்டு அந்தக் கிளிப்புகளைக் கம்பியூட்டரில் காப்பி செய்யத்துவங்கினேன். அப்பா என் பக்கத்தில் நின்று கொண்டு நான் செய்து கொண்டிருந்த வேலைகளை அமைதியாகப் பார்த்துக் கொண்டிருந்தார்.

"ஒரு மனுசங் கெடந்து கம்பாக் களியிதானே? வாயத் தொறக்கானா பாத்தேளா? எங்கல போய் வம்பு வளத்த? போலீசுக்காரனுவகிட்ட போயி மாத்து வாங்கிட்டு வந்தா வெளங்குகதுக்கா?"

என்றவாறே அம்மாஉள்ளே நுழைந்தாள். அப்பா அம்மாவைக் கையமர்த்தி,

"செத்த சும்மாயிருளா! என்னவோ செய்யான்? என்ன செய்யாம்னு பாக்கட்டு!"

இருவரும் என்னுடைய பின்பக்கம் நின்று கொண்டார்கள். அத்தனைக் வீடியோ கிளிப்புகளும் கேப்சர் ஆனபின்னர் நான் அந்தக் குறிப்பிட்ட இடத்தில் வீடியோவை ஓடவிட்டேன். புகைமண்டலத்தில் இருந்து ஒரு உருவம் நடந்து வருகிறது. அம்மா கேட்டாள்,

"எலேய்! இது அந்த சாண்டிப் பெயலுக்க அம்மையில்லா? அவள அன்னேரத்துக்கு அங்க எதுக்குடே கூட்டிக்கிட்டு போன?"

நான் கத்தினேன், "ஏம்மா! இது சாண்டிதாம்மா! அவனுக்குப் பேய் வேஷம் போட்டுருக்கு! அவனுக்க அம்மையில்ல இது!"

"ரெண்டும் ஒண்ணுதாம்!" என்று சொல்ல,

"கொஞ்ச நேரம் வாய மூடிக்கிட்டு இரு!" என்றார் அப்பா.

"ம்க்கும்! எப்படான்னு இருப்பானுவ.. அப்பனும் மவனும்... நம்ம எதுவாது சொல்லிட்டா ஒடனே ஒத்து சேந்துகிட்டு ஊதுவானுவா!"

அந்தக் கிளிப் தொடர்ந்து ஓடியது. ஆனால் நேற்றிரவு நாங்கள் பார்த்த காட்சி மட்டும் வரவேயில்லை. அதில் வந்த பேயும் அதில் இல்லை. நான் எல்லா கிளிப்புகளையும் ஓடவிட்டுப் பார்த்தேன். எதிலுமே அந்த பேய் வரும் காட்சி இல்லை. நான் மிரண்டு போய்,

"எப்பா! நாங்க இந்த வீடியோ சூட் பண்ணும்போது அந்தப் பொம்பள மரத்துலேர்ந்து தலகிழா ஏறங்கி நடந்து வந்தாப்பா! நா என் கண்ணால பாத்தேம்ப்பா!"

"தொடங்கிட்டான்! இவனுக்கு நம்ம வீட்டுல யாராவது ஒருத்தர் பேய் பயத்துல நெஞ்சி வெடிச்சி சாவணும்! இல்லாத ஒண்ண இவனே விளிச்சி வரத்திருவாம் போலுக்கே?"

அம்மா கடுப்பானாள். அப்பா எதுவும் பேசவில்லை. வெளியில் காலிங் பெல் அடிக்கும் சப்தம் கேட்டது. அம்மா சென்று பார்த்தாள். அங்கே முருகும், சாண்டியும் நின்று கொண்டிருந்தார்கள். அம்மா அவர்களிடம்,

"எடே! நீங்க ரெண்டு பெரும் இவங்கூட சேந்தியன்னா ஒங்களுக்கு வாழக்கையில இண்டேற்றம் கெடயாது கேட்டுக்காங்க! ஒங்களையும் படிக்க வுடாம ஆக்கிறாம? நா அவ்வளவுதாஞ் சொல்லுவேன்!" என்றாள். அவர்கள் இரண்டு பேரும் ரூமுக்குள் வந்தார்கள். நான் அவர்களிடம்,

"லே சாண்டி! நேத்து ராத்திரி நாம பாத்தாம்லா! அந்தப் பேயி இந்த ஒரு வீடியோ கிளிப்புலேயும் இல்ல!"

"நாம பாத்தமா? எதப் பாத்தோம்? பேயா?" என்றான் சாண்டி.

அப்போதுதான் ஒரு விஷயம் உறைத்தது. அந்த குறிப்பிட்ட வீடியோவை நானும் ஸ்டேசனிலுள்ள எஸ்.ஐ மற்றும் இன்ஸ்பெக்டர் மட்டுமே பார்த்திருந்தோம். அதைப் பார்த்தால் பயந்து போவார்கள் என்பதால் சாண்டி, முருகு, குரியச்சன் மற்றும் மணி ஆகிய நால்வருக்கும் நாங்கள் அந்தக் வீடியோவைக் காட்டியிருக்கவில்லை. நான் மீண்டும் சாண்டியிடம்,

"எலேய்! நேத்து கூட எஸ்.ஐயும், இன்ஸ்பெக்டரும் கூட ஒரு வீடியோவப் பாத்து பயந்தானுவல்லா?"

"அது எனக்க கெட் அப்பையும், பெர்பார்மன்சையும் பாத்துத்தானே பயந்தானுவா? இதுல என்ன சந்தேகம்?" என்று சாண்டி நாய் கொஞ்சம் கூட கூச்சமில்லாமல் சொன்னது.

"கொஞ்சங் கூட நாணமோ, மனசாட்சியோ இல்லியாலே ஒனக்கு? எதுலே கெட் அப்பு, பெர்பார்மன்சு? செவமே?"

எனக்குக் கடுமையான கோபம். சாண்டி ஒன்றுமே பேசவில்லை. அப்பாவும், அம்மாவும் என்னை ஒரு நாயைப் பார்ப்பது போலப் பார்த்துவிட்டுப் போனார்கள். நானும் எதுவும் பேசவில்லை. முருகு என்னிடம் மெதுவாக,

"எண்ணே! எச்.ஓ.டி கூப்புட்டுருந்தாரு! பிராஜெக்ட நாளக் கழிச்சி முழுசும் முடிச்சிக் குடுத்தாத்தான் நமக்கு அட்டெண்டென்ஸ் போடுவாராம்! இல்லைன்னா ஆப்செண்ட்'னு சொன்னாரு!"

"எச்சோடி கெடந்தான்! நாம் படுக பாடு அந்த நாயிக்கி என்னத்தத் தெரியிம்?"

"அவுரு சொன்னத சொன்னம்ணே!"

"தா..ளியளா நேத்து நாங்க பாத்த வீடியோவ ஓங்களுக்கும் காட்டிருக்கணும்ல! இன்னிக்கி முழுக்க எந்திரிச்சி நடமாடியிருக்க மாட்டிய! இன்ஸ்பெக்டரு கெடந்த கெடைக்கி நீங்க எம்மாத்தரம்?"

என்று எனக்குக் கோபத்தை அடக்க முடியவில்லை. அதே நேரத்தில் ப்ராஜெக்ட் குறித்த சங்கடமும், அதை முடிக்க முடியாமல் போய்விடுமோ என்ற அச்சமும் எழுந்தது. அப்போது குரியச்சன் சொன்னான்,

"எண்ணே! பேசாம ஸ்கிரிப்டுல இருக்கற இண்டோர்'ல நடக்குற போர்ஷன்செல்லாம் இப்ப சூட் பண்ணிறலாம்! என்ன சொல்லுகியோ?"

எனக்கும் அதுவொரு பிரியல்லியண்ட் ஐடியாவாகவே தோன்றியது. ஓகே! கேமரா பேட்டரி ஓரளவுக்கு சார்ஜ் ஆகியிருந்தது. எந்தக் காட்சியை படம்பிடிக்கலாம் என்று யோசித்தபோது அந்தக் கதையிலுள்ள ஒரு கதாபாத்திரம் தூக்கு போடும் காட்சியைப் படமாக்கலாமென்று முடிவாகியது. எங்கள் வீட்டின் படுக்கையயையறையிலேயே முடித்துவிடலாமென்று அங்குள்ள சாதனங்களை அப்புறப் படுத்தி ஒரு அட்மாஸ்பியரை உருவாக்கினோம். இடையிடையே அம்மா அந்த அறையைக் கடந்து போனாள். திடீரென்று நின்றவளுக்கு ஆச்சர்யம்,

"என்னடே ரூமெல்லாங் கிளீன் பண்ண மாதிரி இருக்கே? ஒட்டடை அடிக்கப் போறீயளா? இப்புடியெல்லாம் வீட்டு வேலைகளைச் செய்தா நானெதுக்குப்பா ஓங்கள ஏசப்போறேன்?"

நான் தலையிலடித்துக் கொண்டேன். "போம்மா! போயி மூணு பேருக்கும் கொஞ்சம் காப்பி போட்டு கொண்டாறியா? புண்ணியமாப் போவும்?"

"இந்தா வாரேன்!" என்று சொல்லிவிட்டு அம்மா சமையல்கட்டுக்குள் நுழைந்தாள்.

"என்னே! ஒங்கம்மா பாவம் கேட்டேளா?" என்று சொன்ன சாண்டியை நான் முறைத்தவாறே, "இதப் போயி எங்கப்பாகிட்ட சொல்லிறாத! வாயிலயே சவுட்டிருவாரு!" என்றேன்.

வீட்டின் பின்பக்கம் போய் கிணற்றில் நீர் இறைக்கும் வாளியின் கயிறை எடுத்து வந்து படுக்கையைக் கொக்கியொன்றில் மாட்டி தூக்குச் சுருக்கைக் கட்டினோம். முருகு அதனுள் தலையை விட்டுப் பார்த்து,

"எனக்கத் தலைக்கிக் கரெக்டா இருக்கு கேட்டீளா?" என்றான்.

"அடப்பாவிப் பயக்களா! இப்ப எதுக்குலே தூக்குல தொங்கப் போறிய? நாந்தா மொதல்லயே ஒங்ககிட்ட சொன்னம்லா இவங்கூட சாவகாசம் வைக்காதீங்கன்னு? இப்பப் பாத்தேளா? கொல்லத் துணிஞ்சிட்டானே?"

என்று காப்பி டம்ளரும் கையுமாக அம்மா வந்து வாசலில் நின்று சொல்ல, முருகும், சாண்டியும் சப்தமாகச் சிரித்தார்கள். எனக்கோ ஆகப் பெரிய சோகம் எழுந்தது.

"எம்மாவ்! நாங்க ப்ராஜெக்ட் வீடியோ சூட் பண்ணுகோம்மா! நல்லாருப்ப... காப்பிய அதுல வச்சிட்டு போம்மா!" என்றேன்.

"என்னவோப்பா! ஊராம் பெத்த புள்ளையள இங்க வச்சி கெட்டி தூக்கிறாத! சாண்டிக்க அம்மையெல்லா தங்கமான ஆளாக்கும்! அவளுக்கு நாம என்ன பதில் சொல்லுகது?"

என்றவாறே அம்மா காப்பித் தட்டைக் கொண்டு வந்து வைக்க நான் அம்மாவை முறைத்தேன்.

'சை! இப்புடியொரு கூழுட்ட அம்மைய பெத்துட்டனே?' எனக்குள் மீண்டும் சோகம். எல்லோரு தயாரானோம்.

முருகுவின் கழுத்தில் தூக்குக் கயிறு மாட்டப்பட்டது. கேமரா தரையில் வைத்து டவுன் ஃப்ரேமில் கழுத்து இறுகுவதை ஒரு வைட் ஷாட்டாக எடுத்துக் கொண்டு, கண்கள் விரிவது, நாக்கு தள்ளுவது மற்றும் கால்கள் துடிப்பதை வேறு வேறு ஷாட்களாகப் படமாக்கிக் கொள்ளலாம் என்று முடிவு செய்திருந்தோம். முருகு தரையில்தான் நின்று கொண்டிருந்தான். கேமரா ஆங்கிள் அவனது இடுப்புக்கு மேல் இருந்தது.

நான், "ஓகே! ஷாட் ரெடி!"

சாண்டி, "கேமரா ஆன்!"

"ரோல் கேமரா!"

"கேமரா ரோலிங்!"

"ஆக்ஷன்!"

கேமரா ஓடத்துவங்கியது. சாண்டி ஃபோக்கசில் கவனம் செலுத்தினான். நான் எல்.சி.டி யில் விஷுவல் பார்த்துக் கொண்டிருந்தேன். கயிறு அவனது கழுத்தை இறுக்குகிறது. அவனது உடல் கொஞ்சம் கொஞ்சமாக மேலே செல்கிறது. முருகு அற்புதமாக நடித்துக் கொண்டிருந்தான். எனக்குப் புல்லரித்தது.

'இந்தச் சாண்டிப் பயலும் இருக்கானே? கோம்பையன்! நடிப்புன்னா இப்புடி இருக்கணும்!' என்று எண்ணிக்கொண்டே முருகுவின் கால்களைப் பார்த்தேன். அது தரையிலிருந்து ஒரு அடி உயரத்தில் இருந்தது. திடுக்கிட்டு மேலே பார்த்தால் முருகுவின் நாக்கு வெளியில் தள்ளி கடைவாயில் ரத்தம் வடிந்து கொண்டிருந்தது.

"அய்யோ!" என்று நான் பதறி எழுந்தேன்.

கோலாகலக் கோபாலன்

முருகுவின் கண்கள் உருண்டு, வெளியில் தள்ளிய நாக்கைக் கடித்ததில் கடைவாய் வழியாக ரத்தம் வழிய அவனது அந்தக் கோலத்தைக் கண்டு நான் அரண்டு போய் செய்வதறியாது திகைத்தேன். சாண்டி ஒருகணம் திகைத்து அந்தரத்தில் துடித்த முருகுவின் கால்களைத் தாங்கிப் பிடித்துக் கொண்டான். நான் அவசர அவசரமாக அவனது கழுத்தை இறுக்கியிருந்த கயிற்றைத் தளர்த்த முயன்றேன். கழுத்துக்குள் என்னால் விரல்களை விடமுடியவில்லை. அத்தனை இறுக்கம்! பயல் துடித்துக் கொண்டிருந்தான்.

நான் விடவில்லை. என்னுடைய அத்தனை பலத்தையும் திரட்டி அந்தச் சுருக்கை விடுவித்தேன். கிட்டத்தட்ட செத்திருந்தான் முருகு. அவனை மெதுவாக இறக்கி ஓரமாகக் கிடந்த கட்டிலில் கொண்டு போய்க் கிடத்தினோம். சாண்டிக்கு 'அங்கே என்ன நடந்தது' என்பதே புரியாமல் அரண்டு போய் நின்றான். அவனது கண்கள் நிலை கொள்ளவில்லை. நான் முருகுவைப் பார்த்தேன். கண்களைத் திறக்கவில்லை. மெதுவாக அவனது மூக்கில் கைவைத்துப் பார்த்தேன். நல்லவேளையாகப் பஞ்சு வைக்க வேண்டிய சூழல் இல்லை. மூச்சு வந்தது.

திடீரென நாங்கள் எதிர்பாராத விதமாக எழுந்து உட்கார்ந்து கொண்டு தொண்டையைப் பலமாகச் செருமிய படி திருதிருவென விழித்தான். அவனது முகத்தில் அப்படியொரு பயம்.

"அண்ணே... அண்ணே! அங்க பாருங்க! அந்தா நிக்கால்லா... அவதான் எனக்கக் கழுத்த இறுக்கிட்டா!"

என்று சப்தம் போட்டான். அவன் கைகாட்டிய திசையில் யாருமில்லை. நாங்கள் ஒரு சிறிய அச்சத்தோடு முருகுவைக் கூட்டிக் கொண்டு அந்த அறையை விட்டு வெளியேறினோம். கேமரா ரெக்கார்டிங்கிலிருந்தது. அம்மாவும் அப்பாவும் முன்வாசலில் உட்கார்ந்து பேசிக் கொண்டிருந்தார்கள். அம்மா என்னிடம்,

"என்னப்போ... சூட்டிங்லாம் நல்ல படியா முடிஞ்சா?"

நான் ஒன்றும் பதில் பேசவில்லை. கடைவாயில் ரத்தம் வழிய நின்றுகொண்டிருந்த முருகுவைக் கண்டு அம்மா திடுக்கிட்டு,

"என்னடே முருகு? புதுசா வெத்தல போடுக பழக்கம்? நாஞ்சொன்னம்லா இந்தப் பயல்கூட சேராதீங்கன்னு! ஒவ்வொண்ணா படிச்சித் தருவான்! மொதல்ல வெத்தலை, அப்புறம் பான் பராக்கு, கஞ்சான்னு தெருவோட போயிறாதீங்க?"

எனக்குக் கோபமான கோபம். "ஏம்மா உள்ள என்ன நடந்துன்னு தெரியாம ஔறாத!"

"என்ன புதுசா ஒரு பேய்க்கத வச்சிருக்கியா? போதும்டே ஔனக்கக் கதயளு? காது குடுத்துக் கேக்க முடியலை!"

'முட்டாள்களுக்குப் பட்டால்தான் தெரியும்!' என்று நாங்கள் அங்கிருந்து வெளியேறி கடைத்தெருவுக்கு வந்து நின்றோம். நான் ஒரு சிகரெட்டை வாங்கிப் பற்ற வைத்தேன். கடைக்கார நாகேந்திரன் அண்ணன் என்னிடம் கேட்டார்,

"என்னடே தம்பி... பால்காரக் கோவாலன அடிச்சிக் கெடத்திட்டிய போலுக்கு?"

"என்னண்ணே சொல்லுதிய?"

"அவுக அப்பா செல்லமுத்து நேத்தக்கி நம்ம கடக்கி டீ குடிக்க வந்தாக்குல சொன்னாரு! ஆறேழு மாசத்துக்கு முந்தி ஒருநாளு ஒங்கூட்டுல பாலு குடுத்துகிட்டுப் போயி ஊருப் புழுதி முச்சுடும் உழுந்து வாங்கி

உருண்டு கெடந்துகிட்டு ஊட்டுக்குப் போயிருக்கான்! அதுலேர்ந்து சரிவர புத்திசுவாதீனமில்லாம கெடந்தாம்ன்னி சொல்லி இப்போ கொண்டோயி ஆத்தங்கரப் பள்ளிவாசலுக்க போட்டுருக்கான் தெரியுமா?"

"அந்த நாயி குடிச்சிக்கிட்டு போயி வுழுந்து வாறுனதுக்கு நாங்க என்னண்ணே பொழச்சோம்?"

"எடே அந்தப் பயலுக்கு குடிக்கிய பழக்கமே கெடயாதப்பா! ஆனா நீங்க குடியிருக்குத வீடு இருக்கே... கொள்ளாம்! சீமையில கெடந்த வீடு மயிரு?"

"என்னண்ணே சொல்லுகிய?"

"அவுக அய்யன் செல்லமுத்துக்கிட்ட போயி கேளு! அவுருதாம் அன்னிக்கிக் கத கதையாச் சொன்னாரு! ஆறுமாசமா அவுக வீட்டுல ஒண்ணுமே சரியில்லையாம்! ஏதோ உருவமெல்லாஞ் சுத்துகுன்னு கோவாலெலங் கெடந்து ஊளையிட்டுருக்கான்! போதாக் கொறைக்கி ஓங்க வீட்டுக்கு வந்து ஏதோ பேயிம் மயிரும்ன்னு சொன்னானாமே! செவம் ஒனக்க பேரையிம் ஒந்தம்பிக்க பேரையிம் சொல்லி ஊளையிட்டுருக்கான்! இன்னும் என்னல்லாமோ சொன்னாரு! நாங் கணக்கெழுதிக்கிட்டு இருந்தாக்குல ஒண்ணுஞ் செவியில வுழலை!"

எனக்குக்குழப்பமாகிப் போனது. டீக்கடையிலிருந்துகொஞ்சதூரத்தில்தான் கோபாலனின் வீடு. வண்டியைக் கிளப்பி கோபாலனின் வீட்டின் முன்பாக நின்றோம். கோபாலனின் தாய் பேச்சியம்மாள் எங்களிடம்,

"தம்பி.. நீ அந்த பெரிய வீட்டுக்காரந்தான தம்பி?"

நான், "ஆமா பாட்டி! தாத்தாவ பாக்கணும்!"

"என்ன விசியம்? பால் பாக்கி குடுக்க வந்தியா?"

"பாக்கியெல்லாங் கெடையாதே? தாத்தாக்கிட்ட கொஞ்சம் பேசணும்!"

"நீங்க குடியிருக்குற ஓங்க வீட்டப் பத்தியா பேசணும்?"

"ஆமா!"

"போதும்ப்போ... அதையெல்லா வேற யார்க்கிட்டயாவது கேட்டு விசாரிச்சிக்கா! ஆறுமாசமா நாங்க பட்ட பாடும் சொளவடியிம் போதுங் கேட்டியா?"

என்று பேச்சியம்மாள் சொல்ல அந்நேரம் பார்த்து செல்லமுத்து வெளியில் வந்தார்,

"இங்க என்னடே சலசலப்பு? நீ உள்ளுக்க போட்டி! யாராவது என்னைய தேடி வந்துரப்புடாதே? எனக்க மண்டைய மறைக்க அவ்வளவு பாடுபடுவா! போ அந்தால!"

என்று தன் மனைவி பேச்சியம்மாளிடம் வரிந்து கட்ட, அவள் நாடியை வெட்டிக்கொண்டே,

"ம்க்கும்... நா பேசிறப்புடாதே! ஓடனே வந்துருவான்! மொவெங் கெடந்த கெடை ஓர்மைல இருக்கட்டும்!"

"போ போ! எல்லா மயிரும் ஓர்மைலத்தாங் கெடக்கு!" என்று சொல்லி கிழவியை வீட்டுக்குள் பத்திவிட்டுவிட்டு எங்களிடம்,

"வாப்போ தம்பி! உள்ளுக்க வாங்க!"

என்று எங்களிடம் சொல்லிவிட்டு வீட்டுக்குள் குரல் கொடுத்து, "எளா பேச்சி! வராத தம்பி வந்துருக்காம்! குடிக்கக் கொஞ்சோல மோரெடுத்துக்கிட்டு வா!"

உள்ளிருந்து கிழவி, "பொறத்தால சாணியக் கரச்சி வச்சிருக்கு எடுத்துக் குடியும்!"

"அத அங்கம்மைக்க கல்லறக் குழியில கொண்டோயி பூசிக்கிட்டு மிச்சத்த ஒங்கய்யனுக்க வாயில ஊத்து! செத்த பெயெல..ளி!" என்று பதில் சொல்லிவிட்டு செல்லமுத்து என்னிடம்,

"அப்பாம்மா சோமாயிருக்காவளா? ஓடம்புக்கு கெதியில்லாம இருந்ததாக் கேள்விப் பட்டேன்? என்னாச்சி?"

"அதெல்லா ஒண்ணுமில்ல தாத்தா! கோவாலண்ணனுக்கு மண்டக்கி என்னவோ ஆயிட்டாமே? நாகேந்திரண்ணன் சொன்னாரு! என்னவாம்?"

"அதான பாத்தேன்! அவேன் ஒருத்தங் கிட்ட சொன்னா மதி... ஊரு முழுசுக்கும் சொன்னதுக்கு சமானம்! ஊதிக்கிட்டே இருப்பாம்! செவத்துக்கு தலைக்கி வட்டு கேட்டியா?"

"யாருக்கு கோவாலண்ணனுக்கா?"

"இல்ல நாகேந்திரனுக்கு!"

"செரி தாத்தா! கோவாலண்ணனுக்கு என்னாச்சி?"

"அதுவொண்ணுமில்லப்போ! எங்கயோ போயி எதையோக் கண்டு பேடிச்சிருக்காம்! பள்ளிவாசல்ல வுட்டுருக்கு! நாளைக்கி வந்துருவான்! அதெதுக்கு ஓங்களுக்கு? வீட்டுக்குப் பாலுதான் ரெகுலரா வருகுல்லா?"

"ஆமா தாத்தா! அதெல்லாம் வருகு! இன்னொரு முக்கியமான காரியம் ஓங்ககிட்ட கேக்கணும்!"

"என்னப்போ? கேளு?"

"எங்க வீட்டப் பத்தி ஏதோ சொன்னீங்களாமே?"

"அதையும் நாகேந்திரம் பெய ஊதிட்டானா? எழவுடுப்பான்!"

"சொல்லுங்க தாத்தா! எங்க வீட்டுல நிறைய சல்லியங்கள் இருக்கு! நா வீட்டுல சொன்னா யாரும் நம்ப மாட்டங்காவ!"

"அதெல்லா ஒண்ணுமில்லியே மக்கா!"

"ப்ளீஸ் சொல்லுங்க தாத்தா!"

"அந்த ஊட்டுல இருக்கிய காலம் வரைக்கும் கொறைய காரியங்களக் கேக்கப்புடாது! அறியப்புடாது! அதுதாம் ஓங்க எல்லாருக்கும் நல்லது!"

செல்லமுத்துத் தாத்தாவின் முகத்தில் ஒரு விட அச்சமும், எச்சரிக்கை உணர்வையும் கண்ட எனக்கு ஆர்வம் தாங்கவில்லை. நான் அவரை விடவில்லை,

"தாத்தா! இத்தன நாளும் நாங்க அனுவிச்ச தொல்லையளு கொஞ்சம் கூடுதலு! என்னன்னு எங்கப்பாகிட்ட சொல்லிருங்க! ஒருநாளும்

நிம்மதியா தூங்க முடியலை! ஒரு பொம்பளைக்க உருவம் என்னைய சுத்தி லாந்திகிட்டே கிடக்கு! நெறைய பேய்களும் என்னையச் சுத்திக்கிட்டு நடக்கு!"

நாற்காலியில் உட்கார்ந்திருந்த கிழவன் என்னை மேலும் கீழும் பார்த்துவிட்டு என்னிடம்,

"அந்த வீட்டப் பாத்துத் தந்த புரோக்கரு ஓங்ககிட்ட எதுஞ் சொல்லலியா?"

"இல்லியே! என்ன?"

கிழவன் தன்னுடைய தாடையைச் சொறிந்தவாறே, "அது ஒண்ணுமில்ல தம்பி! அந்த வீட்டுல கொஞ்சம் உபத்திரவங்கள் உண்டு! ஆனாலும் அதை சரி பண்ணவே முடியாது!"

"என்ன சொல்லுகீங்க தாத்தா? இதுக்கு முன்ன இந்த வீட்டுல இருந்தவங்களுக்கும் இந்த உபத்திரவங்களெல்லா இல்லியா?"

"இதுக்கு முன்ன அந்த வீட்டுலயா? யாரு குடியிருந்தாளா? ஹாஹாஹாஹா"

என்று கிழவன் அதிர்ந்து சிரித்த சப்தம் என்னை என்னவோ செய்தது. நான் அவரிடம் மீண்டும்,

"எதுக்கு தாத்தா சிரிக்கிதிய?

"சும்ம சிரிச்சமுடே!"

"சொல்லுங்க... யாஞ்சிரிச்சிய...? இதுக்கு முன்ன அந்த வீட்டுல குடியிருந்தது யாரு?"

"அந்த வீட்டுக்க ஓடமஸ்தரும் பொஞ்சாதியும் இருந்தாங்க!"

"எப்ப காலி பண்ணிப்போனாங்க?"

"அதுவொரு முப்பது வருசமிருக்கும்?"

"என்னாது முப்பது வருஷமா?" நான் அதிர்ந்து போய்க் கேட்டேன்.

"இருக்கும்! முப்பதுக்குக் கூடுதலாவே இருக்கும்!"

"அப்போ அதுக்கப்புறம் அந்த வீட்டுல யாருமே குடி வரலியா?"

"அந்த வீட்டுல மனுசங் குடியிருப்பானாடே?"

"அப்ப நாங்க யாருன்னு சொல்லுதிய?"

கிழவன் சற்றே சுதாரித்துக் கொண்டு, "நா அப்புடிச் சொல்லலை! அது ஒரு அமைப்பு இல்லாத வீடு தம்பி!"

"ஏந்தாத்தா! அத்தன வருசத்துக்கு முன்ன அப்படியொரு அழகான மாளிகை மாதிரி ஒரு வீட்ட ரசிச்சி ரசிச்சிக் கெட்டிருக்காக! அதப் போயி அமைப்பில்லன்னு சொல்லுதியளே?"

"அந்த அமைப்புக்க லெச்சணந்தா தம்பி ஒன்னிய இங்க கூட்டிக்கிட்டு வந்துருக்கு! இல்லைன்னா நீ இங்க வருவியா?"

நான் யோசிக்க ஆரம்பித்தேன். 'அவர் சொல்வதில் தப்பில்லையே?' நான் சொன்னேன்,

"வந்துருக்க மாட்டேன்!"

"வீடு கெட்டுகது முக்கியமில்ல மக்கா! எங்க கெட்டுகோம்னு ஒண்ணு இருக்குல்லா?"

"புரியலை தாத்தா! கொஞ்சம் வெளங்குக மாதிரி சொல்லுங்க!"

"நாஞ் சொல்லுகத கேட்டு பயந்துறப் புடாது! எப்புடி?"

"பயப்பட மாட்டம் தாத்தா! நீங்க சொல்லுங்க!" என்று நான் சொன்னதும் சாண்டியும், முருகுவும் ஒருவரையொருவர் பார்த்துக் கொண்டே என்னைப் பார்த்தார்கள். நான் தாத்தாவின் வாயைக் கிளற ஆரம்பித்தேன்.

"சொல்லுங்க தாத்தா!"

கல்யாணியின் ரங்கராட்டினம்

செல்லமுத்துத் தாத்தா கதையைத் துவங்கினார், "தம்பீ... நீங்க இருக்குத வீடு இருக்குல்லா? அதுவொரு காலத்துல பெரிய காடு! கொல்லாவும், மாவும் அயினியும் அடஞ்சி கெடக்கும்! அவ்ளோ நெருக்கமா மரங்களு ஓங்கி வளந்து கெடக்கும்! பட்டப்பகல்லயே உள்ளுக்க நொழைய முடியாது! நாஞ்சொல்லுகது ஒரு எம்பது வருசத்துக்கு முன்ன!"

"தாத்தா அப்போ ஓங்களுக்கு வயசு என்னாவுகு?"

"எம்பத்தி ரெண்டு! யாங் கேக்கடே?"

"இல்ல... ஒரு பேச்சிக்கிக் கேட்டேன்! எம்பது வருசத்துக்கு முன்ன உள்ள கதயின்னா... அப்போ ஓங்களுக்கு ரெண்டு வயிசுதானேயிருக்கும்? இந்தக் கதையளெல்லாம் ஓங்களுக்கு எப்புடித் தெரியும்?"

"எங்களுக்கும் கதையாத்தாஞ் சொன்னாவ! எனக்க வெவரத்துலயே அங்க ரோடு போடலியே? இந்த ரோடு மயிரெல்லாம் ஒரு அம்பது வருசத்துக்கு முன்னுக்கதானே போட்டானுவ? அந்த சமயங்கள்ள வெறும் காட்டுப் பாததாம்டே! ஒத்தையடியா கெடக்கும்! ஊருல உள்ள போக்கிரிப் பயலுவ பூரா அந்த வெளைக்க உள்ளுக்கதாங் கெடப்பானுவ! சாராய வடி, பச்சப் புள்ளையள கொண்டாந்து வெலி குடுக்கியதுன்னு ஆகப்பெரிய கூத்துகளு நடக்கும்! நல்லவம்பெரியவம் பகல்லயே அங்கன வரமாட்டானுவ! பகலே ராத்திரி மாதிரிதானிருக்கும்! சூரிய வெளிச்சம் தரையில படாது! பின்ன இப்பம் மாதிரி போலீசு கெடுபுடியெல்லா அப்பங் கெடையாது! அதுக்கு கெழக்க நாலு கொளங் கெடந்து... நாங்கல்லா அங்கதாங் குளிக்க, மீனு புடிக்கப் போவோம்! என்னக்கி தமிழ்நாட்டு கெவருமென்டுகிட்ட

இந்த ஊரு மாட்டிச்சோ அன்னைக்கே எல்லாக் கொளத்தையிம் மூடி, வாயிமட, மேல்மட, கீழ் மட எல்லாதையிம் தூத்து பஸ் ஸ்டாண்டு கெட்டுனது என்ன? ஸ்டேடியம் கெட்டுனது என்ன? ரோடு போட்டு மலத்துனது என்ன'ன்னு சீரழிவுதான்! இந்த வடசேரி பஸ்டாண்டு இருக்குல்லா? ஒரு பெரிய கொளந்தாந் தெரியிமா? அண்ணா பஸ்டாண்டு ஒரு கொளம்! இந்த பெதஸ்தா கெட்டடத்துல தொடங்கி, டெலிஃபோன் கோட்டர்சு, கொட்ட கொடச்சக்கரம்ன்னு கொளத்த எல்லாம் மூடி பில்டிங்கி கெட்டுனானுவ! அதோட ஊரு சோலி தீந்து! என்னிக்கி ஒரு கொளத்துக்கு நடுவுல மண்ணள்ளிப் போட்டு ரோடு போடுகானுவெளோ அன்னிக்கே அந்த கொளத்துக்க கத முடிஞ்சிரும்!"

நான் இடைமறித்து, "அந்தக் கதையெல்லா இப்ப எதுக்குத் தாத்தா? நமக்குதான் நம்மாளுவளுக்கபுத்திதெரியும்லா? நீர்நெலைகளையெல்லாம் மூடி வீடு கெட்டிக்கிட்டு மழ உண்டோ உண்டோன்னு நக்கிட்டு நடப்பானுவா? செவங்க செத்தாலுந் திருந்தாது! நீங்க கதக்கி வாங்க!"

"ஆங்! ஒங்க வீடு இருக்குத எடத்துல ஒரு பெரிய புளி நின்னு பாத்துக்கா! ஆறு பேரு சேந்து ஆவிப்புடிச்சாலும் மரத்த கெட்டிப் புடிக்க முடியாது! ஊருக்குள்ள எதையாம் கூதரத்தனங்கள காட்டிக்கிட்டோ, வீட்டுல சண்டைய போட்டுக்கிட்டோ வாரவனுவா எல்லாம் அந்த மரத்துலதான் தூக்குப் போட்டு சாவுவானுவ!"

எங்களுக்கு பயம் கவ்வத் துவங்கியது. நாங்கள் அவரது வாயையே பார்த்துக் கொண்டிருந்தோம். அவர் தொடர்ந்தார்,

"அந்தக் காலத்துல ஊருக்குள்ள வேணி'ன்னு ஒரு புள்ள இருந்தா! ஒரு கிராத்தலு! இங்கனோடி உள்ள பயலுவளுக்கு பூரா அவதா சொமதாங்கி! அவளுக்க மாப்புள சந்திரன் ஒருகுடிகார நாயி! வேல வெட்டிக்கிப் போவாம ராவும் பகலும் சாராயமே கெதின்னு கெடப்பாம்! வூட்டுல மனியன் சோறு திங்கண்டாமா? அதுக்காண்டித்தா வேணி வெளிய எறங்குனா? ஒத்தக்கி ஒரு பொட்டப்புள்ள! பேரு கல்யாணி! தானின்ன வேலதா செஞ்சி கஞ்சி ஊத்துகோம்'ன்னு புள்ளைக்கித் தெரியாம பாத்துக்கிட்டா! ஒருகட்டத்துல கலியாணி நெகுநெகுன்னு வளந்து நின்னா! அவளப் பாக்கியவன் ஒண்ணுக்கு மூணு தடவ திரும்பிப்

பாக்காமப் போவ மாட்டான்! அப்புடியொரு அழகு? புள்ளைய ஊரு கண்ணுக்குத் தப்பி பொத்திப் பொத்தி வளத்தா! அப்படித்தான் ஒருநாள் ராத்திரி கல்யாணி தூங்குனதுக்கப்புறம் வேணி வீட்டுலேர்ந்து வெளிய வந்து நேரா காட்டுக்குள்ள வந்தா! மூணு பேரு வந்துட்டுப் போனதும் அலுத்துச் சடஞ்சி வீட்டுக்கு வந்தவக்கிட்ட வழிமறிச்சி நின்னான் அஞ்சப்பம்ன்னு ஒருத்தன்! அங்கனயே படுக்கச் சொன்னதுல வேணிக்கு வேற வாய்ப்பு கிட்டாம அவன அப்புடியே பொழக்கடக்கி கூட்டிக்கிட்டுப் போயி வேலையெல்லாம் முடிச்சிட்டு எழுந்து பாத்தா மக கல்யாணி எதுத்தாக்குல நிக்கா! தள்ளைக்க கோலத்தக் கண்ட கலியாணி கத்தி சத்தம் போட்டுட்டா! இதக் கொஞ்சமும் கெணிக்காத வேணிக்கி வேவலாதியாப் போயிட்டு! இத்தன காலமும் ஒளிச்சி வச்ச புலி வெளிய வந்துட்டேன்னு வெக்கத்துலயும், வெப்ராளத்துலயிம் நேரா அங்கிருந்து ஓடிப்போயிட்டா! அஞ்சப்பன் ஒரு கழுதப்புலி! அவங்கண்ணுல கலியாணி மாதிரியொரு புள்ள சிக்குனா வுடுவானா?”

நாங்கள் வாயைப் பிளந்து கொண்டு கதை கேட்டோம். அடுத்து செல்லமுத்து தாத்தா சொன்னதுதான் அதிர்ச்சியின் உச்சம்...

தலைகள் தெறித்த கதை

செல்லமுத்து கதையைத் தொடர்ந்தார்,

"தாம் பெத்தபுள்ள! காணவொக்காத காட்சியக் கண்டுட்டாளே'ன்னி வேணிக்கு ஒடம்பு கூசிட்டு! ஒனக்க ஒடம்புக்குஞ் சேத்துதாம் எனக்கஒடம்ப ஊருகிட்ட குடுத்துப் பாடுபடுகேம்'னு கலியாணிக்கிட்ட சொல்லவும் முடியாம, முழுங்கவும் முடியாம... இனி இந்த வாழ்க்க மயிராச்சின்னு விடிய வெள்ளன போயி அந்த ஒத்தப் புளிக்க ஏறி சீலைய சங்குல மாட்டிக் கெட்டிக்கிட்டு நாண்டுக்கிட்டு செத்துட்டா! நடந்த காரியம் என்ன'ன்னு அஞ்சப்பனுக்கும், வேணிக்கிம், கலியாணிக்குந்தா தெரியும்! பொஞ்சாதி செத்தது கூட ஒறைக்காம சந்திரம்பெயலும் குடிச்சிக்கிட்டு நடந்தாம்! தள்ள செத்ததுக்கப்பொறம் கலியாணிக்கிம் வேற போக்கடியில்ல! வயலு நடவுக்குப் போனா! சாப்புடணுமே? மூணு நேரமும் கும்பி சோத்தக் கொண்டாகொண்டான்னு கேக்கும்லா? எப்புடியாது ஒருதடவ கலியாணிய வேட்டய பறத்திரணும்'னு ஒருபக்கத்துல அஞ்சப்பனுக்கு கங்கணம் கெட்டி வுட்டுருந்து! கலியாணிக்க படப்புக்க பொறத்தால திரிஞ்சான்! செறக்கி மொவே கிறுங்கலியே? சாட வச்சிப் பாத்தான்! சக்கரத்த வச்சிப் பாத்தான்! ம்ஹும்! கத பாசாவல்ல! இப்பிடியிருக்கையில அந்தியும், சந்தியுமறியாம குடிச்சதுல கலியாணிக்க தவப்பேன் சந்தரனும் ஒருநாளு போக்கெடுத்து போயிட்டாம்! திண்ணையில கெடந்தாலும் அம்மிக்கி ஒப்பா ஒரு ஆளு தொணைக்கிக் கெடக்குன்னு நிம்மதியா தூங்குன கலியாணிக்கி அவேஞ் செத்தப்பொறந்தாம் தெச ஏழரையில வந்து நின்னு! ஊருக்க உள்ள காள மாடுவ முச்சூடும் கலியாணிக்க பாடத்தாம் பாடிப்பாடி மறிஞ்சானுவ! எவங்கண்ணயிம் பாக்க மாட்டேன் எம்பொறப்பேன்னு

கலியாணி தானுண்டு தனக்க பணியுமுண்டுன்னு இருக்கம்போ ஒருநாளு ராத்திரில அஞ்சப்பம்பெய கலியாணி ஊட்டு கூரைய பிச்சிக்கிட்டு உள்ளுக்க சாடிட்டாம்! ரெண்டாஞ்சாமத்து ஒறக்கத்துல ஒலகமே இடிஞ்சி மண்டையில வுழுந்தாலும் தெரியாது! கலியாணிக்க மேல வலாக்காரமா ஏறி பறண்டுனதுல பதறியடிச்சி எந்திச்சா! ஊருக்க கெழக்க இருந்து கூப்புட்டா மேக்க இருக்கியவனுவளுக்கு மயிரா கேக்கும்? அம்புட்டு காத்து போர்சா அடிக்கிம்! அந்த பியாக்காத்துக்க சத்தத்துல கலியாணி போட்ட சத்தமுங் கேக்கல! அஞ்சப்பனுக்க வேகத்துக்கு கலியாணிக்கி நிக்க முடியல! தளந்து போயி தரையில சாஞ்சிட்டா!

எனக்கு ஆர்வம் பொறுக்க முடியாமல், "அப்பொறம் என்னாச்சி தாத்தா? ஏதாவது ஆச்சா?"

"சொல்லி முடிக்கட்டும்டே! எதுக்கு அவசரப்படுகா? எங்கயாது போணுமா?"

"அய்யே இல்ல தாத்தா! நீங்க சொல்லுங்க! கத நல்லாரிக்கி!" என்று முருகு பல்லிளித்தான். தாத்தா தொடர்ந்தார்,

"தத்தளிச்சி தரையில கெடந்தவள சுந்து ஆக்கிரமிக்கப் பாத்தான் அஞ்சப்பன்! கவட்டைய இறுக்கிச் சுறுக்குனா எறும்பே மேல ஏறிக்கிடாதுங்கும்போ அஞ்சப்பனுக்க அட்டப்பூச்சி எம்மாத்தரம்?"

என்று நிறுத்தி எங்கள் மூவரையும் பார்த்தார். நாங்களும் அவரை மிரட்சியோடு பார்த்து,

"அட்டப்பூச்சியா? அப்புடின்னா என்ன? புரியலியே தாத்தா?"

"என்னடே நீங்கல்லா என்ன சின்னப் புள்ளைகளா? ஓங்களுக்குப் புரியலைன்னு சொன்னா என்னால நம்ப முடியாது! கேட்டுக்காங்க! ஒரு பொம்பள மனசு வைக்காம ஒரு ஆம்பள அவளுக்க மயித்த கூட தொட முடியாது! கலியாணி நிமுந்துட்டா! கழுத்தியும் உருட்டியிம் தளந்து போன அஞ்சப்பனுக்கு எடுத்த சாதனம் படுத்துட்டு! அவ்ளோதாம்! கோவத்துல கலியாணிக்க அடிவயித்துல மிதிச்சான் அஞ்சப்பன்! பதிலுக்கு கலியாணி குடுத்த எத்துல அஞ்சப்பனுக்க ரெண்டு அண்டமுங் கலங்கிட்டு! பய அலறிக்கிட்டே வாயப் பொளந்துட்டான்! அஞ்சப்பனுக்க சத்தங்கேட்டு

வந்த பக்கத்தூட்டு நாவப்பனும் பொஞ்சாதியும் கலியாணி வூட்டுக்குள்ள வந்துட்டாங்க! அங்க கலியாணியியம், அஞ்சப்பனுங் கெடந்த கோலத்தக் கண்டு மெரண்டு போனவங்க அஞ்சப்பனத் தூக்கிட்டு வைத்தியருகிட்ட ஓடுனாங்க! வைத்தியனுங் கைய விரிச்சிட்டாம்! அஞ்சப்பம் பயல காப்பாத்திரலாம்! ஆனா அவனுக்க மாணி பத்து பைசாவுக்கு தேறாது! வாங்குன சவுட்டுல வெத பெசகிட்டு! மோளுகதுக்கு வேணும்ன்னா ஒருபக்கத்துல கிடக்கும்! அவ்ளோதாம்னு! வைத்தியரு சொல்லிட்டாரு!"

"இப்பவும் புரில தாத்தா!" என்ற முருகுவிடம் தாத்தா,

"எடே ஒனக்கு கவட்டைக்கெடையில ஓங்கிச் சவுட்டுனா என்னாவும்?"

முருகுவுக்கு வெட்கம் வந்து விட்டது. தாத்தா முருகுவிடம்,

"அஞ்சப்பனுக்க பொன் முட்ட இடுக தாராவு செத்துட்டு! அதுக்கப்புறம் அஞ்சப்பனுக்கு புத்திர பாக்கியமே இல்லைன்னு சொல்லி வைத்தியர் அஞ்சப்பன பண்டுவம் பாத்து வூட்டுக்கு அனுப்புனாரு! ஊரு சிரிச்ச சிரியில அஞ்சப்பன் கொஞ்ச காலத்துக்கு வெளிய தல காட்டல! பொட்டச்சிகிட்ட சவுட்டு வாங்கி பொருளு செத்த பயல்னு சொல்லி ஒரே சிரிப்பாணி! அஞ்சப்பன் மனசுக்குள்ளயே அவிஞ்சி நீரிப் போயிருந்தான்! எப்படாகைல சிக்குவான்னு கருவிக்கிட்டு திரிஞ்சான்! காலங் கொறைய ஆச்சி! ஒருநாளு வயலு வேலைக்கிப் போயிக்கிட்டு ஊருக்கு தெக்க இருந்த கொளத்துல குளிக்கப் போன கலியாணி குளிச்சிக்கிட்டு சாய்ங்காலக் கருக்கல்ல நடந்து வீட்டுக்கு வந்துக்கிட்டிருந்தா! அப்பம் பாத்து இந்த அஞ்சப்பன் ஊர்ல உள்ள காஞ்சமாடனுவ அஞ்சாரண்ணத்த கூட்டு செத்துக்கிட்டு அவள வழிமறிச்சி பழயவுடியும் அடாவடி பண்ண கலியாணி பத்திரகாளியானா! அவளுக்க வேகத்தக் கண்டு பயந்து போயி அதுல ஒருத்தன் ஒரு கட்டய எடுத்து கலியாணிக்க பொற மண்டைல அடிச்சிட்டான்! ஒரே அடியில கலியாணியும் கன்னியாவே செத்து கீழ சாஞ்சிட்டா! அவ செத்தது கூடத் தெரியாம அத்தன பேரும் சேந்து அவகிட்ட தாகத்த தீத்துக்கிட்டு அவளுக்க உடுப்பக் கழத்திக்கிட்டு அவளுக்க அம்ம வேணி நாண்டுகிட்டு செத்த அதே புளியில கெட்டித் தூக்கிட்டானுவ! யாம்னு கேக்க நாதியத்த பாவப்பட்ட அந்தப் புள்ள அதுவரைக்கும் தண்ணிக்கும், தாழ்வாரத்துக்கும் மட்டுமே காட்டுன தனக்க ஓடம்ப ஊருக்கே காட்டிக்கிட்டு ஒட்டுத்துணி ஓடம்புல

இல்லாம தொங்கிட்டு இருந்தா! அம்மைய மாதிரியே ஊர்ல மேஞ்சவ! அம்மைய மாறியே தொங்கிட்டா!ன்னு வேணிய குறிச்சி தெரிஞ்ச ஆம்பளையளும், "அம்மயாது சீலயோட தொங்குனா! மொவளுக்கு அதுவுமில்ல!" என்று வேணியப் பத்தியிம், தமக்க மாப்புளமாருவளுக்க சீத்துவமும் தெரியாத பொம்பளையளும் சேந்து கலியாணிக்க சாவப் பத்தி பந்தி வச்சி சிரிச்சிக்கிட்டு திரிஞ்சாளுவ!"

என்று தாத்தா சொல்லி நிறுத்த எனக்குக் கல்யாணி மீது சொல்லவொண்ணா பரிதாபம் ஏற்பட்டது. கேள்வி கேட்க நாதியற்ற யாதொருவரையும் இந்தச் சமூகம் ஆதியிலிருந்தே கொன்று குவித்துவிட்டு அவர்கள் மீது அவமானக் கற்களை வீசிவிடுகிறது. எனக்குக் கல்யாணி கிட்டத்தட்ட ஒரு மானசீகக் காதலி ஆகிவிட்டிருந்தாள். "ப்ச்! பாவந் தாத்தா கலியாணி!" என்று நான் தாத்தாவிடம் என்னுடைய அனுதாபத்தைத் தெரிவித்தேன். தாத்தா லேசாக ஒரு மந்திரப்புன்னகையை என்னிடம் வீசியவாறே,

"யாரு பாவம்? அவளா? கலியாணியா பாவம்? தான் ஒருத்தியத் தொங்க வுட்டானுவன்னு சொல்லி ஒரு ஊரையே தங்களுக்க தலைய தேட வச்சவா தம்பி அவ?"

நாங்கள் அரண்டு போய் அவரிடம், "என்ன செஞ்சா தாத்தா கலியாணி அக்கா?"

"ஊரு முழுக்க அவளுக்க நடத்தைய கொத்து அளந்துகிட்டு நடந்தானுவ! ஒரு அமாவாசைக்கிப் பொறுக்கலை! அவள கொன்னவனுவ அத்தன பேருக்கும் ஒரு விசேசம் நடந்து... மோண்டா மூத்தரம் வராது! மாறா இந்திரியம் மடயப் பிச்சிக்கிட்டு ஊத்தும்! உயிர்த் தண்ணியிம் உதிரமுங் கலந்து போனா வெளங்குகதுக்கா? அத்தன பேரும் வயிறு வீங்கி இத்துப் போயி கெடந்தானுவ! இப்பவோ அப்பவோன்னு கெடந்த அஞ்சப்பனைப் பாக்காத வைத்தியமில்ல! திடீர்னு ஒருநாளு எந்திச்சி நடக்க ஏலுவையத்த அஞ்சப்பன் எப்புடி நடந்து போனாம்னே தெரியாது! அடுத்த நாளு அவனுக்க பொணந்தா அந்தப் புளியமரத்துல தலகீழா தொங்கிச்சி! அதுவும் தலையில்லாத முண்டமா!"

எனக்குப் பகீர் என்றது. முருகுவும் சாண்டியும் சப்த நாடியும் ஒடுங்கி உட்கார்ந்திருந்தார்கள். நான் தாத்தாவிடம்,

"அஞ்சப்பனுக்க தலை எங்க தாத்தா போச்சி?"

"எவனுக்குத் தெரியும்? அவனுக்க மயிரு கூட கெடைக்கலை! கலியாணிக்க தலையில கட்டையால அடிச்சவன் தலை செதறிச் செத்தாம்! எப்டின்னு தெரியுமா?"

"சொல்லுங்க தாத்தா!" எனக்கு உடல் நடுங்கியது. 'இன்னைக்கு ராத்திரி தூக்கம் போக்கு!' என்று என் மனம் சொல்லியது. தாத்தா சொன்னார்,

"வீட்டுக்குப் பொறத்தால ஒண்ணுக்குப் போனவனுக்க தலைல ஒரு கொல தேங்கா வுழுந்து மண்ட தெறிச்சிட்டு! கரண்டியால வழிச்சி எடுத்துக் கொண்டோயி எரிச்சானுவ!"

எங்களுக்கு உடல் முழுவதும் ஒருவித சூடு பரவியது. தாத்தா மீண்டும்,

"அவ ஒருத்தனையும் அந்த ஊருக்குள்ள வுடல மக்கா! எல்லாவனையும் கொன்னொழிச்சா! அவளப் பத்தி பொய்யிம் பொரளியும் பேசுன பொம்பளைகளையும் அவ சும்மா வுடலை! எல்லாரையும் ஒவ்வொரு அம்மாவாசைக்கும் அட்டவண கெட்டி கொன்னு வீசுனா! அதுவொரு அசாத்திய வெளையாட்டுடே! இந்த ரங்க ராட்டுனம்னு சொல்லுவாவல்லா? அந்த மாதிரி! கலியாணி மேல அப்பத்தாம் சுத்தியுள்ள ஊருகள்ள இருந்த ஆளுவளுக்குப் பயம் வந்துது! நானெல்லாஞ் சின்னப் புள்ளையா இருக்கம்ப ஏதாச்சும் சுட்டித்தனம் காட்டுனா எங்கம்மயே சொல்லுவா கலியாணிகிட்ட புடிச்சிக் குடுத்துருவம்னு! அந்த ஊரே காலியாயிட்டு! ஊருக்கு மத்தியில ஒரேவொரு ஒத்தச் சொடலையத் தவுத்து ஒரு நாதியில்ல! அப்பப்ப அந்த புளியமரத்துப் பாதையில வண்டிமாடு கெட்டிக்கிட்டுப் போற ஆளுவகிட்ட கலியாணி தரிசனங் குடுத்து அலற வைப்பாளாம்! அதுவொரு பொழுதுபோக்கு அவளுக்கு! பேயின்னாலும் கூட பொழுது போவணும்லாடே? ஹிஹிஹி!"

எனக்குக் கோபம் வந்துவிட்டது. 'கெழவனுக்கு மண்டைக்கி வட்டெளவிட்டா! எங்கயெல்லாஞ் சிரிக்கணும்ன்னி ஒரு கூறில்லியே தா...ளி மொவெனுக்கு? இந்த டெரரான பேய்க்கதைக்கி மத்தியில ஒரு பரியாசக் கு...ண... கூய்வுள்ளைக்கி?' ஆனாலும் அதை வெளிக்காட்டாமல் மெதுவாக செல்லமுத்துத் தாத்தாவிடம்,

"எல்லாஞ்செரி தாத்தா! நீங்க இப்பஞ்ச் சொன்னீயல்லா கத? அது எந்த ஊர்ல நடந்த கதையாக்கும்!"

தாத்தா கடுப்பானார், "ஊதுன ஊதுக்கு நாட்டுக் கோழி முட்டயிம், நாய்ப்பாலும் குடிச்சாங்கிய கதையா, விடிய விடிய ராமாயணங் கேட்டு சீதைக்கி ராமஞ் சித்தப்பங்கிய மாதிரில்லா தெரியி? அந்தக் கதை நடந்த எடத்துல, முக்கியமா அந்தப் புளியமரம் நின்ன எடத்துலதான் இப்ப நீங்க இருக்கீயல்லா அந்த வீடு? அதக் கட்டியிருக்காவ? கேக்கானே கேள்வி?"

எனக்குத் தலை கிர்ரென்றிருந்தது. "என்ன தாத்தா சொல்லுகிய?"

"நெசந்தாந் தம்பி! காலப் போக்குல காடழிஞ்சி, பழைய கதைகளெல்லா மனுசம்மாருக்கு மறந்து போயி அங்கங்க வீடுகளப் போட்டுகிட்டு உக்காந்தானுவ! கலியாணியும் கதைகள்ளயே நின்னுக்கிட்டா!"

அவரது குரல் கம்மியது. உள்ளிருந்து அவரது மனைவியின் குரல் கேட்டது,

"ஓய்! சின்னப் பயக்ககிட்ட ஒமக்க ஒமுடிஞ்ச கத மயித்த உட்டது போரும்! இந்த மாடுவெளுக்கு புண்ணாக்கு வையும்! ஒரு கத மயிரு! அதக் கேக்கியதுக்கு மூணு ஒந்தாம்மாரு! கொள்ளாம்! காலத்தயிருந்து ஒரே எடத்துல குண்டி குத்த வைப்பு! மாடு என்னத்த திங்கிம்? வாரும்வே எந்திச்சி!"

"வந்தம்னா எட்டிக்கிட்டு சவுட்டிப் புடுவெம் பாத்துக்கா! கூதறப் பெயல... ளி! நீ வையாம்ட்டி! நீ புண்ணாக்கு வச்சா கொப்பனுக்க மாடு திங்கியாதா? ஒனக்கென்ன கொள்ளையா எடுக்கு? வீட்டுக்கு வந்த ஆளுவகிட்ட நாலு விசியங்கள ஆம்பளைக பேச முடியாது! உள்ளுக்கக் கெடந்துகிட்டு ஒ..ஒன்னு வச்சியது? இடிவாண்டி செத்துப் போயிறாத ஆமா?"

"சோத்துத் தட்டுக்க முன்னுக்கு பல்ல ஈ'ன்னு இளிச்சிக்கிட்டு உக்காருவீறுல்லா! அப்பஞ் சொல்லுகேம் ஒமக்கு?"

"யாம்னா ஒங்கைய்யனுக்க சம்பாத்தியத்துலதானே நாஞ் சாப்புடுகென்? இனி சத்தங் குடுத்தன்னா வெரசிப்புடுவெம் பாத்துக்காட்டி!"

என்றவாறே எழுந்து போனவரின் அலறல் சப்தமும், அதைத் தொடர்ந்து அவரது மனைவியின் கதறல் சத்தமும் கேட்டு நாங்கள் மூவரும் எழுந்து வீட்டுக்குள் ஓடினோம். அங்கே நாங்கள் கண்ட காட்சி எங்களை உறைய வைத்தது. நாங்கள் செய்வதறியாது திகைத்து நின்றோம்.

செத்துப்போன செண்பகவல்லி

அங்கே செல்லமுத்து தாத்தா கந்தர்கோலமாகத் தரையில் கிடந்தார். அடுக்களைக்குள் நுழைந்தவர் அங்கே வைக்கப்பட்டிருந்த சாணி பாத்திரத்தில் கால் வைத்து வழுக்கி எதிரில் நின்றிருந்த அவரது மனைவி பேச்சியம்மாளை மிதிக்க அவள் அடுக்களைக்கு வெளியிலிருந்த புழக்கடையில் போய் விழுந்து ஊளையிட்டிருக்கிறாள். ஒரே நேரத்தில் டபுள் ஷாட்

நான் போய் தாத்தாவைத் தூக்க அவர் கோபத்தில், "எழவு கொள்ளி முடிவாளுக்கு சாணிப் பாத்தரத்த வைக்க வேற எடமே இல்ல! கவட்டைக்கெடைல வச்சிருக்கு செவத்து மூளி!"

"ஓமக்கு கண்ணென்ன குண்டலயா இருக்கு! பாத்து வரத் தெரியாதா? நேரா எனக்க மேல வந்து ஏறுகீரு? எம்மா... எனக்க குறுக்கு போக்கு! அய்யம்மோ!"

என்றவாறே கிழவி கூச்சல் போட்டாள். இனிமேல் கிழவனிடம் கேட்பதற்கு ஒன்றுமில்லை என்பதால் நாங்கள் அங்கிருந்து கிளம்பத் தயாராக, அப்போது வீட்டின் முன் ஒரு ஆட்டோ வந்து நின்றது. அதிலிருந்து கோபாலை இறக்கினார்கள். அவனது முகத்தில் ஒரு கிறுக்கு லட்சணம் தெரிந்தது. என்னைக் கண்டதும் அவனது முகத்தில் அப்படியொரு மகிழ்ச்சி. மேலும் அவன் என்னிடம்,

"ஒங்கூட்ல பாலு ஊத்த வந்தது ஒரு குத்தமாய்யா? ஆறுமாசமா குத்து குத்துன்னு குத்தி எனக்கே பாலு ஊத்தப் பாக்கேளேடே? இது எவனுக்குய்யா அடுக்கும்?"

'நியாயமாக கோபால் கோபம்தானே பட்டிருக்க வேண்டும்? எதற்குப் பல்லை இளிக்கிறான்?' என்று எனக்குக் குழப்பம் எழுந்தது. நான் அவனிடம் எதுவும் பேசாமல் நிற்கவே கோபால் மீண்டும் என்னிடம் தங்கப்பதக்கம் சிவாஜி மாதிரி நடந்து வந்து,

"செத்தவங் குண்டி செமந்தவன் தல மேலங்க மாதிரி, ஒங்கூட்டுல நீங்க குடிச்சிட்டுகாட்டுனகூதரத்தனத்துக்குநாங்கெடந்துவெள்ளங்குடிச்சியேன்! எனக்கு இது ஆத்தரம் மயிருல்லா? இஞ்ச பாருங்கடே!"

என்று சிரித்தவாறே தனது சட்டையைத் தூக்கி முதுகைக் காண்பிக்கவே எனக்கு சங்கடமாகிப் போனது. முதுகு முழுவதும் பிரம்படித் தடங்கள் கிடந்தன. பள்ளிவாசலில் சேட்டை செய்ததில் தாக்கப் பட்டிருக்கிறான். இசுலாம் ஒரு அமேதி மார்க்கமாக இருந்தாலும் சைத்தான்களுக்கு பிரம்படி என்பது மிகவும் குறைவுதான். எங்கள் வீட்டின் முன்பு வந்து நின்றுகொண்டு எங்கள் பேயைத் தரக்குறைவாகப் பேசியதற்கு இந்தத் தண்டனை கொஞ்சம் அதிகம். அப்போதுதான் கோபாலைக் கவனித்தேன். அவனது பேண்ட் கொஞ்சம் வித்தியாசமாக இருந்தது. உற்றுப் பார்த்ததில் அதுவொரு சுடிதாரின் பூப்போட்ட பாட்டம் பேண்ட். பைத்தியம் முற்றிப் போயிருக்கிறது என்பது தெரிந்து விட்டது. நான் கோபாலைப் பார்த்து.

"செரி கோவாலண்ணே! நாங்க வரட்டா? ஒனக்கு பொண்ணெல்லாம் பாத்துருக்குன்னு ஓங்கய்யா சொன்னாரு? ஜாலிதானே?"

"என்னாது... எங்கப்பெஞ் சொன்னானா? அந்தக் கூய்மோன் அப்புடியாச் சொன்னாய்ன்? நல்ல நாளும் பொழுதுலயே எனக்கு ஒருத்தனும் பொண்ணு தரேயில? இப்பம் பைத்தியாரனா வேற ஆகிருக்கேன்! எந்தக் கூயான் பொண்ணு தருவாம்? எங்கய்யங் கூயாவுள்ளைக்கி எங்கம்மயக் கெட்டிக் குடுத்ததே பெரிய காரியம்! பொண்ணு பாத்து நக்கியாம் பொண்ணு... இங்க மனியங் கெடக்க கெடையில பொண்ணு கு..ணதாங் கொறச்ச? செல்லமுத்து கோம்பத் தா..ளி!"

இப்போது கோபாலின் முகத்தில் ஒரு சிறிய வருத்தம் கலந்த கோபம். நாங்கள் விடைபெற்றோம். எனக்கு மிகுந்த வருத்தம்.

'பல ஆண்டுகளுக்கு முன்னர் செத்துப் போன கல்யாணிக்கு இன்னுமா ஆயுசு முடியலை? உயிரோடு இருந்திருந்தால் இந்நேரம் நல்லவண்ணம் மரித்துப் போயிருப்பாள்! நமக்கும் இந்தச் சல்லியம் இருந்துருக்காது!'

என மனம் நொந்து கிடந்தது. சாண்டியும், முருகுவும் கிளம்பிப் போய்விட நான் மெதுவாக வீட்டுக்கு வந்தேன். வீட்டுக்கு முன்பாக ஒருவர் படுத்துக்கிடந்து ஊளையிட்டார். நன்கு குடித்திருந்த அவர் எங்கள் வீட்டின் பின்பக்கமிருந்த தென்னை மரத்தில் தேங்காய் வெட்டுபவர். அவரது மனைவி அவரை விட்டுவிட்டு ஓடிப்போனதாகச் சொல்லி அழுது கொண்டிருந்தார். அப்பா காம்பவுண்டு சுவருக்கு பின்பக்கம் நின்றுகொண்டு அவரை வேடிக்கை பார்த்தவாறே அவரிடம்,

"ஓய்! அவனவன் பொண்டாட்டிக்கிட்ட கெடந்து சீவன உருவிக்கிட்டு கெடக்கான்! நீரென்னா குடிச்சிக்கிட்டு வந்து கெடந்து சலம்புகிரு? சந்தோசமாத்தானே இருக்கிரு? எதுக்குவே மத்தவனுவளுக்க வயித்தெரிச்சல வாரிச் சுருட்டுகிய?"

"இல்ல அண்ணாச்சி! அவ இழுத்துகிட்டு ஓடுனது எனக்க தம்பிய? என்ன பாடு படுகானோ? தா...ளிமோன்!"

"தேங்காய வெட்டி சம்பாதிக்க சக்கரத்த இப்புடியா கொண்டோயி குடிச்சி நக்கிட்டு ரோட்டுல கெடக்கீறே? வெவரமிருக்கா ஓய் ஒமக்கு?"

"எனக்கு வெவரமிருந்தா நா எதுக்கண்ணாச்சி ஒம்மகிட்டயெல்லாம் பேச்சு வாங்கப் போறேன்?"

தேங்காய்வெட்டி தொடர்ச்சியாக அழ நான் அப்பாவிடம், "எதுக்குப்பா இந்தக் குடிகாரக் கூயாங்கிட்ட கெடந்து பேசிக்கிட்டு நிக்கிய? உள்ள போங்க! இந்தாளு என்னைக்காது ஒருநாளு நம்ம மரத்துலேர்ந்து கீழ சாடி சாவப் போறான்! நீங்க ஜெயிலுக்குப் போவப் போறிய! அவ்வளவுதாஞ் சொல்லுவெம் ஆமா!"

"லேய் தம்பியேய் ஆரடே குடியாரம்ன்னி சொல்லுகா? நானாப்போ குடியாரன்? ஒனக்க ஆட்டுல ஒருத்தி ஒறங்குகால்லா? அவகிட்ட கேளு நா யாருன்னி அவ ஒனக்குச் சொல்லித் தருவா கேட்டியா? அய்யோ செண்பகவல்லீ... வம்பா செத்துப் போயிட்டியம்மா?"

என்று தேங்காய்வெட்டி சொல்லக் கேட்டு நான் திடுக்கிட்டேன். 'என்னது? உள்ள ஒருத்தி ஒறங்குகாளா?' நான் அப்பாவைச் சந்தேகத்துடன் பார்க்க அவர் சொன்னார்,

"அவேன் ஏதோ குடிச்சிட்டு சளம்புகாம்டே! நீ உள்ள போ!"

"என்னது நாஞ்சலம்புகனா? எல்லாம் பவுர்ணமி வரட்டும்! அப்பந் தெரியிம் அப்பனுக்கும் மொவனுக்கும்? எட்டி செம்பகம்? எண்டம்மோ.."

என்று தேங்காய்வெட்டி மீண்டும் கதறவே எனக்கு மீண்டும் குழப்பம், 'செண்பகவல்லியா? இதுயேது புதுசாதனம்? கல்யாணின்னு ஒரு கத சொன்னானுவ? இப்பம்புதுசா இன்னொண்ணு? ஆளாளுக்குக் கொழப்புகானுவலே இறைவா? எவஞ்சொல்லுகத நம்புகது? அதென்ன பவுர்ணமியயும் அம்மாவாசையையும் இந்தப் பேயளுக்கா எழுதிக்குடுத்துருக்கு? மாசந்தோறும் விசிட் அடிக்கியதுக்கு? எல்லாம் இந்த பூமியச் சொல்லணும்? அதுபாட்டுக்குச் சுத்தாம சும்மாக் கெடந்துன்னா பவுர்ணமியும், அம்மாவாசையும் என்ன மயித்துக்கு வரப்போகு?'

நான் சாப்பிட்டுவிட்டு லேசாகத் தலையைத் தரையில் சாய்த்தேன். தூக்கம் வரவில்லை. மனம் முழுக்க கல்யாணியே வியாபித்திருந்தாள். எத்தனைப் பரிதாபகரமான ஆத்துமா அவள்? மனம் பாரமாகயிருந்தது. சற்றைக்கெல்லாம் அந்த அறைக்குள் புகைமண்டலம் ஆனது. அந்தப் புகையின் மத்தியில் அம்மா நடந்து வந்து கொண்டிருந்தாள்.

"அடப்பாவி அதுக்குள்ள அம்மா செத்துட்டாளே? அய்யோ யெம்மா! எங்களையெல்லா அனாதையா வுட்டுட்டு செத்துப் போயிட்டியே?" என்று நான் கதற அதைத் தொடர்ந்து அம்மாவின் குரல்,

"ச்சி நாய்! நடுவீட்டுக்குள்ள படுத்துக் கெடக்க? அவ்ளோ பெரிய கட்டிலு அங்க கெடக்குல்லா? வீடுமுழுக்க தூசியா இருக்குனு சாம்புராணி போட்டா... செத்துப் போயிட்டானு கூவுக? அப்பனுக்கும் மக்களுக்கும் நா எப்பண்டா சாவுவேம்ன்னு ஒரு வேவலாதி? நாஞ் செத்தாத்தாம்ல ங்கொய்யனுக்கும், ஒங்களுக்கும் எனக்க அரும தெரியிம்? ஒருத்தி இங்கன கெடந்து வட்டஞ் சுத்துதம்லா? ஒங்களுக்கு பொங்கி பொறிச்சி போட்டுக்கிட்டு, துணிமணியள கழுவி காயப் போட்டுக்கிட்டு,

ஒங்களுக்கெல்லா பாடு சூடு பண்டுவம் பாத்துகிட்டு நடக்கம்லா? என்னையப் பாத்தா எளக்காரமாத்தாந் தெரியிம்? எந்திச்சிப் போ அந்தால!"

என்றவாறே சாம்பிராணி புகையை அந்த அறைக்குள் விதைக்கத் துவங்கினாள். அப்பா சட்டையை மாட்டிவிட்டு வெளியில் கிளம்பினார். சற்றைக்கெல்லாம் அம்மாவும் கிளம்பி மாமா வீட்டுக்குப் போகவே நான் தனியே இருந்தேன். அந்த வீட்டில் தனியே இருத்தலென்பது தற்கொலைக்குச் சமானம் என்பதால் நானும் வெளியில் கிளம்ப எத்தனிக்கவே அப்பா எனக்குப் போன் செய்து அந்த வீட்டின் உரிமையாளரது அண்ணனின் மகள் மருத்துவருக்குப் படிக்கிறாள் என்றும், ஏதோ புத்தகங்களை எடுக்க அந்த வீட்டின் மாடிக்கு வரப்போவதாகவும், மேல்வீட்டுக் கதவைத் திறக்க சாவி கொண்டு வருகிறாள் என்றும், அவளுக்கு உதவிக்காகக் கொஞ்சம் கூட நின்று கொள்ளுமாறும் சொல்லி விட்டு இறுதியில் இப்படிச் சொன்னார்,

"லேய் மக்களே! பொம்பளப்புள்ள தனியா வருகு! கொஞ்சம் பதனமா நின்னுக்கா! அவப்பேருகள உண்டாக்கிறப்புடாது கேட்டியா?"

எனக்குக் கோபம் வந்துவிட்டது. "எப்பா! நானென்ன மாணியத் தூக்கி தோள்லயா போட்டுகிட்டு நடக்கேன்?"

"இல்லடே காரியமாட்டு ஒண்ணுஞ் சொல்லலை! வயிசு அப்புடில்லா? அதாஞ் சொன்னேன்! ஒன்னிய எனக்கு நல்லாத் தெரியும்லாடே?"

"தன்னைய மாதிரியே மத்தவங்களையும் நெனைக்கப்புடாது கேட்டீரா ஓய்? அப்பம்ன்னு பாக்கேன்? இல்லைன்னா வேற மாதிரி வாயில வருகு?"

"சரி மக்களே கோவப்படாத கேட்டியா? ஃபோன வைக்கட்டா?"

என்றவாறே லைன் கட் ஆனது. நான் வீட்டின் வெளியில் வந்து செயர் ஒன்றைப் போட்டு உட்கார்ந்தேன். வானம் கருகருவென மாறியது. மழை வரும்போல இருந்தது. சில்லென்ற காற்று மேற்குத் தொடர்ச்சி மலையிலிருந்து கிளம்பி வீசியதில் உறக்கம் கண்ணைக் கட்டியது. மணி மாலை ஆறு இருக்கலாம். கொஞ்ச நேரத்தில் வெளியில் ஒரு கார் வந்து நின்றது. தேவதை போல ஒரு பெண் கருப்பு நிற டாப்ஸ் அணிந்து இறங்கினாள். டாப்ஸ் மட்டுமே அணிந்திருந்தாள். எனக்கு ஒரே வியப்பு,

'இதே ஊருக்குள்ளதாம்ட்டி நானும் குடியிருக்கேன்? நீங்கல்லா எங்க குடி இருக்கேள்? வீட்ட வுட்டு வெளிய வருவீயளா? மாட்டேளா? அதென்ன தோலா? இல்லைன்னா தங்கத் தகடா?'

ஸ்ட்ராபெரி போன்ற அவளது வாய் திறந்தது, "பிரபுதானே நீங்க?"

"ஆம் டார்லிங்!" என்றே பதில் சொல்ல நினைத்தாலும் வீட்டைக் காலி செய்துவிடச் சொல்லிவிடுவார்களோ என்ற பயத்தில், "ஆமா! நீங்க?" என்று சொல்லி வைத்தேன். ஆனால் அவளை இதற்கு முன்பு எங்கோ பார்த்ததாக ஒரு நினைவு மட்டும் மனதில் உருத்திக் கொண்டேயிருந்தது.

"ஐயாம் டாக்டர் வைஷ்ணவி! டாக்டர் ஜெயராமனோட டாட்டர்! மாடில அப்பாவோட புக்ஸ் கொஞ்சம் இருக்கு! எடுத்துட்டுப் போலாம்னு வந்தேன்! எங்க அப்பா ஓங்க அப்பாவுக்குப் போன் செய்து சொன்னாரே? அவர் உங்ககிட்ட சொல்லலியா?"

"அய்யோ! அப்பா ஒண்ணுஞ் சொல்லலியே? நீங்க உள்ள வாங்க! ஏன் வெளில நிக்கீங்க? உள்ள வாங்க! மழை தூறுகுல்லா?"

இளம்பெண்களிடம் அவர்கள் கேட்ட கேள்விக்கு ஒரே வார்த்தையில் பதில் சொல்லிவிட்டால் சில நேரங்களில் அவர்கள் அதற்கு மேல் பேச எதுவுமேயில்லையெனக் கடந்து போய்விடுவார்கள். ஆகையால் 'பின்பு வருவது வரட்டும்' என்ற எண்ணத்தில் நான் பொய்களைச் சொல்ல ஆரம்பித்தேன்.

"அப்புறம் வைஷ்ணவி! வெல்... என்னோட பேர நீங்க கேக்கவேயில்லையே?"

என்னுடைய வார்த்தைகள் கொஞ்சம் ஸ்டைலாக இருந்ததை நானே உணர்ந்தேன். நம்முடைய மொழியும், நடையும், உடையும் சீராக இருப்பதற்கும், சீரழிந்து போவதற்கும் ஒரு பெண் எப்போதும் தேவையாக இருப்பதையும் கண்டடைந்தேன்.

"ஹாஹா! ப்ரபு! ஐவ் அல்ரெடி டோல்ட் யுவர் நேம்! ரைட்?"

"எஸ் எக்ஸாக்ட்லி!" என்று நான் சொன்னதைத் தொடர்ந்து அவள் ஆங்கிலத்தில் பொளந்து கட்ட எனக்கு வியர்த்துப் போனது. என்ன

செய்வதென்று தெரியாமல் இயர்போனை எடுத்து படாரென காதுகளில் சொருகிக் கொண்டு அவளது பின்பக்கம் நடந்து மாடிப் படியேறினேன். காதுகளில் ரிக்கி மார்ட்டின் எசப்பானிய மொழியில் பாடிக் கொண்டிருந்தார்.

"ஊந் தோஸ் திரேஸ்.. ங்கொம்மால ங்கிம்மாலாக்கே மரீயா!"

ஒரிரு ஆங்கில வார்த்தைகளை வைத்து பிழைப்பு நடத்திக் கொண்டிருந்த என்னிடம் இருந்து வேறு என்ன பதிலை அவள் எதிர்பார்த்து விட முடியும்? நான் பதில் சொல்லாமல் அவளது பின்பக்கத்தைப் பார்த்துக் கொண்டு போனதை அவள் கவனித்து விட்டு என்னிடம்,

"என்ன பாக்குறீங்க?"

"இல்ல... நீங்க எங்கயோ செவுத்துல சாஞ்சிருப்பீங்கன்னு தோணுது! குண்....? சாரி.. பின்பக்கத்துல ஓட்டடையா இருக்கு!"

என்று நான் துடைக்க முயல அவள் நீங்கி நின்று கொண்டு, "இட்ஸ் ஒகே! ஐ வில் வைப்?"

'ஒன்னைய மாதிரி ஒருத்தி எனக்க வைஃப்பா வந்தா எப்டியிருக்கும்?' என்று நான் நினைத்துப் பார்க்க அந்த எண்ணமே அத்தனை அழகாயிருந்தது. அவள் என்னிடம்,

"நான் இவ்ளோ நேரம் உங்ககிட்டதானே பேசிக்கிட்டு வந்தேன்? நீங்க பதிலே சொல்லலை?"

நான், "ஓஹ்... என்கிட்ட பேசுனீங்களா? ஐம் சாரரி... டோட்டலி ஐயாம் அவுட் ஆஃப் மை மைண்ட்! பிக்காஸ் ஐம் ஹியரிங் ரிக்கி மார்ட்டின் சாங்!"

"ஒ... நீங்க ரிக்கி மார்ட்டின் ஃபேனா? வாவ்!"

"ஆமா! ரிக்கி மார்ட்டினும், ஜாக்கி சானும்... சாரி மைக்கேல் ஜாக்சனும் இல்லைன்னா நா எப்பவோ செத்துருப்பேன்... ஒங்களுக்குப் புடிக்குமா?"

"எஸ்... பட் கிறிஸ்டினா அகியுலெரா இஸ் மை ஃபெவரிட்?"

"கிறிஸ்டினா அக்குவாஃபீனாவா? யாருங்க அது?"

"அக்குவாஃபீனா இல்லை! அகியுலெரா! சரி நீங்க வேற யாரோட சாங்கெல்லாம் கேப்பீங்க?"

"ம்ம்ம்ம்... சிட்னி ஷெல்டன்!"

"சிட்னி ஷெல்டன்??? அவர் ஆதராச்சே?"

"அவரு ஆதரவில்லாதவர்னு எல்லாம் எனக்குத் தெரியாது! ஆனா அவரோட பாட்டெல்லாங் கேப்பேன்!"

"ஹேய் பிரபு! யூ ஆர் கிரேஸி! ஆதர்னா எழுத்தாளர்னு அர்த்தம் தெரியுமா?"

"அது தெரியாமலா நா விஸ்காம் படிக்கேன்?"

"ஓ நீங்க விஸ்காமா? கிரேட்! நான்கூட அதுதாம் படிக்கணும்ன்னு ஆசப்பட்டேன்! பட் ஃபேட் இஸ் பிக்கர் தேன் வாட் வீ காட் நோ?"

மழைவேறு தன்னுடைய துளிகளைப் பூமியை நோக்கிக் கொளுந்துவிட்டு எறியத் துவங்கியது. நான் கதவைத் திறந்தேன். 'இப்போ வீசுனாதான் சரியா இருக்கும்!' என்று நான் அவளிடம் கேட்டேன்,

"ஏன் வைஷு! உங்கள மாதிரி ஒரு அழகான பொண்ண இதுவரைக்கும் பாத்ததேயில்ல தெரியுமா?"

"ஓ... தேங்க் யூ சோ மச் மேன்! பட் எனக்கு ஒரு காது சரியா கேக்காது! கண்ணும் ஒரு சைட் அவுட்டு! ரெண்டாவது விஷயம் எனக்குக் குளிக்கவே பிடிக்காது! மாசத்துக்கு ஒருவாட்டிதான் குளிப்பேன்! பல்லு தேய்க்கிறது கூட வாரத்துக்கொருமுறைதான்! ஒழுங்கா பல்லு தேச்சி குளிச்சா இன்னும் அழகா இருப்பேன் தெரியுமா?"

"ஓகே சிஸ்டர்! நீங்க உள்ளப் போயி புக்ஸ் எடுங்க! நா இங்கனயே நிக்கேன்!"

என என் காதல் மரம் சடாரென முறிந்து விழுந்தது. அவள் என்னையும் உள்ளே அழைக்க நான் வீட்டுக்குள் போய் சுற்றிப் பார்க்க திடீரென திரும்பினால் அங்கே ஒரு புகைப்படம் பெரியதாக சுவற்றில் மாட்டப் பட்டிருந்தது. நான் அதை நெருங்கி அதில் ஒரு இளம்பெண்ணின் புகைப்படத்தைப் பார்த்தேன். தூசி பிடித்துக் கிடந்தது. நான் உடனடியாக

அங்கிருந்த ஒருதுணியை எடுத்து அதைத் துடைக்க ஆரம்பித்தேன். துடைக்கத் துடைக்க எனக்குப் பேரதிர்ச்சி. அதில் இருந்தது வைஷ்ணவி! ஆனால் அந்தப் புகைப்படம் எப்படியும் ஒரு நாற்பது ஆண்டுகளுக்கு முன்னதாகவே எடுக்கப் பட்டிருக்க வேண்டும்!

நான் மிரண்டு போய் வைஷ்ணவியை அழைத்தேன். ஆனால் அங்கு பதிலும் இல்லை! வைஷ்ணவியுமில்லை!

யவனத்து யக்ஷிகளின் எடவாடு

"வைஷ்ணவி.....! வைஷ்...!"

என்று நான் குரல் கொடுக்க அந்தக் குரலானது அந்த அறையில் பரவி எனக்கே எதிரொலித்தது. நான் நடுங்கிப் போய் வாசலை நோக்கி ஓடினால் வலது பக்கத்தில் ஒரு படிக்கட்டு இறங்கியது. அதில் இறங்கி ஓடின பிற்பாடுதான் எனக்குத் தெரிந்தது. அது எங்கள் வீட்டுக் கீழ்த்தளத்துக்கு மேல்தளம் வழியாக இறங்கும் படிக்கட்டு என்பதும், அது உள்பக்கமாகச் சாத்திக் கிடப்பதும் உறைத்தது. மீண்டும் மேலே ஏறி வெளிப்பக்கப் படிக்கட்டு வழியாக ஓட எத்தனித்த போதுதான் நான் ஒன்றைக் கவனித்தேன்.

மொத்தமாக இந்த வீட்டுக்கு வந்த இத்தனை மாதங்களில் இன்றுதான் முதன் முறையாக மேல் தளத்திற்கு வந்திருக்கிறேன். ஆனால் அந்தப் படிக்கட்டில் நான் ஏற்கனவே வந்திருக்கிறேன். கொஞ்சம் பின்னோக்கி யோசிக்க நெஞ்சு பகீரென்று அடித்தது. ஆம்! எங்கள் வீட்டு விழாவொன்றில் நான் படுத்திருந்த போது ஒரு பெரிய மீசை வைத்த கிழவன் என்னை இந்தப் படிக்கட்டு வழியாகத்தான் அழைத்து வந்தான். அதே வளைவுப் படிக்கட்டுகள்தான் அவை. நான் மொத்தமாக உடைந்து கத்தினேன்.

"எட்டி வைஷ்ணவி! எங்கட்டி போய்த் தொலஞ்ச? சனியனே!"

அப்போது என் காதருகில் சன்னமாக ஒரு குரல், "இக்.......பால்ல்ல்...!"

"அது எவம்புல இக்பாலு! இத்துப்போன பாலு! நமக்குன்னு வந்து சேருகானுவல்லா?"

எனக்குக் கடுமையான கோபமும், பயமும் சேர்ந்து கொள்ள நான் ஓட ஆயத்தமானேன். அப்போது என்னுடைய தோளில் திடீரென்று ஒரு கை விழவும் நான் அலறியடித்துத் தரையில் சரிந்தேன். எதிரில் ஒரு பேரழகி நின்று கொண்டிருந்தாள். அவளோடு கூட ஒரு நடுத்தர வயது மனிதரும் நின்று கொண்டிருந்தார். அவளது முகத்தில் அதிர்ச்சி.

"ஐம் சாரி! ஐயாம் சோ சாரி! ஐ ஸ்கேர்ட் யூ! ரியலி சாரி! ப்ளீஸ்!"

என்று தரையில் கிடந்த என்னைக் கை கொடுத்துத் தூக்கி விட்டாள். வீட்டுமுற்றத்தில்தான் கிடந்தேன்.

'என்ன நடந்தது? ஆனால் இது சத்தியமாகக் கனவு இல்லை!' என்னால் அதை நம்பவே முடியவில்லை. நான் திருதிருவென விழித்தேன். வெளியில் நல்ல மழை பெய்து கொண்டிருந்தது. என் கைகளைக் கிள்ளிப் பார்த்தேன். வலித்தது. நிஜம்தான்... ஆனால் முதலில் வந்தவள் இவள் இல்லையே? ஆனால் அவளைவிட இவள் இன்னும் அழகாகயிருந்தாள். நான் அவளிடம்,

"நீங்க வைஷ்ணவிதானே?"

"எஸ்! ஐயம் வைஷ்ணவி! ஹவ் டு யூ நியூ தேட்?"

"இப்பத்தானே வந்துட்டு மாடில வச்சிக் காணாமப் போனீங்க? அதுக்குள்ள எப்புடி இன்னொரு டிரஸ் மாத்திக்கிட்டு வந்தீங்க? மூஞ்சியும் வேறயா இருக்கு?"

"ஹேய் மேன்! வாட்ஸ் ராங் வித் யூ?"

'அதானே! என்ன எழவு ராங் வித் மீ?'

எனக்குள்ளே மிகமுக்கியமான கேள்விகள் எழுந்தன. 'முதலில் வந்தவள் இவள் இல்லை! முக்கியமாக நான் கண்டது கனவில்லை! மிக முக்கியமாக இவளது பெயர் வைஷ்ணவி என்பது எனக்குத் தெரியாது! அப்பா வெறுமனே ஒரு பெண் வருகிறாள் என்பதை மட்டுமே எனக்குச் சொல்லியிருந்தார். முதலில் வந்த வைஷ்ணவி கருப்பு டாப்ஸ் அணிந்திருந்தாள்! ஆனால் பேண்ட் அணிந்திருக்கவில்லை. இவள் மஞ்சள்

கலர் சுடிதார் அணிந்திருக்கிறாள்! ஆளும் வேறு! ஒருவேளை அது கனவாக இருக்குமோ? இந்த எழவெடுத்த பேய்களுக்கு சொப்பனங்களில் என்ன வேலை?' நான் மீண்டும் கண்கள் கலங்கி நின்றேன். அவள் என்னிடம்,

"ஹலோ! நீங்கதானே ப்ரபூ?"

"எஸ் எக்ஸாக்....! சாரிங்க நாந்தாம் பிரபு!"

'நாம் தமிழாங்கிலத்தில் பேசினால் அவள் மறுபடியும் ஆங்கில இங்க்லீஷில் பேசுவாள்! எதுக்கு கெடந்து தெரியாத பாஷையப் பேசிக்கிட்டு கெடந்து தத்தளிக்கணும்?' என்று நான் சற்றே உஷாரானேன். அவள் என்னிடம்,

ஃபர்ஸ்ட் ஃப்ளோர் கீ கொண்டாந்துருக்கேன்! மேல கொஞ்சம் அப்பாவோட...!"

நான் அவளை இடைமறித்து, "ஓங்கப்பா டாக்டர் ஜெயராமனோட புக்ஸ் மேல அலமாரியில இருக்கு! ஓங்க ரெஃபரென்சுக்கு அதை எடுக்கணும்! ஓங்கப்பா எங்கப்பாகிட்ட போன் பண்ணி சொல்லிருக்காரு! கரெக்டா?"

"யூ ஆர் கரெக்ட்! பட் டாக்டர் ஜெயராமன் இஸ் மை தாத்தா! எங்கப்பா டாக்டர் வாசுதேவன்!"

"என்னாது? அப்போ மொதல்ல வந்த பொண்ணு அவங்க அப்பா பேரு டாக்டர் ஜெயராமன்னு சொன்னாளே?"

"மொதல்ல இங்க யாரு வந்தாங்கன்னு எனக்குத் தெரியாது மிஸ்டர் பிரபு! வாங்க மேல போலாம்! ஸ்விட்ச்செல்லாம் எங்கயிருக்குன்னு எனக்குத் தெரியாது! ரொம்பச் சின்ன வயிசுல இங்க வந்தது! அடுத்த மழை வர்த்துக்குள்ள வீட்டுக்குப் போகணும்! கொஞ்சம் சப்போர்ட் பண்றீங்களா? டிரைவர் அங்கிள்! அந்த கீயைக் குடுங்க!"

என்று அந்த நடுத்தர வயது மனிதரிடம் கேட்க அவர் ஒரு துணி பொதிந்த பையில் மேல் வீட்டுச் சாவியைக் கொடுத்தார். அவள் அதை வாங்கிக் கொண்டு விறுவிறுவென மாடியில் ஏறினாள். நான் அவள் போவதையே பார்த்துக் கொண்டிருந்தேன். நான் அவளது பின்புறத்தைப் பார்த்துக்

கொண்டிருந்ததை அவள் கவனித்து விட்டாள். படியில் நின்று கொண்டே என்னிடம்,

"அங்க நின்னுக்கிட்டு என்ன பாக்குறீங்க மிஸ்டர் பிரபு?"

"இல்ல எங்கியோ செவுத்துல சாஞ்சிருப்பீங்கன்னு நெனைக்கேன்! உங்க குண்...! சாரி! உங்க பம்ல சாரி! உங்க பின்பக்கம் ஒரே ஒட்டடை! பட் ஐ டோன்ட் வான்ட் டு வைப் இட்!"

"சாரி???"

"இல்ல நீங்களே துடைச்சுக்குங்கன்னு சொன்னேன்!"

அவள் என்னை ஒருமாதிரியாகப் பார்த்தாள். நான் மழையைப் பார்த்துக் கொண்டிருந்தேன். அவள் மீண்டும் என்னிடம்,

"கொஞ்சம் மேல வந்தீங்கன்னா எனக்குக் கொஞ்சம் ஹெல்ப்பா இருக்கும்?"

நான் பயந்துபோய் மறுத்து, "நீங்க வேணா உங்க டிரைவர் அங்கிள கூப்டலாமே?"

"இல்ல அவருக்கு ஆர்த்தரைடிஸ்! மாடிப் படியேறக்கூடாது!"

எனக்கு உடனே இதற்கு முன்பு வந்த வைஷ்ணவி சொன்னது நினைவுக்கு வந்தது, 'ஓஹோஷ்... ஆர்த்தர் ரைட்டிஸ்'னா எழுத்தாளர்!'. இவ்வளவுதானே? இந்தா பொளிச்சிருகேன்! என்று நான் அவளிடம்,

"ஏங்க... அவரு எழுத்தாளர்தானே? எழுதுறதுக்கும் மாடிப் படியேறுகதுக்கும் என்ன சம்மந்தம்?"

"வ்வாட்??? ஆர்த்தரைடிஸ்'னா வாதநோய்!"

"முட்டு வெளங்காது'ன்னு சொல்லிருந்தா எனக்குப் புரிஞ்சிருக்கும்! சரி விடுங்க!"

டிரைவர் அங்கிள் என்னை முறைக்கவே நானும் மெதுவாக அவளது பின்னே நடந்து படியேறினேன். மெதுவாக இருட்டத் துவங்கியது.

"ஸ்டெப்செல்லாம் ஒரே பாசியா இருக்கு? மெய்ண்டைன் சரியா பண்ணுகதில்லியா?" என்றவளிடம் நான்,

"பரவால்லியே? ஒரு கண்ணு சாளையியும் கிழையுமா இருக்கம்போதே இதெல்லாங் கண்ணுக்குத் தெரியே உங்களுக்கு?"

"என்ன சொன்னீங்க பிரபு?"

"இல்ல.... ஓங்களுக்கு ஒரு கண்ணும், ஒரு காதும் செரியா வெளங்காதுன்னு மத்தவ சொன்னா! அதாங் கேட்டனம்மா!"

அவள் சடாரென கோபத்தில் திரும்பி, "வாட்! ஆர் யூ கிரேஸி? ஹூ டோல்ட் திஸ் டு யூ?"

"மொதல்ல வந்தால்லா! அந்தப் புள்ள சொல்லிச்சி!"

"டிரிங்க்ஸ் பண்ணிருக்கீங்களா பிரபு?"

"இல்ல... எட்டு மணிக்கி மேலத்தா நாங் குடிப்பேன்!"

"ஸ்டுப்பிட் மோராான்!"

நான் பதிலே சொல்லவில்லை. அவள் அந்தக் கதவைத் திறந்தாள். எனக்கு ஒரேபடபடப்பு. இப்போதுதான் முதல் முறையாக அந்த மேல்தளத்துக்குள் போகப் போகிறேன். அந்தக் கதவின் சாவியே வித்தியாசமாக இருந்தது. நான்கு சுற்றுகள் வலப்புறமாகச் சுற்றி அந்தப் பூட்டு திறந்தது. கதவைத் திறக்கும் போது 'கிரீச்' என்ற சத்தம் கேட்டதைத் தொடர்ந்து அவள் இப்படிச் சொன்னாள்,

"பூட்டுக்கு லேசா எண்ணையாச்சும் போடக்கூடாதா?"

எனக்குக் கோபம் வந்து விட்டது, "ஏங்க! பூட்டு உங்களுக்க பூட்டு! நா எப்புடி அதுல எண்ணை போட முடியும்?"

அவளுக்கும் கோபம் வந்து விட்டது, "என்ன சொன்னீங்க?"

"அட! வீடு உங்க வீடு! பூட்டு உங்க பூட்டு! போதாக்கொறைக்கி சாவி வேற ஒங்கிட்ட இருக்கு? நா இந்த வீட்டுக்குள்ளயே இப்பந்தா காலடி எடுத்து வைக்கேன்? பொறவு எங்கனோடி எண்ணைய வுடுகதுக்கு?"

"ஓ மேன்! ஐம் சோ டயர்ட் ஆஃப் யூ!"

என்று அவள் சலித்துக் கொண்டே வீட்டுக்குள் நுழைந்தாள். நானும் அவள் கூடவே போனேன். கனவில் பார்த்தது போல இல்லை. அதைவிடக் கொடூரமாக இருந்தது. காலே வைக்க முடியாத அளவுக்கு ஓட்டையும், தூசியுமாக பலவருடங்களாகப் பூட்டிக் கிடந்திருக்கிறது. எனக்கு மூச்சு முட்டியது. அவள் தன்னுடைய சுடிதாரின் துப்பட்டாவை வைத்து முகத்தை மூடிக்கொள்ள, நான் இரண்டு மூன்று தும்மல்கள் போட்டதும் என்னை முறைத்தாள். நான் அவளிடம் மெதுவாக,

"வைஷ்ணவி!"

"ம்... சொல்லுங்க!"

"ஒரு கர்ச்சீஃப் கிடைக்குமா?"

"ஆனா அதத்தான் நா யூஸ் பண்ணிட்டனே?"

"பரவால்ல குடுங்க! உங்கள மாதிரி ஒரு தேவதை யூஸ் பண்ண எத வேணாலும் யூஸ் பண்ணலாம்! ப்ளீஸ்.. ஒரே டஸ்டா இரிக்கி!"

அவள் ஒருகணம் நின்று என்னைக் கூர்ந்து பார்த்தாள். அவளது ஹேண்ட் பேக்கிலிருந்து ஒரு வெள்ளை நிறக் கர்ச்சீஃபை எடுத்து நீட்டினாள். நான் அதை வாங்கி எனது முகத்தில் கட்டிக் கொண்டேன். அவள் போய் ஒரு சுவிட்சைப் போடவும் பளீரென ஒரு வெளிச்சம்.

'இத்தனை நாள் உபயோகப் படுத்தாத அறையில் எப்படி ஒரு பல்ப் இத்தனை காலம் டங்க்ஸ்டனோடு ஜீவித்திருக்கிறது?'

நான் ஆச்சர்யப் பட்டுப் போனேன். அதைவிட இன்னொரு ஆச்சரியம் என்னவென்றால் சற்று முன்னர் வந்த வைஷ்ணவியோடு அந்த அறையில் என்னவெல்லாம் நான் பார்த்தேனோ அதெல்லாம் அப்படி அப்படியே இருந்தன. முக்கியமாக அந்தப் படிக்கட்டுகள்! ஆனால் அந்த பெண்ணின் புகைப்படம் மட்டும் மிஸ்ஸிங்...

வைஷ்ணவி புத்தக அலமாரியை அலசிக் கொண்டிருந்தாள். நான் மெதுவாக மேலிருந்து அந்த வளைவுப் படிக்கட்டைப் பார்த்தேன்.

கீழே வரைக்கும் சரியாகத் தெரியவில்லை. இருந்தாலும் கூட அது வழியாகக் கீழே இறங்க எனக்குத் தைரியமில்லை.

எனக்கு அங்கே நிற்க போரடித்தது. முதலில் வந்த வைஷ்ணவி போல இவள் இயல்பாகக் காதலோடு பேசாமல் நாயை அவிழ்த்து விடுகிறாள் என்பதால் நான் பொத்திக் கொண்டு இருந்தேன். கொஞ்ச நேரம் ஒரு இடத்தில் நிற்கமுடியாமல் அங்கிருந்த புத்தகங்களைப் பார்வையிட்டதில் அதில் நமக்கு எதுவும் தேறாது என்றதால் அங்கிருந்த ஒரு சிறிய கதவைத் திறந்தேன். உள்ளே ஒரே இருட்டு. வாசலிலேயே ஒரு சுவிட்ச் இருந்தது. அதைப் போட்டேன். ஒரு சின்ன லைட் எரிந்தது. உள்ளே நுழைந்து வலது பக்கம் யாரோ நிற்பது போலத் தெரிந்ததால் நான் அங்கே திரும்ப என்னுடைய சப்த நாடியும் ஒடுங்கிப் போனது. அங்கே ஒரு ஆளுயரப் புகைப்படம். அதில் ஒரு பெண் நின்று கொண்டிருந்தாள். நான் வைஷ்ணவியை அழைத்தேன்.

"இந்த ரூமை ஏன் தொறந்தீங்க? அப்பா லைப்ரரியத் தவிர்த்து எந்த ரூமையும் தொறக்க வேண்டாம்னு சொன்னாங்க!" என்று கடுப்பான குரலில் சொல்லிக் கொண்டே அவள் என்னருகில் வந்தாள். அந்தப் புகைப்படம் முழுக்க தூசியும், சிலந்தி வலையுமாக இருந்தது. அவள் கையிலிருந்த ஒரு டார்ச்சை எரியவிடவே, நான் என்னுடைய முகத்தில் கட்டியிருந்த கர்ச்சீஃபை அவிழ்த்து அதைத் துடைக்கத் தொடங்கினேன்.

துடைக்கத் துடைக்கப் பேரதிர்ச்சி. அதில் இருந்தவள் முதலில் வந்த வைஷ்ணவி. அதே சிரிப்பு... அதே கண்கள்... அதே கருப்பு நிற டாப்ஸ். ஆனால் இதில் பாட்டம் பேண்ட் அணிந்திருந்தாள். அந்த பாட்டத்தை நான் எங்கோ பார்த்த நியாபகம். அந்த பாட்டம் பேண்ட்ஸைத்தான் காலையில் கோபால் அணிந்திருந்தான். அதே பூப்போட்ட பாட்டம். எனக்கு தலைசுற்றியது. மிரண்டு போய் இடது பக்கம் திரும்பி வாசலைப் பார்த்தால் அங்கே வைஷ்ணவி இல்லை. என்னுடைய வலது பக்கக் காதில் ஒரு ஸ்பரிசம்... இன்றோடு நான் செத்தேன்!

ஐமுனாவின் ஜாலம்

மெதுவாகத் திரும்பினேன். என் வலது பக்கத்தில் யாரோ நிற்பதை உணர்ந்து திரும்பினேன். வைஷ்ணவி நின்று கொண்டிருந்தாள்.

'அடிச்சண்டாளி ஒரு அனக்கங் காட்டிட்டு வரப்புடாதா? நாம்லா பயந்து போனேன்?' என்று எண்ணிக்கொண்டே நான் அவளை மிரண்டு போய்ப் பார்க்க, அவள் அந்தப்படத்தையே வைத்த கண் வாங்காமல் பார்த்துக் கொண்டிருந்தாள். அவளது முகத்தில் ஒரு வருத்தம் கலந்த பிரமிப்பு.

"வா......வ்! ஐமுனா அத்தை...!"

அவள் கண்களில் அத்தனை ஆழம். நான் அவளிடம், "ஐமுனாவா? யாரது?"

அவள் அந்த பிரமிப்பு மாறாமல் என்னிடம், "எங்க அப்பாவோட தங்கச்சி! ஐமுனா ராணி!"

'இவ்ளோ சூப்பரான ஒரு ஃபிகரா ஓங்கய்யனுக்கு தங்கச்சியா பொறந்தா?' என்று கேட்க நினைத்து இப்படிக் கேட்டேன், "ஓ உங்க அத்தை இப்ப எங்க இருக்கு?"

"அவங்க சின்ன வயசுலயே செத்துட்டாங்க!"

"ப்ச்... அய்யோ பாவம்! எப்டி செத்தாங்க?"

என்று நான் கேட்கவும் வைஷ்ணவி படாரென என்னிடம் திரும்பி கண்களை உருட்டி முழித்து, "உன்னாலத்தாண்டா! உன்னாலத்தான்!"

என்று சற்றும் எதிர்பாராமல் அலறிக்கொண்டே என் கழுத்தைப் பிடித்து நெரித்தாள். நான் துடித்துப் போனேன். அது ஒரு பெண்ணின் கைபோலவே இல்லை. எனக்கு குரல்வளை இறுகியது. அந்த அறைமுழுவதும் மகிழம்பூவின் மணம் வீசியபோதுதான் எனக்குப் பிடிகிட்டியது. வசமாக வந்து மாட்டிக்கொண்டோம். கழுத்து இறுகி, மூச்சு அடைத்தபோதுதான் அது கனவல்ல நிஜமென்று உரைத்தது. நான் என் மனதுக்குள் அழுதேன்.

'அடக்கடவுளே! ஒரு பெண்ணின் கையால் மரணம்! அதுவும் இத்தனை அழகான ஒரு பெண்ணின் கையால் வரப்போகிறது! அம்மைக்கி தெரிஞ்சா கேவலமாப் பேசுவாளே? இந்த வெங்கலம், கோழி ரெத்தமெல்லா ஊரு முச்சூடும் நாத்துவானுவோ! அந்த டைனமைட்டு நாயி எப்பவோ சொன்னது இப்பநடக்கே! நம்மசாவையெல்லாம் ஒருசின்னக்கூய்வுள்ளை கணிச்சி சொல்லிருக்கே? இது எவ்ளோ பெரிய கேவலந் தெரியுமா? கழுத்த வுடுட்டி செத்த முண்ட! வலிக்கி...! எம்மா!'

நான் அந்த இறுக்கத்தைத் தாங்க முடியாமல் திமிறினேன். என்னைச் சுவரோடு சேர்த்து அழுத்தி என் கண்களை கூர்மையாகப் பார்த்தாள். என் கண்கள் சொருகி மேல் நோக்கிப் போனது. வைஷ்ணவி அப்போது முன்பை விட அழகாக இருந்தாள் என்பதை சொல்லித்தான் ஆக வேண்டும். இப்போது அவளது நெஞ்சம் என் முகத்துக்கு நேராக நெருங்கி வந்து அழுத்தியது.

'ஆஹா! இதுவல்லவோ சாவு? நாங்கூட எதையும் அனுபவிக்க முடியாம செத்துருவோம்னு பயந்துட்டனே! குடில சாவணும்! இல்லைன்னா வெடில சாவணும்'னு சொல்லுவானுவோ! ஏதோவொண்ணு! சீக்கிரம் கொல்லுட்டி! எனக்கு ஓடனே சாவணும்!' என்று மனம் புலம்பி அவளிடம் எதுவோ சொல்ல முயன்றேன். அவள் தன்னுடைய கைகளைத் தளர்த்தி அவளது இடது காதைக் காட்டி,

"இந்தப் பக்கம் சொல்லு! வலப்பக்கம் காது எனக்குக் கேக்காது!"

என்றவாறே என்னுடைய கழுத்தை அவள் விடவும் நான் நெஞ்சைப் பிடித்துக் கொண்டு ஒரு பெருமூச்சை விட்டு இருமினேன். அவளது குரல்

இரண்டு பேரின் குரலாகக் கேட்டது. பேய்ப்படங்களிலும் கூட இதே இம்சைதான்.

'யாம் பேயளா! ஓங்களுக்கெல்லாம் ஒரு குரல்ல பேசுகதுக்கு என்ன எழவு மாய்ச்சலோ? ரெண்டு கொரல்ல பேசுனாத்தான் நாம பயப்புடுவேம்ன்னு ஓங்கட்ட சொன்னனா? மனசுல பெரிய சித்ரா, சொர்ணலதான்னு நெனப்பு?' எனக்கு கடுப்பு வந்தது.

"ம்ம்ம்ம்... சொல்ல வந்தத சொல்லு!" அந்தக் குரலில் அத்தனைக் கொடூரம்.

நான் திடுக்கிட்டு, "எம்மா எம்மா... சொல்லிருகேம்! என்னைய வுட்டுரு தாயே?"

"ம்ம்ம்", மீண்டும் உறுமல்.

"ஓங்களுக்கு வலது காது கேக்காதா? என்னாச்சி? மொதல்ல கண்ணும் காதும் வெளங்காதுன்னு சொன்னதுக்கு சூர்த்து வந்து?"

"எனக்கு வலது காதும் கேக்காது! வலது கண்ணுந் தெரியாது!"

"அதாங்கேக்கம்லா! அந்தக் கண்ணுக்கும், காதுக்கும் என்னாச்சி?"

"ஓ அப்புடியா? நல்ல ஈ.என்.டி ஸ்பெசலிஸ்ட பாக்க வேண்டியதான?"

"அப்புடின்னா?"

"காது மூக்கு தொண்டை நிபுணர்?"

"செத்தவளுக்கு என்ன பண்டுவம் வேண்டிக் கெடக்கு?"

"ஓங்களுக்கு எப்புடி இப்டி ஆச்சி?"

"அவ்ளோ பெரிய கட்டைய எடுத்து தலையில அடிச்சல்லா?"

"யாரடிச்சா?"

"நீதானே அடிச்ச?"

நான் பதறிப் போய், "எம்மோ வைஷ்ணவி! எனக்கு உன்னைய ரொம்பப் புடிச்சிருக்கு கேட்டியா? நா உன்னைய லவ் பண்ணுகேன் கேட்டியா? தயவு செஞ்சி என்னைய விட்டுரும்மோ!"

"அத வைஷ்ணவிகிட்ட போயி சொல்ல வேண்டியதானே? என்கிட்ட எதுக்கு சொல்லுக?"

"நீதானே வைஷ்ணவி?"

"இல்ல நா ஐமுனா......! நீதானே அந்த அஞ்சப்பன்?"

"நான் பயத்தின் உச்சிக்கு சென்றேன், "என்னது ஐமுனாவா? நீ வைஷ்ணவிக்க அத்தைல்லா? நீ எதுக்கும்மோ என்னையப் புடிச்சி வச்சிருக்க? கடவுளே நா என்ன பாவஞ் செஞ்சேன்? எனக்க பேரு அஞ்சப்பம்லாங் கெடையாது! நாம் பிரபுவாக்கும்?"

"நீங்கல்லா செஞ்ச பாவத்துக்குதான் உங்கள தொரத்தித் தொரத்திக் கொல்லுகேன்!" அந்த உறுமலில் ஒரு மிகப்பெரிய கோபம் இருந்தது. நான் உடனே குரலைத் தாழ்த்தி,

"கொஞ்ச நேரத்துக்கு முன்ன இங்க வந்தது நீங்கதானே ஐமுனா ஆண்ட்டி?"

"ஆண்ட்டியா...? ம்ம்ம்ம்........!"

"நாம்பொறக்கதுக்கு முந்தியே செத்துப் போன உங்கள நியாயமா நா ஆச்சின்னுதா கூப்புடணும்?"

"டேய்.....!" என்று கத்தியதில் என் காதுகள் அடைத்துக் கொண்டன. நான் அவளிடம்,

"ஏய் ஐமுனா! ஐ லவ் யூ! நா சத்தியமா உன்னைய காதலிக்கேன் கேட்டியா? நாம ரெண்டு பேரும் கலியாணம் பண்ணிக்கிடலாம்!"

"அன்னிக்கி நாளங்க அம்மச்சிகூட வந்து உன்னைய வரன் கேக்கம்போஙங்க அம்மா என்னையப் பாத்து என்னவோ சொன்னாளே ஓர்மையிருக்கா?"

அப்போதுதான் நான் ஒரு விஷயத்தை கவனித்தேன். தொடக்கத்தில் ஒருநாள் அதிகாலையில் கண்ட கனவில் இரண்டு கிழவிகளோடு வந்த பானுப்பிரியா இவளேதான். அந்த முகம் சடாரென நினைவில் வந்தது. அவளேதான். நான் திரும்பி அந்த ஆளுயரப் படத்தைப் பார்த்தேன். அத்தனை அழகு. எனக்கு உள்ளமெங்கும் பூரிப்பு.

"எங்க அம்மதானே உன்னைய வேண்டாம்னு சொன்னா? நாஞ் சொல்லலியே? நீ வேணும்னா எங்க அம்மையத் தூக்கி என்னைச் சட்டியில போட்டுப் பொறிச்சிரு! என்னையக் கலியாணம் பண்ணிக்கோ! என்னைய எதுக்கு கொல்லுகதுக்கு நிக்க? நாந்தா ஒன்னைய காதலிக்கேம்லாம்மோ?"

என்று நான் சொல்ல அவளது கண்கள் கொஞ்சம் நிதானித்து என்னை உற்றுப் பார்த்தன! அந்தப் பார்வையில் அத்தனை சாந்தம். பிறகு நிறைய காதல். என்னை மெல்ல நெருங்கியவளின் மூச்சுக்காற்றில் அத்தனை உஷ்ணம். வைஷ்ணவியின் முகச்சாயல் மறைந்து ஜமுனாவின் முகம் வந்தது. எனக்கு மட்டும்தான் அப்படித் தெரிகிறதா? என எனக்குக் குழப்பம்.

அற்புதமான ஒரு மணம் அவளது உடலிலிருந்து வீசியது. எனக்குக் கண்கள் கிறங்கிப் போயின. அவளது கைகள் என் காது மடல்களைப் பிடித்தன. என் முகத்துக்கும் அவளது முகத்துக்கும் ஒரு இஞ்ச் இடைவெளி இருக்கலாம். நான் விக்கித்துப் போய் நின்றேன். அந்த சிறிய பல்பின் ஒளியில் அந்தக் காட்சியே வேறு மாதிரி தொனியில் இருந்தது. அவளது விரல்கள் என்னுடைய காதுமடல்களை வருடியவாறே அழுத்தமாகப் பிடித்து அவளுடைய உதடுகள் என்னுடைய உதடுகளைக் கவ்விக் கொள்ள நான் துடித்துப் போய் நின்றேன். நான் அவளை விடுவிக்க முற்படும் போது அவள் என்னை மேலும் இறுக்கினாள்.

இந்தப் பேய் முத்தத்தை நான் சற்றும் எதிர்பார்க்கவில்லை. என்னுடைய கண்கள் சொருகின. வெளியில் கனத்த மழை பெய்து கொண்டிருந்தது. எத்தனை நேரம் ஓடிப்போனது என்பது எனக்குத் தெரியவில்லை. நான் கண் விழிக்கும் போது வைஷ்ணவி என் மேல் படுத்திருந்தாள். நான் உடுத்தியிருந்த உடைகளைக் காணவில்லை. நான் திடுக்கிட்டு அவளை

எழுப்ப, அலறியடித்து எழுந்த வைஷ்ணவி எங்களது கோலத்தைக் கண்டு சப்தம் போட முயற்சிக்கவே நான் அவளது இதழ்களைப் பொத்தி, நடந்த சம்பவங்களை அவளுக்குக் கூறினேன். அவள் நம்பாமல் திமிறினாள். நான் என் கன்னத்தில் கிடந்த அவளது லிப்ஸ்டிக் தடத்தைக் காட்டி,

"நீ கிஸ் பண்ணாம எப்டி இது என் கன்னத்துல வந்திச்சின்னு யோசிச்சியா?" என்றேன்.

அவளுக்கு மீண்டும் அதிர்ச்சி. அவள் தன்னுடைய உடைகளையும், கூந்தலையும் தயார் செய்துவிட்டு அந்த அலமாரியில் போய் நின்று கொண்டு தலையைக் குனிந்து விசும்பினாள். நான் அவளது பின்பக்கம் போய் நின்று கொண்டு,

"வைஷ்ணவி! உள்ள என்ன நடந்திச்சின்னு எனக்குத் தெரியாது! உனக்கும் தெரியாது! வெளியிலயும் யாருக்கும் தெரியாது! இதை இங்கயே மறந்துரலாம்!"

அவள் கோபத்தில் திரும்பி, "எதை மறக்கச் சொல்லுக? இப்போ மணி எட்டரை! ஆறேமுக்காலுக்கு உள்ள வந்தோம்! ரெண்டு மணிநேரம் உன் மேல படுத்துக் கிடந்துருக்கேன்! என்ன நடந்திச்சின்னு தெரியலைன்னு சொல்லுறியே?" என்று அழுதாள். எனக்குத் திரிசங்கு நிலை.

"நா வேணும்ன்னா ஒரு காப்பி போட்டு எடுத்துக்கிட்டு வரட்டா? கொஞ்சம் ரிலாக்சா இருக்கும்!" என்று நான் சொல்லவே, "இல்ல வேண்டாம்! நா கிளம்பறேன்!" என்று சொல்லிவிட்டு வாசலுக்கு வந்து என்னையும் வெளியில் வரச் சொல்லிவிட்டு கதவைப் பூட்டத் துவங்கினாள். மழை இன்னும் வேகம் பிடித்தது.

அவள் கீழே இறங்கிய வேகத்துக்கும், அவளது முத்தத்தின் வேகத்துக்கும் ஒரேஅளவீடுதான். எனக்குதான் உதடு கிழிந்து ரத்தம் கன்றியிருந்தது. அவள் கேட்டைத் திறந்து வெளியில் போக அம்மாவும் அப்பாவும் வெளியில் போய்விட்டுத் திரும்பி வரவும் சரியாக இருந்தது. சரேலென்று அவள் போய்க் காரில் ஏறிப் போனதைக் கண்ட அம்மாவுக்கும், அப்பாவுக்கும் குழப்பம். அம்மா என்னிடம்,

"யாம்டே! அந்தப் புள்ள ஆவேசமாப் போவுகு? நீ ஏதுஞ் சொன்னியா?"

"நா என்ன சொல்லப் போறேன்? புக்கு எடுக்க வந்தம்னு சொல்லி கிணாட்டிக்கிட்டு வந்தா! என்னத்த எடுத்தாளோ? இந்தா பொறப்டு போறா! என்னிய குத்தஞ் சொல்லலைன்னா ஒனக்கு ஒறக்கம் வராதே?"

அப்பா என்னை மேலும் கீழும் பார்த்தார். "என்ன எழவோ? ஆண்டவனுக்குதா வெளிச்சம் என்றவாறே அம்மா வீட்டைத் திறந்து உள்ளே போனாள். அப்பா என்னிடம் வந்து,

"எலேய்! நாந்தா ஒனக்கு போன் பண்ணிச் சொன்னம்லா! நீ என்னவோ வெடுக்குன்னு நாம்பெரிய உத்தமம்ன்னு சொன்ன? மாணிய ஏணியில ஏத்திப்புடுவம்'ன்னு... இப்ப நிக்க லச்சணந் தெரியி!"

"என்னத்த தெரியி?" எனக்குக் கோபம் வந்தது.

"ஜிப்ப மூடுல! வெளிச்சத்துக்க எதுக்கு டார்ச் லைட்டு அடிக்க? செவமே! எனக்குன்னு வந்து வாச்சிருக்கு பாரு!"

நான் அப்போதுதான் பார்த்தேன். என்னுடைய ஷார்ட்ஸின் ஜிப் திறந்திருந்தது.

'சை! வைஷ்ணவி சனியன்!' என்றவாறே மூடினேன். அப்போதுதான் உள்ளிருந்து அம்மாவின் கூக்குரல் கேட்டது.

"எம்மாடி பேயீ......! லே இங்க வாலே!"

நான் திடுக்கிட்டு அப்பாவைப் பார்த்தேன். அவர் என்னிடம் சிம்பிளாக,

"விடுடே! செவம் கண்ணாடியப் பாத்துருப்பா!"

"நீரெல்லா ஒரு அப்பானவோய்?" என்று கேட்டு விட்டு உள்ளே நுழைந்தேன். அம்மா அந்த நடுவீட்டில் சப்தநாடியும் ஒடுங்கி ஒரு மூலையில் போய் தலையை முட்டிக்குள் புதைத்து அமர்ந்திருந்தாள். நான் கேட்டேன்,

"என்னம்மா! என்னாச்சி? ஏதோ பாயீன்னு சொன்னீயே? எங்க?"

"பாயி இல்ல! பேயிடே! அங்க!" என்று எதிரிலிருந்த அறையைக் காட்டினாள். அந்த அறைக்குள்ளிருந்து மகிழம்பூவின் வாசனை வரத் துவங்கியது. நான் அரண்டு போய் அம்மாவைப் பார்த்தேன். அம்மாவின் நீட்டிய கை அப்படியே வலதுபுறமாகத் திரும்பிக் கொண்டேயிருந்தது.

"பாயி இல்ல! பேயிடே! அங்க!" என்று எதிரிலிருந்த அறையைக் காட்டினாள். அந்த அறைக்குள்ளிருந்து மகிழம்பூவின் வாசனை வரத் துவங்கியது. நான் அரண்டு போய் அம்மாவைப் பார்த்தேன். அம்மாவின் நீட்டிய கை அப்படியே வலதுபுறமாகத் திரும்பிக் கொண்டேயிருந்தது.

கோடரி என்னும் கொஞ்சல் கருவி

ஒரு பெண்ணின் நிழல் பெட்ரூமில் இருந்து விழுந்து தரையில் அசைந்தது. அவளது கூந்தல் காற்றில் பறந்ததைக் கண்டு எனக்குக் கடும் கோபம்,

'இந்தப் பேய்களுக்கு தங்களது தலைமுடியை வாரிச்சுருட்டி ஒரு கிளிப்பை மாட்டுவதற்கு என்ன கொள்ளையோ?'

அம்மா அலறினாள். அப்பா உள்ளே ஓடிவந்து,

"என்னடே அம்மயிம் மொவனும் கெடந்து பெகளம் வக்கீதிய?" என்று கேட்டதும்தான் தாமதம், அம்மா அப்பாவை ஒரு முறை முறைத்துக்கொண்டே,

"இதுல நா ஒரு பொம்பளைய கண்டெம் பாத்துக்கிடுங்க! யாரது?"

அப்பா திடுக்கிட்டபடியே, "எம்மா! நா ஒருத்தியையிம் கூட்டிக்கிட்டு வரலம்மாளு! நானும் ஒங்கூடத்தானளா வந்தேன்? எங்கிட்ட கேக்க?"

"இல்ல அது பொம்பள இல்ல! பிரேதம்! பிசாசு! எங்கண்ணால நாங் கண்டேன்!"

அம்மா பயத்தில் பிடில் வாசித்தாள். எனக்கு சிரிப்பு அள்ளிக்கொண்டு வந்தது. 'எத்தன தடவ நா கூச்சல் போட்டுருப்பேன்? அப்போலாங் கெடந்து எகத்தாளம் அடிச்சல்லா? சாவு! பேயப் பாக்கதுக்கெல்லாம் ஒரு குடுப்பன வேணும்! அம்மைக்கி இன்னிக்கித்தாங் கிட்டிருக்கு!'

அம்மா சொல்வதை அப்படியே நம்பக் கூடியவர் அப்பா. ஆகையால்

அந்தப் பெண் உருவம் சென்ற அறைக்குள் நுழைந்து லைட் சுவிட்சைப் போட்டார்.

"என்னத்தடே கண்டா ஒங்கம்ம! இங்க பேயுமில்ல நாயுமில்ல!" என்று சொல்லிவிட்டு அப்பா திரும்பவும் அந்த அறைக்குள்ளிருந்து ஒரு உருவம் புகைமண்டலம் சூழக் கருப்பாகக் கடந்துபோக நாங்கள் மூவருமே திகைத்துப் போய் நின்றோம். அன்றுதான் அந்தப் புண்ணியவதி எங்கள் பெற்றோருக்கு 'தானொருத்தி இங்கே உண்டு' என்று காட்சியளித்தாள். எனக்கு ஆனந்தக் கண்ணீர் வடிந்தது. இந்த சந்தோஷத்தை எப்படியாவது குடித்துதான் கொண்டாட வேண்டும் என்று கர்த்தருக்குள் உறுதியாக இருந்தேன்.

வெங்கலத்தை அழைத்தேன். ஃபோனை அட்டேன் செய்யவில்லை. எங்காவது குடித்துவிட்டு மல்லார்ந்திருக்கும் செவம்!

மதுவுக்கு போன் செய்தேன். அவன் ஏற்கனவே குடித்திருந்தான். கடுமையான சலம்பல். அவன் இதற்குமேலும் குடித்தால் வேலைக்காகாது. ஹீ வில் கட்டிங் மை மங்கல்சூத்ரா!

செம்புலிக்கு அழைத்தேன். அவன் மறுமுனையில் ஃபோனை எடுத்து,

"என்னலே? எதுக்குக் கூப்டா?"

"எங்கேண கெடக்க?"

"நா எங்கயாச்சும் கெடக்கேன்! ஒனக்கென்னடே?"

"எங்க வீட்ல ஒரு மட நிகழ்ச்சி இப்ப நடந்து!"

"என்ன! ஓங்க கெழவி செத்துட்டாளா?"

"அவ செத்தான்னா நா இப்ப தரையிலயா நிப்பேன்?"

"என்னக் காரியம்னு சடார்ன்னு சொல்லு! வேல கெடக்கு!"

"ஆமா..! இவுரு பெரிய ஊத்தாபீசுல கிளர்க்கு? கனம சோலி பாத்து தள்ளிருவாரு!"

"அதெல்லாம் தள்ளுகது நொட்டுகதெல்லாம் நாங்க பாத்துக்கிடலாம்! நீ செணங் காரியத்த சொல்லுடே!"

"நீ மொதல்ல எங்க வீட்டுக்கு வா சொல்லுகேன்!"

"எதுக்கு சாவியதுக்கா? அது வீடாடே? சுடுகாடு! செத்தாலும் ஆவியாக் கூட அந்த வூட்டுப் பக்கம் வரமாட்டேங் கேட்டுக்கா! நல்லா விளிக்காயின்! மனியன பொளிக்கியதுக்கு!"

"செரி வீட்டுக்கெல்லா வராண்டாம்! பாருக்கு வாறியா குடிப்போம்?"

"எந்த பாருக்கு?"

"வெட்டுணிமடம் ஜப்பான் ஓயின்சு?"

"வை... அஞ்சி நிமுசத்துல அங்க நிக்கேன்!"

என்றவாறே போன் கட் ஆனது. வெளியில் மழை சற்று ஓய்ந்திருக்கவே நான் பைக்கை ஸ்டார்ட் பண்ணினேன். அப்பா வெளியில் வந்தார். கூடவே அம்மாவும் வந்தாள். உள்ளே தனியே இருக்க பயம். அதைக் கண்டதும் எனக்கு மீண்டும் உற்சாகம். ஆனாலும் அம்மாவைக் குத்திக் காட்ட வேண்டாம் என்ற எண்ணத்தில் நானும் என்னுடைய மகிழ்ச்சியை வெளிக்காட்டிக் கொள்ளவில்லை. தான் அதுவரைக்கும் காணாத ஒன்று! தான் அதுவரையிலும் நம்பாத ஒன்று இன்று அவள் முன்பாக வந்து போனதை அவளால் ஏற்றுக் கொள்ளவே முடியவில்லை. அம்மாவின் கண்களில் ஒருவித பயம் நிறைந்த பரிதாபம். அந்தப் பரிதாபம் என்மீதுதான் என்பது எனக்குப் புரிந்து போனது. அப்பா என்னிடம்,

"இந்த நேரத்துல எங்கடே ஒரு போக்கு? மழ மேகத்தக் கண்டில்லா? சூந்து நிக்கி! இன்னிக்கி ராமுச்சூடும் பொழியிம்! அங்கனயெங்கியாது போயி மாட்டிக்கிடாத!"

அப்பாவிடம் சொல்ல என்னிடம் பெரிய பதில்கள் ஒன்றுமில்லை. ஆகையால் வெறுமனே வீட்டின் பக்கத்திலிருந்த கிறிஸ்து ராஜா கோவிலுக்குப் போய் ஜெபிக்கப் போவதாகச் சொன்னேன். அவருக்குப் புரிந்து விட்டது. அதன் எதிரில்தான் அந்த ஓயின் ஷாப் இருந்தது. பாம்பின்

கூம்பை பாம்பு மாத்திரமே அறியுமல்லவா? தன் சட்டைப்பைக்குள்ளிருந்து ஒரு ஆயிரம் ரூபாய் நோட்டை எடுத்து என்னிடம் தந்து,

"குடிக்கியதுன்னு முடிவாயிட்டு! கண்ட கூதர சாதனங்களை வாங்கிக் குடிக்காம நல்லதா கொஞ்சோல குடிச்சிக்கிட்டு நேரத்த வீடு வந்து சேரணும் புரிஞ்சா? குடிச்சிக்கிட்டு அங்கன எவங்கிட்டயும் சல்லியத்துக்கு நிக்கப் புடாது! போ! போயிட்டு வா!"

"ம்க்கும்! நல்ல அப்பனும் மக்கமாருவளும்? சின்ன நாயி எங்க கெடந்து குடிச்சிக்கிட்டு லாத்துகோ? ஊர்ல உள்ள புள்ளைகளும் நல்லவண்ணம் வளரலை? இவுனுவதாங் கெடந்து பனமரம் போல வளந்து நிக்கானுவ? எனக்குன்னு வந்து மொளச்சிருக்கே?"

என்றவாறே அம்மா கோபப்பட்டுக் கொண்டு வீட்டினுள்ளே நுழைய முயல ஏதோ பொறியில் தட்டவே உள்ளே போகாமல் அப்பாவின் பக்கத்திலேயே நின்று கொண்டாள். வழக்கமாக வீட்டினுள்ளே போய் நின்று கொண்டு அப்பாவைத் திட்டுவாள். இன்று அதற்கும் வாய்ப்பில்லை. அங்கிருந்து கிளம்பியவனைத் தடுத்த அப்பா,

"யாரெல்லாம் போறேள்?"

"நானும் செம்புலியும்!"

"வெளங்கிரும்... நீ உள்ள போம்மாளு! செவங்கள் எத்தன பெரிய சோப்பு போட்டு வெளுத்தாலும் வெளுக்காது! ஊர்க்குப்பைய அள்ளித் தலையில தட்டாம வந்துட்டா போதும்?"

என்றவாறேஅம்மாவைஉள்ளேகூட்டிப்போனார். நான்மெதுவாகவெளியில் வரவும் மழை லேசாகத் தூறல் போட்டது. அடுத்த இரண்டாவது நிமிடத்தில் நான் ஆலயத்தில் நின்றேன். பைக்கைப் பார்க் செய்துவிட்டு எதிரில் இருந்த ஒயின்ஷாப்புக்குள் நுழைய, அங்கே செம்புலி இரண்டு குவளைகள், தண்ணீர்க் குப்பி மற்றும் தொடு திண்பண்டங்கள் போன்றவற்றை ஆர்டர் செய்துவிட்டு அமர்ந்திருந்தான். என்னைக் கண்டதும்,

"நா அங்கேருந்து வந்தவேன்... நேரமே வந்தாச்சி! நீ இங்கன கெடந்துகிட்டு லேட்டா வாறல்லியா?"

"எங்கப்பா புடிச்சிவச்சி கொணகொணனினுக்கிட்டு கெடந்தாரு! அதாம் லேட்டு! பத்து நிமுசம் உக்காந்தா செத்தொண்ணும் போயிற மாட்டல்லா? அந்தால கெட!"

சப்ளையர் வரவும் அவரிடம் காசை எடுத்து நீட்டி பானக்குப்பி வாங்கி வரச் சொல்லிவிட்டு செம்புலியிடம் வீட்டில் நடந்த கதைகளைச் சொல்லிக் கொண்டிருக்கும்போது எனக்குப் பக்கத்தில் ஒருவர் வந்தமர்ந்து குடிக்கத் துவங்கினார். நான்கு பேர் அமர்ந்து குடிக்க வசதியாக ஒரு மேஜையும், நான்கு நாற்காலிகளும், அதில் சிறியளவில் ஒளி தரும் பல்பு ஒன்றைக் கொண்ட தனித்தனி அறைகளின் ஒன்றில் நாங்கள் அமர்ந்திருந்தால் நம் பக்கத்தில் வந்து அமரும் அன்னியர்களை நாம் விரட்ட முடியாது.

நான் அந்த மனிதரைப் பார்த்தேன். சர்ச் பாஸ்டர் போன்ற தோற்றம். நமக்கு ஒத்து வராது ஆகையால் நான் குடிக்க ஆரம்பித்தேன். புலி என்னிடம்,

"லேய்... இவ்ளோ காரியங்கள் நடந்துருக்கே... இன்னும் அந்த வீட்ட யாம்டே காலி பண்ண மாட்டங்கிய? அங்கனயே கெடந்து சாவப் போறேளா?"

"இன்னிக்கிதானே அம்மக்கி அம்மங்கொடை கிட்டிருக்கு? இன்னுங் கொஞ்ச நாளுல வீட்ட மாத்திரலாம்!"

"அந்த வூட்ட மாத்திகிட்டு நீங்க இந்த ஒலகத்துல யாது மூலைல போயி ஒழிஞ்சாலும் தப்ப முடியாது!"

என்று திடீரென்று ஒரு குரல் கேட்டுத் திரும்பினால் என்னுடைய பக்கத்திலிருந்த ஆசாமிதான் இதைச் சொல்லியிருந்தார். நான் அவரையே உற்றுப் பார்க்க அவர் என்னைச் சிறிதும் சட்டை செய்யாமல் குடித்துக் கொண்டிருந்தார். அப்போது சப்ளையர் ஒரு குப்பி விஸ்கியையும், ஒரு பிளேட் நண்டையும் கொண்டு வந்து வைத்து விட்டுப் போனார். நான் அவரிடம்,

"ஐயா... நீங்க இப்பம் எதாவது சொன்னேளா?" என்று கேட்க அவர் மெதுவாகத் திரும்பி என்னைப் பார்த்து லேசாகச் சிரித்த படியே,

"ஒனக்கு செவி கேக்கும்லாடே..?"

நான் குழப்பத்தில் புலியைப் பார்க்க அவன் ஒரு கப்பில் விஸ்கியை ஊற்றி அளவு பார்த்தவண்ணம் இருந்தான். அவர் மீண்டும் என்னிடம்,

"தம்பி... நாஞ் சொல்லுகது ஒனக்கு மனசுலாவுகா?"

"சரியா மனசுலாகல்ல... என்ன சொன்னிய?"

"தரைலெர்ந்து தட்டுமாடி வரைக்கிம் பிசாசு பூத்து நிக்கிய ஊட்டுக்குள்ள இருந்து இந்த ஒலகத்துல எந்த மூலைக்கி நீ போனாலும் அவ ஒங்கூடவே வருவா... போதாக்கொறைக்கி இன்னிக்கி சும்மா கெடந்த அவள சொறிஞ்சி உட்டுகிட்டு வந்துருக்க... ஒங்கம்ம பாத்தது யாரன்னு நீ நெனைக்க?"

நான் மிரண்டு போனேன். 'எம்மா... இந்தாளு யாராக்கும்? நம்ம வீட்ல நடந்த கத இவுனுக்கு எப்புடி தெரியிம்?' என்ற குழப்பத்தில் நான் அவரிடம்,

"அய்யா நீங்க யாரய்யா? இந்தக் கதையெல்லா ஒங்களுக்கு எப்புடி?"

"எல்லாக் கதையிம் தெரியிம்! நீ கொஞ்ச நேரத்துக்கு முன்ன மாடியில வச்சி அந்த டாக்டர் புள்ளைய என்ன பண்ணுனேன்னும், அந்த ஒலப்பெட்டியில செவனே'ன்னு கிடந்த கன்னிய தட்டி எழுப்புனதும் எனக்குத் தெரியும்டே?"

அவர் சொல்லச் சொல்ல அந்தக் காட்சி என் கண்முன்னே ஓடியது. ஆனால் வேறொருவரது கோணத்தில் கண்டதுதான் அதிர்ச்சியின் உச்சம்.

வைஷ்ணவி உள்ளே நுழைகிறாள். அவளது பின்னே நான் நுழைந்து அங்குமிங்கும் நடந்து அந்த குறிப்பிட்ட அறைக்குள் நுழைகிறேன். அந்த ஆளுயர ஐமுனாவின் புகைப் படத்தைப் பார்த்து மயங்கி நின்று வைஷ்ணவியை அழைக்கிறேன். அவள் முதலில் என்னிடம் கோபப்பட்டு ஏதேதோ சொல்கிறாள். நான் அந்தப் புகைப்படத்தைத் துடைக்கவும் வைஷ்ணவி என்னைக் கட்டியணைத்து முத்தமிடுகிறாள்.

'அய்யோ அம்மா!'

என் கண்கள் சொருகி நிற்க வைஷ்ணவி என்னை விடுவித்துவிட்டு என் கைகளைப் பிடித்து அந்த அறையின் ஒரு மூலையில் இருந்து ஒரு

நார்ப்பெட்டியை எடுக்கச் சொல்கிறாள். நானும் அதை எடுத்துத் தரையில் வைக்கிறாள். அவளது முகத்தில் அத்தனை மகிழ்ச்சி. அவள் அதிலிருந்து ஒரு பட்டுப் பாவடையையும், சட்டையையும் எடுத்துத் தன்னுடைய முகத்தில் அழுத்திக் கொண்டு அழுகிறாள். அப்போது ஒரு குரல்,

"சும்ம கெடந்த சங்க ஊதிக்கெடுத்தானாம் ஆண்டிங்க மாதி ஒறங்கிட்டுக் கெடந்தவள எழுப்பி உட்டியள்ளாலே? இனி கெடந்து பாடுங்க... கொப்பன...ளியளு!"

பாருக்குள் இருந்த பாஸ்டர் தெரிந்தார். கனவுக் காட்சி மறைந்தது. நான் அவரிடம்,

"யாரைய்யா ஒறங்கிட்டு இருந்தவ?"

"ம்ம்ம்... சின்னக்கெழுவி! நீ எழுப்பி வுட்டது யாரத் தெரியுமா? ஆக்கிராந்தமா அமுங்கிக் கெடந்த கன்னிய... இந்தா நீயே பாரு!"

என்று அவர் சொன்னதும் மீண்டும் படம் ஓடத் துவங்கியது.

'யாது கூய்மோன் இவன்? ராஜேஷ் தியேட்டர் ஆப்பரேட்டரா? படம் மாதிரி போட்டுப் போட்டு காட்டுகானே?' என்று எனக்கு அலுப்பு வந்தது. புலி என்னைக் கண்டுகொள்ளாமல் ஊற்றி ஊற்றிக் குடித்தான்.

அந்த நார்ப்பெட்டியில் இருந்து கொஞ்சம் வளையல்களை எடுத்துப் பார்க்கிறாள். அதைத் தன்னுடைய கைகளில் அணிந்த அவளது முகத்தில் அத்தனை சந்தோஷம். நான் அவளது முகத்தில் ஒரு முத்தத்தை வைத்து அவளை அணைக்க அடுத்து நடந்ததுதான் அதிர்ச்சி... எனக்கே என்மீது அத்தனை வெறுப்பு.. 'நானா இப்படி நடந்து கொள்கிறேன்?' என்று எண்ணி நாணிப் போனேன்.

அப்போதுதான் அவளைக் கட்டியணைத்துத் தரையில் உருண்டபோது அந்த அறையின் வாசலில் ஒரு பெண் தலையை விரித்துப் போட்டபடி எங்களைப் பார்த்துக் கொண்டிருக்கிறாள். அவளது முகத்தில் அத்தனை ஆக்ரோஷம்... எங்களை நோக்கி அந்தரத்தில் பறந்து வருகிறாள். நான் அவளைக் கவனிக்காமல் தத்தலமாக வேலையில் மூழ்க அவளது கையில் ஒரு கோடரி...

கடந்தைக் கொட்டு வாங்கின காஞ்சான்

அய்யோ! நான் அந்தக் காட்சிகளையே வைத்த கண் வாங்காமல் பார்த்துக் கொண்டிருந்தேன். வைஷ்ணவியை முத்தமிட்டுக் கொண்டிருந்த நான் அவளைக் கண்டு திடுக்கிட்டு மேலே பார்க்க அவள் அந்தரத்தில் உயர்ந்து எழும்புகிறாள். நான் வைஷ்ணவியை அப்படியே போட்டுவிட்டு எழுந்து நிற்கிறேன். அவள் அந்த அறையைச் சுற்றிப் பறக்கிறாள். நான் பயந்து போகவே அவள் மெதுவாகத் தரையிறங்கி என்னருகே வர நான் மிரண்டு போய் ஒரு மூலையில் ஒதுங்குகிறேன். அப்படியே அவள் என்னைக் கட்டியணைத்து என்னுடைய வாயில் ஏதோவொன்றைத் திணிக்க நான் அதைச் சாப்பிடுகிறேன். அவள் அப்படியே வைஷ்ணவியின் உடலுக்குள் புதைகிறாள். இப்போது வைஷ்ணவி சடாரென எழுந்து என்னைக் கட்டிப்பிடித்து தரையில் சாய்த்து என் மீது ஏறி அமர்கிறாள்.

"லேய்! அங்க என்னலே மேலே பாத்து பல்லப்பல்ல இளிக்க? குடிக்கத்தானே வந்த?"

சடாரென அந்த மாயக் காட்சிகள் மறைய, எதிரில் அமர்ந்திருந்த புலி ஒரு கப்பில் சரக்கை ஊற்றி நீட்டிக் கொண்டிருந்தான். அப்போதுதான் கவனித்தேன், என் அருகில் அமர்ந்திருந்த அந்த நபரைக் காணவில்லை. குப்பியில் இருந்த சரக்கும் முக்கால்வாசி மாயமாகியிருந்தது. நான் கோபத்தில்,

"எனக்குப் பக்கத்துல இருந்தாருலா? அவுர எங்க?"

"ஒளக்குப் பக்கத்துலயா? யாருடே இருந்தா?"

"அட நாசமுத்துப் போனவனே! இவ்ளோநேரமும் முழுமுழுன்னு ஒரு ஆளு இங்கன இருந்து குடிச்சானே? அவன நீ பாக்கல இல்லியா?"

"மக்கா! ஒன்னாண ஒஞ்சத்தியம் இங்க யாருமே இல்ல! நா யாரையும் காணல!"

எனக்கு வியர்த்துப் போனது. நான் சப்ளையரை அழைத்தேன். வந்தார். நான் அவரிடம்,

"எண்ணே! இப்ப எனக்கப் பக்கத்துல ஒருத்தர் உக்காந்திருந்தார்லா? அவர எங்கண்ணே?"

அதற்கு சப்ளையர், "வந்ததுலேர்ந்து நீங்க ரெண்டு பேருந்தானே இந்த முறிக்குள்ள இருக்கிதிய? நீங்க இருக்கம்ப வேற யாரையும் நா அகத்த வுடுவனா தம்பி? நீங்க நம்ம ரெகுலர் ஆளுவள்ளா?"

எனக்குப் புரிந்து போனது, 'சர்த்தான்! சைத்தான் பார் வரைக்கும் வந்துட்டு! இனிபேசி பிரையோஜனமில்ல?'. ஆனால் எனக்குப் பயமில்லை. வந்து போனது ஒரு மீடியம். நம்மைத் தொடர்பு கொள்ள வந்திருக்கிறது. நாம் கண்ட காட்சியனைத்தும் இன்று மாலை நிஜத்தில் நடந்தவைதான்.

திடீரென என்னுடைய மனத்திரையில் இன்னொரு காட்சி ஓடியது. அதில் என்னுடைய ஹெச்.ஓ.டி தன்னுடைய வீட்டுக் காம்பவுண்டுக்குள் ஒரு பச்சைக் கலர் லுங்கியோடும், முண்டா பனியனோடும் நடந்து கொண்டே யாரிடமோ போனில் பேசுகிறார். இறுதியில் கோபமாக ஃபோனைக் கட் செய்துவிட்டு அங்குள்ள கார் ஷெட்டுக்குள் போகிறார். அங்கிருந்த தார்ப்பாள் ஒன்றை அவர் இழுக்க அதிலிருந்து கடந்தைகள் "விஷ்க்" என்ற பேரிரைச்சலோடு அவரைத் தாக்க பெரும் கூச்சலோடு ஓடுகிறார். விஷுவல் கட் ஆகிவிடுகிறது.

முழுக்குப்பியும் தீர்ந்து போனது. செம்புலி முழுபோதையில் இருந்தான். நான் அவனை பெரியளவில் சட்டை செய்யவில்லை. அப்போது என்னுடைய போன் ரிங் ஆனது.

'ஹெச்.ஓ.டி கோசான் காலிங்!'.

நான் ஃபோனை அட்டெண்ட் செய்து காதில் வைத்து,

"ஹலோ! சார் சொல்லுங்க!"

"என்னத்தடே சொல்லணும்?"

"நீங்கதானே கூப்டுருந்தீங்க?"

"ப்ராஜெக்ட் முடிஞ்சிட்டா?"

"சார்! அதுவந்து....!"

"என்னெலே வந்து குந்துன்னு? முடிஞ்சிட்டா இல்லியா? சாண்டிக்கிட்ட கேட்டா ஏதோ பேயி நாயிங்கான்?"

"ஆமா சார்! அது உண்மதான்! பேயி வந்தது நிஜம்!"

"இந்தக் கத மயித்தெயெல்லா வேற எங்கயாது போயி சொல்லு கேட்டியா? என்ன பாத்தா என்ன கோலியாங்கொளத்தான் மாதிரியா தெரியி?"

"சார் நீங்க பச்சக்கலர் லுங்கிதானே உடுத்திருக்கிய?"

"ஆமா அதுக்கு என்ன இப்போ?"

"முண்டா பனியன்தானே போட்டுருக்கிய?"

"பின்ன வூட்டுல இருக்கம்ப பட்டுச்சீல உடுத்தியா நிப்பா? பிராஜக்ட முடிச்சியான்னு கேட்டா கெடந்து சலம்புகது? மரியாதையா திங்கக்கெழம வரம்போ முடிச்சி கையோட கொண்டாந்துருக்கணும்? இல்லியோ வெளிய தொரத்தி வூட்டுருவெம் பாத்துக்கா! பேயி கு...ணைன்னு நமக்கே காத சொல்லியானுவா?"

"சார் கார் ஷெட்டுக்கா போறிய?"

"நாங் கக்கூசுக்குக் கூட போவேன்! ஓனக்கென்னடே?"

"சார் கடந்தை....!"

"சார் கெடந்தாய்ன்! நீ ஃபோன வெயிடே!"

என்றவாறே லைன் கட்டானது. 'சாவு கூய்மோன!' என்று நானும் போனனப் பாக்கெட்டில் வைத்துக் கொண்டே எழுந்தேன். வெளியில்

கடும் மழை. நனைந்தாலும் பரவாயில்லை என்று அங்கிருந்து கிளம்பினோம். செம்புலி யாரிடமோ போனில் பேசிக் கொண்டிருந்தான். அவனை அனுப்பிவிட்டு நான் வீட்டுக்குள் வரவும் நடுவீட்டில் அம்மாவும் அப்பாவும் முக்காடு போட்டு ஜெபித்தார்கள். 'அம்மா முக்காடு போட்டது சரி. அப்பாவுக்கு என்ன கொள்ளையோ?' என்றவாறே நான் அவர்களைக் கடந்து கிச்சனுக்குள் செல்ல அப்பா அங்கே நின்று சப்பாத்தி சுட்டுக் கொண்டிருந்தார். நான் திடுக்கிட்டு,

"எப்பா! அம்மைக்கி பக்கத்துல முட்டி போட்டு ஜெபிக்கியது யாரு?"

"மத்தவம்டே! ஒனக்க தொம்பி மது! செவத்து நாயி கும்பி முட்ட குடிச்சிக்கிட்டு வந்து பரிசுத்த ஆவியில நெரம்பி வழியானாயிருக்கும்? செவங்களுக்கு இந்த வயசுலயே நாடகம்?"

நான் திரும்பி பார்த்தேன். தள்ளாடியபடியே முட்டிக்கால் போட்டு நின்று கொண்டிருந்தான். 'நாயி எப்புடி நடிக்கி! நல்லபுள்ள வேசம் போடுகானாம்?' நான் திரும்பி என்னுடைய அறைக்குள் நுழைந்தால் அங்கே இன்னொரு அதிர்ச்சி. அங்கே மது துணியைக் கூட மாற்றாமல் தரையில் தலையணையைப் போட்டு படுத்துக் கிடந்தான்.

'அடப்பாவி! அப்போ நடுவீட்டில் அம்மா பக்கத்தில் யார் இருக்கிறார்கள்?' என்று திகைத்துப் போய் ஓடினேன். அங்கே அந்த உருவம் அப்படியே இருந்தது. நான் மெதுவாக அந்த முக்காடை உருவினால் அங்கே ஐந்து தலையணைகள் ஒன்றன் மேல் ஒன்றாக அடுக்கப் பட்டிருந்தன. எனக்கு அசூயையாக ஆகிப்போனது. இதுவும் மதுவின் லீலைதான். அம்மா ஜெபம் பணக் கூப்பிட்டிருப்பாள். அவள் ஜெபித்துக் கொண்டே தூங்குகையில் இவன் தலையணைகளை அடுக்கி வைத்துவிட்டுப் போயிருப்பான். ஆனாலும் எனக்கு ஒரு சந்தேகம்.

'சற்று நேரத்துக்கு முன்னர் இந்த உருவம் தள்ளாடியதைக் கண்டேனே? சரி! எவ்வளவோ நடந்தாச்சி! இதுல தலையணைகள் தள்ளாடுனது என்ன பெரிய காரியம்' என்றாகிப்போனது. அம்மா ஜெபிக்கும் வரையில் அவளருகிலேயே இருந்தேன். எனக்கு போதை அதிகமாகியது. உட்கார முடியவில்லை. நேராக எழுந்து அப்பாவிடம் போய்,

"எப்பா! எத்தன சப்பாத்தி சுட்டிய?"

"பன்னெண்டு... யாம்டே! ஆளுக்கு மூணு பத்தாதா? கூடுதலா சுடணுமா?"

"பத்தும்! ஆனா?"

"ஆனா என்ன?"

"ஒண்ணுமில்ல! ஆனா ஒண்ணு மட்டும் நாஞ் சொல்லிக்கிடுகென்!"

"என்னவாம் சொல்லித்தொலை! செவங்கள் எங்களுக்குன்னு வந்து வாச்சிருக்கு?"

"எப்பா......! மூணும் அஞ்சும் சேந்தா முப்பத்தஞ்சின்னும் சொல்லலாம்! எட்டுன்னும் சொல்லலாம்! அம்பத்தி மூணும்னும் சொல்லலாம்!"

"இப்ப எதுக்குடே சம்மந்தா சம்மந்தமில்லாம பேசுக?"

"பேசுவேன்! அப்புடித்தாம் பேசுவேன்! யாம்னா நாங் குடிச்சிருக்கேங் கேட்டீரா ஓய்?"

"பேசுவ! நல்லா பேசுவ? நல்ல சாதனம் வாங்கிக் குடின்னு சக்கரம் தந்தம்லா! அப்புடித்தாம் பேசுவ?"

"எப்பா! யானைய யானன்னுஞ் சொல்லலாம்! ஆனையின்னுஞ் சொல்லலாம்! ஏனன்னுஞ் சொல்லலாம்! எலிபெண்ட்னுஞ் சொல்லலாம்! பூனையின்னு சொல்ல முடியுமா?"

அப்பா கடுப்பானார், "ஆமா! புலிய பெரிய பூனையின்னு சொல்லலாம்! டைகர்ன்னு சொல்லலாம்! ஆனா புளின்னு சொல்ல முடியாது! யாம்டே அடுப்பாங்கரையில நிக்கவனுக்க தாலிய அறுக்க? போடே! போயி அங்க உக்காரு! குருமா வச்சிக்கிட்டு கூப்புடுகென்! அப்போறமா வந்து முழுங்கு!"

"எப்பா! சப்பாத்தி எங்கேர்ந்து வருகுன்னு சொல்லுங்க பாப்போம்! கோதுமையிலா இருந்தா? பஞ்சாப்புல இருந்தா? மாவுலயிருந்தா? இல்ல சப்பாத்திக் கல்லுல இருந்தா??"

அப்பா என்னைக் கையெடுத்துக் கும்பிட்டார். "நல்லாருப்ப! ஒன்னையக் கையெடுத்துக் கும்புடுகேன்! போயிரு!"

நான் முழுபோதையில் அங்கேயே சரிந்தேன். அப்பா உள்ளுமில் போய் ஒரு பாயை எடுத்து வந்து விரித்து என்னை உருட்டிப் பாயில் தள்ளினார். அப்பாவுக்கு மீண்டும் கோபம். புலம்பிக் கொண்டே நின்றார்.

"ஒரு பாடி பெட்ரூமூல கெடக்கு! இன்னொரு பாடி அடுக்காளையில கெடக்கு! இன்னொரு பாடி ஆவியில நெறஞ்சி நிக்கி? இந்த சப்பாத்தி முச்சூடையும் நாந்தான் திங்கணுமா? எனக்கொரு சாக்காலம் வரமாட்டாங்கே?"

என்னை நடுராத்திரியில் எழுப்பி சாப்பிடச் சொன்னார்கள். நான் சப்பாத்தியையும் சாப்பிட்டு முடித்து, ஒரட்டி என்றெண்ணி அருகில் கை துடைக்க வைத்திருந்த ஈர டிஷ்யுவையும் சாப்பிட்டு விட்டுப் படுத்தேன். சப்பாத்தியை விட அது மிகவும் சுவையாக இருந்தது.

நள்ளிரவில் அடிவயிற்றில் எதுவோ பிறாண்டியது போன்றோரு வலியில் எழுந்தேன். டாய்லெட்டுக்குப் போய் பார்த்தால் எந்தவொரு குணமுமில்லை. மணியைப் பார்த்தேன். அதிகாலை மூன்று. நேரம் செல்லச் செல்ல வலி அதிகமாகியது. என்னால் அத்தனை வலியைத் தாங்க இயலவில்லை. அம்மாவை எழுப்பினால் திட்டுவாள். இந்த இரவைக் கடந்து விட்டால் காலையில் ஆஸ்பத்திரிக்குப் போகலாம் என்று சமாதானம் செய்து கொண்டு போய்ப் படுத்தேன். படுத்தவுடன் வயிறு முழுவதும் வலி பரவியது. ஓரிடம் என்று இல்லாமல் வயிற்றுக்குள் யாரோ குடலைப் பிடித்து இழுத்தது போல உயிர் போனது. "அய்யோ! அம்மா!" என்று கத்த ஆரம்பித்தேன்.

"ஊள உடாம படுடே! செவம் செறையா இருக்கு!" – மது

கடும்வலியில் ஒற்றை மீதி கொடுத்தேன். மூன்று அடிகள் தள்ளிப் போய் கிடந்தான். ஆனாலும் எந்திரிக்கவில்லை. அம்மா எழுந்து லைட்டைப் போடுவது தெரிந்தது. நான் பட்ட பாடு சொல்லி மாளாது. அம்மா வந்து விசாரித்தால், நான் விஷயத்தைச் சொன்னேன். அதற்கு அம்மா,

"கொறவா குடிக்கணும்! கெணத்துல எறச்சி உண்டோ உண்டோன்னு கோரிக்குடிச்சா இப்புடித்தான்!"

எனக்குத் தெரியும்! அம்மா இப்படித்தான் சொல்வாளென்று, நான் கத்திக் கூப்பாடு போட்டேன், "ஏதாச்சும் செய்யிம்மா!"

"நா என்ன டாக்டரா? கத்திய எடுத்துக்கிட்டு வந்து வயித்த கிழிச்சிப் பாக்கதுக்கு? செத்த பொறு!" என்றவாறே ஒரு ப்ரூஃபென் மாத்திரையை எடுத்து வந்து தந்தாள். 'கூறுதான் கொஞ்சம் குறைச்சல் என்றாலும் பட்டப்படிப்பு படித்தவளல்லவா?'

"மாத்திர வுழுங்க தண்ணி யாரு ஓங்கைய்யனா தருவான்?" என்று நான் சொன்னதும் அம்மா என்னிடம்,

"சாவக்கெடந்தாலும் இந்த எகத்தாளத்துக்கெல்லாங் கொறவு கெடையாது! இரு... எடுத்துக்கிட்டு வாரேன்!"

என்றவாறே அம்மா போகவும், மதுவின் பக்கத்தில் ஒரு பாட்டிலில் தண்ணீர் இருந்தது. நான் அதை எடுத்துத் திறந்து, வெடுக்கென்று மாத்திரையை வாயில் போட்டு விழுங்கி அதை எடுத்து மடக் மடக்கென்று குடிக்கவும், அதன் சுவை வேறுமாதிரி இருக்கக் கண்டேன். திடீரென்று மது எழுந்து,

"லேய் அதையா எடுத்துக் குடிச்ச? பாவி முடிவான்? அது ஓட்காலே! செவனப் மிக்ஸ் பண்ணி வச்சிருந்தேன்! இனி நா எங்க போவேன்? ச்சை!"

என்று கத்த எனக்குத் தலை கிறுகிறுவெனச் சுற்றியது. அம்மா தண்ணியை எடுத்து வந்தவள் மது போட்ட கூப்பாட்டைக் கண்டு,

"அவனுக்கு வயித்து வலி? ஒனக்கென்ன நெஞ்சி வலியா? ரெண்டு பேரும் குடிச்சிக்கிட்டு வந்து ஆளுவள தூங்க வுடாம பதங் கொலைக்கிதிய இல்லியா? எலேய்... சாக்கட தண்ணிய கோரி குடிங்களாம்ல! மூணு கழுத வயசாகுல்லா? இனியுமா கெடந்து எனக்க சீவன வாங்கப் போறிய? ஓங்களுக்குன்னு ஒருத்தி வருவால்லா? அப்பத்தெரியிம் சீரு?"

"ரெண்டு பேருக்கும் சேர்த்து ஒருத்தியா? அதெல்லாம் முடியாது! எனக்கும் ஒரு பொண்ணு தனியாப் பாத்து கெட்டி வையி!" என மது கொதிக்கவே அம்மா கடுப்பானாள்,

"ஆமா! சம்மந்தக்காரவுக கோட்டாறு முக்கு வரைக்கிம் கியுவுல நிக்காவ! பேசாம படு! அடிவாங்கிச் செத்துராத!"

மது படுத்தான். எனக்கு வலி கூடியது. தாங்கமுடியவில்லை. சத்தம் போட்டு அழுதேன். சிறிய வேதனைக்கெல்லாம் அழுகிற ஆளில்லையாதலால் அம்மாவுக்குக் குழப்பம். 'மாத்திரை போட்டுமா வலி கேக்கலை?'

அம்மா எழுந்து போய் ஒரு சிறிய குப்பியை எடுத்து வந்தாள். நான் அவளிடம்,

"என்னம்மா இது?"

"பாஸ்டரு கை வச்சி ஜெபிச்ச எண்ண மக்கா! இத தொப்புள்ள தேச்சிக்கிட்டா வலி போயிரும் கேட்டியா?"

"அன்னிக்கி நம்ம வீட்டுக்கு வந்து ஜெபிச்ச பாஸ்டரு வீட்டுல கெடந்த கெடை ஒர்மையிருக்கா?"

"எண்ணைய தேச்சா வலி போயிரும்னுதாஞ் சொன்னேன்! பேய் போவும்னு சொல்லலைல்லா?"

"லாஜிக்காதாம்மா பேசுக! ஆனா இந்த திரு எண்ணை ஜெபம் ஒர்க் அவுட் ஆகுமா?"

"அதெல்லாம் ஆவும்! பேசாமப் படு!" என்று சொல்லி என்னுடைய வயிற்றில் அந்த எண்ணையைத் தேய்த்து முணுமுணுத்தவாறே ஜெபித்தாள். வலி லேசாகக் குறைந்தது போலத் தோன்றியது. திடீரென வயிறு முதுகு என்று சகல அவயவங்களும் வலிக்க ஆரம்பித்தன. நானும் பொறுக்க முடியாமல் கத்த ஆரம்பித்தேன்.

அம்மா டாக்டர் மாமாவுக்கு போன் செய்து கேட்டதும், தான் டியூட்டியில் இருப்பதாகவும், உடனே ஆம்புலன்ஸை வரச் சொல்லுவதாகவும் சொல்லிவிட்டார். சற்றைக்கெல்லாம் ஆம்புலன்ஸ் வந்து என்னை ஸ்ட்ரெச்சரில் ஏற்றினார்கள். அப்போது மல்லார்ந்து படுத்திருந்த நான் எங்கள் வீட்டின் மேல்மாடியைப் பார்த்தேன். அங்கே அரையிருளில்

ஜமுனா ராணி நின்று கொண்டிருந்தாள். அவளது முகத்தில் ஒரு மிகப்பெரிய மகிழ்ச்சி. எனக்கு டாட்டா காட்டிவிட்டு அத்தனைச் சப்தமாகச் சிரித்தாள். அந்தச் சிரிப்பானது "இங்கிருந்து கிளம்பிப் போ! திரும்பி வராதே அல்லது வரமாட்டாய்!" என்பது போல இருந்தது. ஆம்புலன்சின் கதவைச் சாத்தினார்கள். வண்டி கிளம்பிப் போனது.

நோய்க்கும், பேய்க்கும்

வலி என்னைப் பியத்துத் தின்றது. எனக்கு ஏதோ ஒரு தீவிரமான உடல் அசுகம் வந்து விட்டது என்றும், உயிர் பிழைப்பது கடினம் என்றும் தோன்றியது. ஆம்புலன்சில் என்னோட அமர்ந்திருந்த அம்மாவின் கைகளைப் பற்றிக் கொண்டு, நான் அதுவரைக்கும் செய்த போக்கிரித்தனங்கள் குறித்து வருந்தி மன்னிப்பு கேட்டு அழுதேன். நான் செத்தால் என்னை புதைக்க வேண்டாம் எனவும் மாறாக எரித்து விடுங்கள் என்றும் கேட்டுக் கொண்டேன். அம்மா சொன்னாள்,

"ஓட்கா குடிச்சிட்டு மாத்திரை விழுங்குனா இப்படித்தாம் மக்ளோ கண்டதையும் ஒளரச் சொல்லும்! செத்த கண்ண மூடித் தூங்கு! இந்தா ஆஸ்பத்திரி வந்தாச்சி! ரெண்டே நிமிஷம்!"

ஆனாலும் எனக்கு 'அம்மாவிடம் நான் கூறிய பாவங்களை ஏறெடுத்து பாவ மன்னிப்பு வாங்கிவிட்டுச் செத்தால் கொள்ளாம்!' என்றே தோன்றியது. நான் அம்மாவிடம் வரிசையாக என்னுடைய பாவக் கணக்குகளைப் பட்டியலிட்டேன்.

சிறுவயதில் பத்தாயப் புறையில் இருந்த நெல்லைக் களவாண்டு ரைஸ்மில்லில் விற்றது, கிரேஸ் பாட்டியின் காதுகளில் கிடந்த பாம்படத்தை இழுத்து அவளது காதைக் கிழித்தது, அரங்கநாதன் தாத்தாவின் சைக்கிள் சீட்டின் அடியில் காம்போஸ் வைத்தது, அரங்கு வீட்டினுள் தீ வைத்தது, சீமாட்டி மைனி குளிக்கும் போது பாத்ரூமில் சரஸ்வதி வெடியைக் கொளுத்தி வீசியது, இருட்டுக்குள் சாணி மீது லெக்ஷ்மி வெடியைக் கொளுத்தி சுப்பிரமணியம் தாத்தாவின் வாயில் சாணியைத் தெறிக்க

வைத்தது முதற்கொண்டு பக்கத்து வீட்டு ஆலீஸ் கிழவியின் மரணத்துக்கு முகாந்திரம் வகித்தது, அக்காவின் ரெண்டு பவுன் வளையல் காணாமல் போனது குறித்த மர்மம், வகுப்பு ஜூனியர் கீதாவைக் கூட்டியாந்து வீட்டின் மொட்டை மாடியில் வைத்து முத்தம் கொடுத்தது என்று அந்த ஆம்புலன்சின் ஏ.சி குளிரிலும் அம்மாவை வியர்த்து விறுவிறுக்க வைத்தேன். அம்மாவுக்கு ரத்த அழுத்தம் எகிறியிருக்க வேண்டும். தலையைக் குனிந்து கொண்டாள்.

அவளது அருகிலிருந்த நர்ஸூக்கு ஒருசேர சிரிப்பும் வெட்கமும் வந்து அவளும் தலையைக் குனிந்து கொண்டாள். மொத்தத்தில் எனக்குதான் தலைகுனிவு என்பது புரிந்து விட்டது.

வெளியில் வேடிக்கை பார்க்கலாமென்றால் நான் போய்க் கொண்டிருந்தது ஆம்புலன்ஸ்தானேயொழிய ஆம்னி பஸ் அல்லவே?' என்ற துக்கமும் சேர்ந்து வலியை அதிகப் படுத்தியது. மதுவுக்கு ஆம்புலன்சின் மேல் இனம்புரியாத பயமிருந்தால் அப்பாவும் அவனும் பைக்கில் எங்களுக்குப் பின்னால் வந்து கொண்டிருந்தார்கள். ஆம்புலன்சின் சயரன் சப்தமும் கோபத்தை வரவழைத்தது.

'என்ன எழவெடுக்க இத்தனைச் சப்தமாகப் போகிறான்கள்?'

ஆஸ்பத்திரிக்குள் வண்டி நுழைந்தது. அங்கே இரண்டு வார்டு பாய்களும் மூன்று நர்சுகளும் நின்று கொண்டிருந்தார்கள். என்னை ஸ்ட்ரெச்சரில் படுக்க வைத்துத் தள்ளிக் கொண்டு போனார்கள். அம்மா கூடவே நடந்து வந்து கொண்டிருந்தாள். டாக்டர் மாமா வழியில் வந்து சேர்ந்து கொண்டு அம்மாவிடம்.

"எக்கா! மொவேன் வண்டியில படுத்துக்கிட்டு போற ஜோரக் கண்டில்லா?"

"ஆமப்போ! சொல்பேச்சி கேக்கதுல ஒனக்க மருமொவேன் அங்ஙற்றம்லா? கெடக்க கெடப்ப கண்டில்லா? மனுசனுவள நிம்மதியா ஒறங்க உடுகாணுவளா? மாத்திரெ திங்க தண்ணி எடுத்துக்கிட்டு வரதுக்கு முன்ன சாராயத்த குடிச்சி மாத்திரய வுழுங்குகானுவ? இதுகள்ளாம் உருப்புடுகதுக்கா?"

கூடவே இன்னொரு அழகான பெண் டாக்டர் வந்து கொண்டிருந்தவள் மாமாவிடம் கேட்டாள்,

"இவன் குடிப்பானா? சின்னப் பையனா இருக்கானே?"

அதற்கு மாமன் நாய் இவ்வாறு பதிலளித்தது, "குடியா? இந்த பயலா? சேச்சே! குப்பிய கண்ணால கூடக் கண்டது கெடையாது? இவனில்ல... இவனுக்க எளையவன் ஒருத்தன் இருக்கான்! அவனெல்லாம் குடிக்கவே மாட்டான்! தலையோட ஊத்திக் குளிப்பானுவ! பேரு மது! கொள்ளாம்லா? அப்பனுக்கும் புள்ளைகளுக்கும் சம்மந்தமே கெடையாது! அந்த மனுசன் தெக்க எவனாது குடிச்சிக்கிட்டு வந்தா வடக்க கால் நீட்டிப் படுப்பாரு! மக்கமாரு இப்புடி தலதெறிப்பு?"

நான் ஸ்ட்ரெச்சரில் படுத்துக் கொண்டே மாமாவைப் பார்த்தேன்.

"என்னடே மொறைக்க? ஆப்பரேஷன் தியேட்டருக்கு வருவல்லா? அங்க இருக்குட்டி ஒனக்கு?"

என்று மாமா என்னிடம் சொல்ல, நான் அமைதியாக மனதுக்குள்,

'ஆப்பரேஷன் தியேட்டருக்குள்ள வந்தா மட்டும் நக்கித் தள்ளிருவான்! போ கூய்மோன!'

ஆனாலும் மாமா சொல்வது உண்மைதான். அப்பா பெரிய அளவுக்குக் குடிக்க மாட்டார். சிகரெட் பிடிப்பார். அதுவும் அம்மாவிடம் அனேகக் குத்துக்களை வாங்கியதில் இப்போது சிகரெட் பழக்கமும் அகன்று போயிருந்தது. ஒரு குவார்ட்டர் வாங்கினாரென்றால் அது தீரவே ஒரு மாதம் ஆகிவிடும். அப்போது அப்பாவும் மதுவும் உள்ளே வந்தார்கள். டாக்டர் மாமா அப்பாவிடம்,

"எத்தான்! எப்புடி இருக்கேள்?"

"ஓங்குடும்பத்துல பொண்ணு கெட்டிக்கிட்டு எப்புடிடே நல்லாருக்க முடியிம்? தேக்கியே... இதையெல்லா ஒரு கேள்வின்னு?"

மாமா ஒன்றும் சொல்லாமல் நிற்க, மது மாமாவிடம் கேட்டான்,

"ஓய் மாம்சு! பயலுக்கு சீவங் கெடக்கா போயிட்டா?"

"வாப்போ வா! ஒன்னயப் பத்திதாம் பேசிக்கிட்டிருந்தேன்! ங்கொண்ணங்காரன் எப்புடி கொணட்டிக்கிட்டு நடந்தான்! இங்க பாத்தியா சள்ளய மலத்திக்கிட்டு கெடக்கியத? அடுத்த ஸ்டெச்சருல நீதாம் படுத்துக்கிட்டு வருவா பாத்துக்காயாம்!"

என்று சொல்லிக் கொண்டே வர ஸ்கேன் ரூம் வந்து விட்டது. அப்போது ஹாஸ்பிட்டல் கேம்பசிலிருந்த சேப்பலில் மணி ஐந்து அடித்தது. அதைத் தொடர்ந்து ஒரு அழகிய பெண்ணின் பதிவு செய்யப் பட்ட குரலில்,

"துன்மார்க்கருடைய ஆலோசனையில் வழிநடவாமலும், பாவிகளுடைய வழியில் நில்லாமலும், பரியாசக்காரர் உட்காருமிடத்தில் உட்காராமலும், கர்த்தருடைய வேதத்தில் பிரியமாயிருந்து, இரவும், பகலும் அவருடைய வேதத்தில் தியானமாயிருக்கிற மனுஷன் பாக்கியவான்! சங்கீதம் ஒன்றாம் அதிகாரம்! ஒன்று மற்றும் ரெண்டாம் வசனங்கள்!"

என்று முடிக்க, மாமா மதுவைப் பார்த்து, "ஒரு பாவி இந்தா நட்டம நிக்கான்! ஒரு பரியாசக்காரன் அந்தா படுத்துக் கெடக்கான்! ராவும் பகலும் குடிக்கியதுக்கே சமயஞ் சரியாயிருக்கு! இதுல வேதம் ஓதுகது ஒண்ணுதாங் கொரச்சலு?"

"ஓங்கள மாதிரி துன்மார்க்கக் கூயானுவளுக்க குடும்பத்துல பொறந்துகிட்டு பாடையில வேணும்னா போலாமே ஒழிய, பாக்கியவானா எங்கவே வாழுகதுக்கு? வந்துட்டாரு நீட்டிக்கிட்டு!"

என்று மது பதிலளிக்க, 'பரவால்லியே பயல் டைமிங்ல மாமன போட்டுத் தள்ளிட்டானே? டிஸ்சார்ஜ் ஆகவும் இவுனுக்கு ஒரு குவாட்டரு வாங்கிக் குடுத்துரணும்!' என்று நான் சகாயமாதாவுக்கு நேர்ந்து கொண்டேன்.

ஸ்கேன் ரூமுக்குள்ளிருந்து ஆட்கள் வந்து என்னை அழைத்துப் போகவே நான் அம்மாவின் கையைப் பிடித்து கண்ணீர் மல்க,

"எம்மோ! நீயும் கூட வாம்மா!" என்று சொல்ல மாமா, "ஓயின்சாப்புக்கு ஒத்தையிலதானே போவ? கூடவே கொம்மையையும் கூட்டிக்கிட்டா போவே? கெடலே அந்தால்!"

எனக்குக் கடும் கோபம் வந்தது. ஆனாலும் தற்சமயம் என்னுடைய உயிர் மாமனின் கையிலிருந்ததால் நான் அந்த நாயை மன்னித்தேன். ஸ்கேன் பார்த்த பெண் டாக்டர் என்னுடைய ஷார்ட்சைக் கழற்றி ஜெல் போன்ற ஒன்றை எடுத்து அடிவயிற்றில் தேய்க்க அது குளிர்ச்சியாக இருந்தது. அவள் தன்னுடைய கையால் என் வயிற்றைத் தடவ நான் சிலிர்த்துப் போனேன். மாமா என்னையே வைத்த கண் வாங்காமல் முறைத்துப் பார்க்க நான் அந்தப் பெண் டாக்டரையே பார்த்துக் கொண்டிருந்தேன்.

'மாமனும் மயிராண்டியுந்தான்! இந்த டாக்டர் டார்லிந்தான் எத்தனை அழகு?'

ஒரு காதல் என்பது எங்கு வேண்டுமானாலும் பிறக்கலாம்! அது ஆஸ்பத்திரியானாலும், பிணவறையானாலும் அங்கு ஒரு காதல் மலர்ந்தே திரும் என்னும் கூற்றுக்கு அந்த நிகழ்வே ஒரு ஆதாரம். என்னநினைத்தாளோ தெரியவில்லை, சட்டீரென ஒரு ஊசியை எடுத்து என்னுடைய பிருஷ்டத்தில் பாய்ச்சினாள்.

'அடிப்பாதகத்தி! மாமந்தானே ஒரு கோக்கரையாம்ன்னு நெனச்சா! நீ அவனுக்கு மேல ஒரு கோட்டிக்கார கூய்வுள்ளையா இருந்திருக்கியே? சை!'

என்று என்னுடைய காதல் புறப்பட்ட இடத்திலேயே நின்று விட்டது. ஸ்கேன் முடிந்து என்னை ஒரு ரூமில் கொண்டு வந்து படுக்க வைத்தார்கள். நான் நன்றாகத் தூங்கி விட்டேன். கண்விழிக்கும்போது மணி ஏழரை.

எனக்குக் கல்லீரலில் கற்கள் இருப்பதாகவும், மண்ணீரலில் மணல் இருப்பதாகவும், சிறுநீரகம் சிதறியிருக்கலாம் என்றும், பித்தம் பியந்து பேதியில் போய் விட்டதாகவும் பல்வேறு கற்பனையான மருத்துவப் பரிசோதனை முடிவுகள் வாய்வழியாகவும், செவிவழியாகவும் அந்த அறைக்குள் உலா வந்தன. அப்போதுதான் கவனித்தேன். எங்கள் கிழவி ஒரு பெஞ்சில் அமர்ந்திருந்தாள்.

'எம்மாடி! இவ இன்னுஞ் சாவலியா?' என்று எண்ணியவாறே நான் எழுந்து அமர்ந்தேன். அடிவயிற்றில் வலி கொஞ்சம் மிச்சமிருந்தது. எல்லாரும் கடையிலிருந்து பார்சல் வாங்கி ஆப்பமும், முட்டைக்கறி சகிதம் விரவி வாய்க்குள் வீசிக் கொண்டிருந்தார்கள். மது ஒருபடி மேலே போய் புரோட்டாவும், மட்டனும் பிசைந்து சாத்திக் கொண்டிருந்தான். 'அது வாயா? வல்லநாட்டு பொத்தையா? சை!' எனக்கோ நல்ல பசி. நான் அம்மாவிடம்,

"எம்மோ! எனக்கு வயிறு பசிக்கி! சாப்புட எதுனா மிச்சங் கெடக்கா?"

"ஆச்சி வீட்டுலேர்ந்து கொஞ்சோல பயறு கஞ்சி கொண்டாந்துருக்கா! அதக் குடிக்கியா?"

"அது அவளுக்க மண்ட கணக்கா இருக்கும்! அதக் குடிச்சித்தானே அவளுக்க மாப்பள செத்தாரு? நானுஞ் சாவணுமா?"

இதைக்கேட்டதும் கிழவிக்கு மூஞ்சி போன போக்கைப் பாக்கணுமே! கிழவி என்னிடம்,

"ஏலே தொட்டிப் பெயெல! இது எனக்கு வேணும்லே! காலத்தயே எந்திச்சி ஒனக்கு கஞ்சி வச்சி கொண்டாந்தம்லா! எனக்கு இதுவும் வேணும்! இதுக்கு மேலயும் வேணும்!"

"இதுக்கு மேலன்னா பரலோகம்தான்! போறியா கெழவி? வாங்குன சவுட்டு மறந்துட்டா ஒனக்கு?"

"ம்க்கும்! ஓங்கிட்ட சவுட்டும் மிதியும் வாங்கி ஆயிபித்திரியில கெடந்து கெறங்குனதுதாம் மிச்சம்! ஒன்னையத் தூக்கி வளத்தம்லா? சவுட்டத்தானே செய்வ?"

"என்னத்தே! டிஸ்சார்ஜி ஆயிப்போன பொறவு இந்தப் பக்கமே ஆளக் காணலல? இங்க ஆஸ்பத்திரிய சும்மயா தொறந்து வச்சிருக்கு? வந்து ஒரு பத்து நாளு படுக்கலாம்லா?" என்றவாறே டாக்டர் மாமா உள்ளே வந்தார். கிழவி கடுப்பில்,

"ஏலே நீ சம்பளம் வாங்குகதுக்கு நாந்தா கெடச்சனா? கொம்மைய கொண்டாந்து கெடத்து! என்ன எதுக்கு விளிக்கிய? சவமே?"

மாமா ஸ்கேன் ரிப்போர்ட்டை அம்மாவிடம் கொடுத்து விட்டு, "எக்கா! ரிப்போர்ட்லாம் நார்மல்! ஃபுட் பாய்சனாயிருக்கும்! வேறொண்ணுமில்லை!"

"பாய்சனுக்கே பாய்சனா? கத கொள்ளாம்?" என்ற கிழவியை நான் முறைத்தேன். எனக்கு மீண்டும் வலி எடுத்தது. நான் எனக்கு ஏதாச்சும் மருந்து தருமாறு சொன்னேன். மாத்திரை கொடுத்தார்கள். ஆனால் வலி மட்டும் குறையவேயில்லை. நான் போட்ட கூப்பாட்டில் ஆஸ்பத்திரியே அதிர்ந்தது. அப்புறம் யூரின் டெஸ்ட், மோஷன் டெஸ்ட் துவங்கி பயாப்ஸி வரைக்கும் பண்ணிப் பார்த்தும் எல்லாமே நார்மல். என்னால் எழுந்து நடக்கவே முடியவில்லை. அதனால் மூன்று நாட்கள் ஆஸ்பத்திரியில்தான் கிடப்பாடு. அன்றைக்கு டிஸ்சார்ஜ். கிழவி அம்மாவிடம் வாயைத் திறந்தாள்,

"எம்மோ! நோய்க்கும் பாக்கணும்! பேய்க்கும் பாக்கணும்! மொதல்ல ஒரு வயித்துக் கொதி சுத்திப் பாரு! அப்புறந்தா தெரியும்! ஆஸ்பத்திரியில இந்தப் பயலுவளுக்குச் சக்கரத்தக் கொண்டு தட்டி ஒண்ணும் இவுனுவளுக்க கொடவண்டிய வளக்காண்டாம்! மத்தவனுக்க தொந்தியக் கண்டியா? பூரா நம்ம சக்கரந்தான்!"

என்று சொல்லவும் மாமா தன்னுடைய தொப்பையைத் தடவிக் கொண்டார். நாங்கள் வீட்டுக்கு வந்தோம். என்னால் நிமிர்ந்து நடக்க முடியாமல் ஆங்கில எழுத்தான 'L' வடிவத்தில் நடந்து கொண்டிருந்தேன். அம்மாவுக்கு ரொம்ப வருத்தம். குடித்தாலும், கூத்தடித்தாலும் எப்போதும் அம்மாவுக்கோ, அப்பாவுக்கோ ஜாலியாக இருக்குமளவில்தான் நாங்கள் இருந்தோம்.

கொதி பிடிப்பது பற்றி எல்லாருக்கும் தெரியும். நாம் சாப்பிடுவதை யாராவது பார்த்து அப்போது அவர்கள் பசியோடிருந்தால் அவர்கள் அந்த சாப்பாட்டைப் பார்த்து ஒரு மிடறு எச்சில் விழுங்கினார்களானால் நமக்கு வயிறு வலிக்கும் அல்லது பேதி பிடுங்கிக் கொள்ளும் என்பது ஒரு ஐதீகம். இதை 'கொதி' என்று சொல்வார்கள்.

இந்தக் கொதியைப் பிடித்து அடைக்க ஒரு சொம்பும், சாப்பிடும் தட்டும், ஒரு துண்டு வெள்ளைத் துணியும் எடுத்துக் கொள்வார்கள். முதலில்

அந்தச் சொம்பை எடுத்து நம்முடைய வயிற்றையும். தலையையும் மூன்று தடவைச் சுற்றி அந்தச் சொம்புக்குள் நம்மை மூன்று முறை துப்பச் சொல்லுவார்கள். பின்னர் அந்த வெள்ளைத் துணியையும் அதே போல சுற்றி அதைத் துப்ப வேண்டும். பிறகு அந்த சாப்பாடுத் தட்டில் கொஞ்சம் நீரை ஊற்றி வைத்துக் கொண்டு, அந்த வெள்ளைத் துணியில் தீயைப் பற்ற வைத்து அதை அந்த சொம்புக்குள் போட்டு, சொம்பைத் தலைகீழாக அந்தத் தட்டில் கவிழ்த்தும் போது 'உஷ்' என்ற சப்தத்தோடு அந்தத் தட்டிலிலுள்ள நீரை அந்த சொம்பு உறிஞ்சிக் கொள்ளும்.

இது அறிவியல்தான். ஆனாலும் மனோவியல் சார்ந்தது என்பதால் அம்மா அதைச் செய்தாள். நான் படுத்திருந்தேன். பாட்டி பக்கத்தில் அமர்ந்திருந்தாள். அம்மா சொல்லச் சொல்ல நான் துப்பவும் சொம்பு கவிழ்த்தப் பட்டது. அப்போது நிகழ்ந்ததுதான் எதிர்பாராதது.

எங்கிருந்தோ ஒரு பெண்ணின் கூக்குரல் இரைச்சலாகக் கேட்டது. கவிழ்த்தப் பட்ட சொம்பு 'ஷ்ஹோ' என்ற பெரும் சப்தத்தோடு மேலெழும்பி சுவற்றில் பட்டுத் தெறித்து கிழவியின் மண்டையைப் பதம் பார்த்தது. "அய்யம்மோ" என்ற சப்தத்தோடு கிழவி தரையில் சரிந்தாள். நாங்கள் அலறினோம்.

அத்தியாயம் – 27

கொதி பிடிக்கும் படலம்

பாட்டிக்கு மண்டையில் நான்கு தையல்கள் போடப்பட்டன. எனக்கு வயிற்று வலி தீரவேயில்லை. என்னால் நடக்க முடியவில்லை. நிற்க முடியவில்லை. உட்கார முடியவில்லை. படுக்க முடியவில்லை. அன்றோடு நான்கு நாட்கள் ஆகிவிட்டன.

என் பாட்டி வீடு அமைந்திருக்கும் நகரத்தையடுத்த பக்கத்து கிராமத்தில் ஒரு கிழவி இருந்தாள். அவள் பெயர் நாகமணி. வயிற்றுக் கொதி பார்ப்பது, சிறுபிள்ளைகளுக்கு செடி தட்டுவது, சீர் தட்டுவது, கண்பேர் பார்ப்பது இப்படியான சில சித்து வேலைகளில் கைதேர்ந்தவள். மண்டையில் போடப்பட்ட தையல் கட்டோடு எங்கள் பாட்டி சொன்ன தகவல் இது. அந்தப் பாட்டியை எங்கள் குடும்பத்து ஏற்கனவே பரிச்சயம் உண்டு.

ஆனால் நாகமணி கிழவி அதிகாலை வேளைகளில் மட்டுமே பண்டுவம் பார்ப்பாள். ஆகையால் அடுத்த நாள் காலையில் போய் அவளைப் போய்ப் பார்ப்பதாகத் திட்டம். கோழி ரத்தத்தைத் துணைக்கு அமர்த்தினார் அப்பா.

காலையில் ஆறுமணிக்கெல்லாம் கோழிரத்தம் வந்து விட்டான். அந்தச் சம்பவத்துக்குப் பின்னர் இப்போதுதான் விஜயம். நான் எழுந்து ரெடி ஆகி அமர்ந்திருந்தேன். அவனது வண்டியில் புறப்பட்டோம். நாகமணி ஆச்சியின் வீடு பழையாற்றின் கரையில் அமைந்திருந்தது. நாங்கள் அங்கு போனபோது கிழவி ஆற்றில் குளித்துக் கொண்டிருந்தாள். கோழிரத்தம் அவளிடம் போய் பேசிக் கொண்டிருந்தான்.

நான் ஆற்றின் எதிரில் இருந்த ஒரு பூவரச மரத்தில் சாய்ந்து நின்று கொண்டேன். என்னால் நிமிர்ந்து நிற்கமுடியவில்லை. அவ்வளவு

வலி உடல் முழுவதும் வியாபித்திருந்தது. பல்லைக்கடித்துக் கொண்டு நின்றேன்.

அப்போது எங்கள் ஆலயத்தின் பாஸ்டர் நடந்து வந்து கொண்டிருந்தார். என்னைக் கண்டதும் அருகில் வந்து என்னிடம்,

"என்னடே விஷயம்? இங்க நிக்கிய? பொம்பளப் படித்தொறைக்கி பக்கத்துல பூவரசுக்கு மேல தொங்கவுட்டுருக்கு?"

"அந்தப் பாட்டியப் பாக்கதுக்கு வந்தேன் பாஸ்டர்!"

"கொமரியள வுட்டுகிட்டு இப்ப கெழவிமாறுவளுக்க பின்னால நடப்பு இல்லியா?"

"இல்ல பாஸ்டர்! வயித்து வலி! அதான் அந்தப் பாட்டிக்கிட்ட கொதி புடிக்கலாம்னு வந்தேன்!"

"கடவுள் மேல பயமிருக்கணும்டே! ஒழுங்கா கோயிலுக்கு வாறதுக்கு வலியெடுக்கும்! பின்னெப்புடி சொகப் படுவிய?"

எனக்கு வலி உச்சத்தில் இருந்தது. நான் ஒன்றும் பேசாமல் அமைதி காக்க பாஸ்டர் தொடர்ந்தார்,

"நாமெல்லா தேவ பிள்ளைகள்! இம்மாதிரி பில்லிசூனியங்கள் மற்ற கொதி கிதியெல்லாம் புடிச்சிக்கிட்டு நடக்கியது கடவுளுக்குப் புடிக்காது! பைபுள படிச்சி நாலு வசனங்கள கைக்கொண்டு நடந்தாத் தெரியும்! மலந்தா ஆகாயம்! குனிஞ்சா சாமானம்னு நடந்தா இப்புடித்தான்!"

நான் கீழே குனிந்து ஒரு அரைத்துண்டு செங்கல்லை எடுத்து, "ஓய் பாஸ்டரு பு...டாளுதை! மரியாதையா போறீரா? சங்கு வாக்குல வீசவா?" என்று கேட்டதுதான் தாமதம். பாஸ்டர் அங்கியைத் தூக்கிப் பிடித்துக்கொண்டு பி.டி.உஷாவை விட வேகமாக ஓடினார். இதையெல்லாம் பார்த்துக் கொண்டே படித்துறையில் ஏறிவந்த கோழிரத்தம் என்னிடம் கேட்டான்,

"எனே பரிசுத்த ஆத்துமா யாங்கெடந்து பறந்து போகு?"

"செவத்துக்குச் சோக்கேடு!" என்று நடந்ததைச் சொல்லவும் கோழிரத்தம் என்னிடம் கோபமாக,

"என்னது? ஒன்னிய கோயிலுக்குக் கூப்டானா? தா..ளி மோன கொல்லாமயா வுட்ட! பனங்கம்பு வாயன்!"

நாகமணி ஆச்சி கரையேறி வந்தவள் என்னுடைய முகத்தைக் கூர்ந்து பார்த்தாள். அவளது முட்டைக்கண்களும் கருத்த மெலிந்த தேகமும் என்னைப் பயமுறுத்தின. அவள் தன்னுடைய கைகளால் என்னைப் பின்தொடருமாறு சைகை செய்துவிட்டு நடந்தாள். அவளது வீடு ஒரு சிறிய கூரைவீடு. தலையைக் குனிந்துதான் நுழையக் கூடிய அளவிலான வாசல். உள்ளே ஒரு பாயை விரித்து எங்களை அமரச் சொன்னாள். நாங்கள் அமர்ந்தோம். சற்று நேரத்தில் ஒரு சிறிய விளக்கை எங்கள் முன் வைத்துக் கொளுத்தி விட்டு அமர்ந்தாள்.

என்னுடைய சட்டையைக் கழற்றச் சொன்னதும் எனக்கு வெட்கம் வந்துவிட்டது, கிழவி என்னிடம்,

"சட்டையாத்தனே உருவச் சொன்னேன்? என்னவோ நேத்து சடங்கான புள்ள மாதிரி கெடந்து நெளிய? நேரா நிமுந்து உக்காரு!"

கோழிரத்தத்துக்குச் சிரிப்பு தாங்கவில்லை. நான் சட்டையைக் கழற்றி விட்டு அமர, கிழவி என்னுடைய நெஞ்சிலிருந்து வயிறுவரைக்கும் தன்னுடைய உள்ளங்கைகளால் அழுத்தினாள். எனக்கு வாந்தி வரும் போல இருந்தது. அவள் அந்தக் கைகளால் அழுத்த அழுத்த அவளது தொண்டைக்குள்ளிருந்து ஏப்பம் விட்டது போன்ற சப்தம் வந்து கொண்டிருந்தது. அவளது முகம் கேள்விக்குறியோட ஆகிப் போன ஒரு தருணத்தில் அவள் கையை வயிற்றில் இருந்து எடுத்துவிட்டு என்னுடைய முதுகைத் தேய்க்க ஆரம்பித்தாள்.

இப்பொழுது என்னுடைய வயிற்றுக்குள் யாரோ கையை விட்டு குடலைக் கிள்ளுவதைப் போன்றதொரு உணர்வு. சடாரென அவள் என்னிடம்,

"யாருக்க வீட்ல்யாச்சும் போயி எதையாது தின்னியா?"

நான் குழப்பத்தோடே, "இல்லியே பாட்டி... யாங் கேக்குதிய?"

"யாரோ ஒனக்கு மருந்து வச்சிருக்கா!"

"மருந்தா?"

"ஆமா! எதாச்சிம் பொட்டச்சிக கையிலரந்து எதையாது வாங்கிச் சாப்புட்டியா?"

நான் யோசித்தபடியே "இல்லியே?" என்று மறுத்துவிட்டேன். அன்றைக்கு மாலையில் மாடிவீட்டில் நடந்ததைச் சொன்னால் வைஷ்ணவிக்கு முத்தம் கொடுத்த கதையும் வெளிவந்துவிடுமே என்றும், மேலும் பேய் வந்து கொடுத்ததெல்லாம் எப்படி கணக்கில் சேரும்? என்றும் நான் வாய் திறக்கவில்லை. மேலும் கிழவியிடம்,

"பாட்டி! ஏதோ மருந்துன்னு சொன்னீயல்லா? அப்புடின்னா என்ன?"

"ஆமா! வசிய மருந்து! கொஞ்சம் சக்கரப் புடிப்புள்ள பயலுவள மருந்து வச்சி வளச்சி வச்சிக்கிட்டு பைசா புடுங்கலாம்லா? அதுக்கு வைக்கியது! ஆனா இது மனுசம்மாரு வச்ச மாதிரி தெரியல!" என்றவாறே குழப்பத்தில் ஆழ்ந்தாள். நான் அவளிடம் மெதுவாக,

"இதுக்கு வேற வழியே இல்லியா பாட்டி?"

அவள் தன்னுடைய தாடையைத் தேய்த்தவாறே, "இருக்கு! ஆனா இங்க இல்ல!"

"வேற எங்க இருக்கு?" என்றான் கோழிரத்தம்.

"வள்ளியூருக்கு கெழக்க வில்வநம்பூருன்னு ஒரு ஊரு இருக்கு! அங்க ஒரு ஆளு இம்மாதிரி மருந்துகள எடுப்பாரு!"

"எப்பம் போனா அவர பாக்கலாம்?"

"எப்பம் போனாலும் பாக்கலாம்! ஆனா அந்த மருந்து ஓங்கள அங்கப் போக வுடாது!"

"மருந்து போக வுடாதா? எப்புடி?"

"அதுதான் அந்த மருந்துக்க வேலையே? ஒன்னால அங்க போயி அந்த மருந்த எடுக்கவுடாது! வழிநெடுக தடஸ்தமும் தள்ளாட்டமுமாயிரும்! ரெம்ப பந்தஸ்தா போவணும்!"

அவள் சொன்னதைக் கேட்டு நானும் கோழிரத்தமும் ஒருவரையொருவர் குழப்பத்தோடு பார்த்துக் கொண்டோம். அவள் தொடர்ந்தாள்,

"ஆனாலும் அந்த மருந்த எடுக்கலைன்னா அதுல முடி மொளைக்கும்! அதுக்கப்பால சீவனுக்கே சீரழிவுதான்!"

"என்ன பாட்டி சொல்லுக?"

"ஆமா! அங்க போயி கேளுங்க அவரே சொல்லுவாரு!"

நாங்கள் இருவரும் பாட்டியிடம் அந்த ஊர் பெயரைக் கவனமாகக் கேட்டுக் குறித்துக் கொண்டு அங்கிருந்து கிளம்பி நேராக அங்கேயே போய்விடலாம் என்று முடிவு செய்து கொண்டு கிளம்பினோம். நாகர்கோவிலிலிருந்து வள்ளியூர் முப்பத்தி ஒன்பது கிலோமீட்டர்கள். அங்கிருந்து வில்வனம்புதூர் எத்தனை கிலோமீட்டர் என்று தெரியவில்லை. நாங்கள் வண்டியைக் கிளப்பினோம்.

ஆரல்வாய்மொழி முப்பந்தல் தாண்டவும் எங்கிருந்தோ வந்த ஆடு ஒன்று வண்டிக்குள் புகுந்ததில் நானும் கோழி ரத்தமும் சாலையோரத்தில் படுத்திருந்தோம். தூரத்திலிருந்து ஆட்கள் ஓடிவந்து எங்களைத் தூக்கிக் குடிக்க தண்ணீர் தந்தார்கள். கோழிரத்தம் அவர்களிடம்,

"நாங்க கீழ எல்லாம் வுழலை! ரொம்ப டயர்டா இருந்துல்லா! அதாஞ் செத்த நேரம் தூங்கலாம்னு கட்டயச் சாய்ச்சோம்!"

"அப்பா வண்டி யாம்டே நடுரோட்டுல கெடக்கு?" என்று ஒருவர் கேட்டதற்கு கோழிரத்தம் அளித்த பதிலானது உலகப் பிரசித்தி அடைந்தது.

"ஓரமாத்தா நிறுத்துனேன்! காத்துல பறந்து போயி அங்கனக்கெடக்கு! ஆராமுழிக்காத்துல அம்மியே பறக்கும்! இந்த வண்டி மைரு எம்மத்தாரம்?"

நான் மெதுவாக எழுந்து வண்டியை எடுத்தேன். கோழிரத்தத்தின் முட்டியில் ரத்தக்கசிவு ஏற்பட்டிருந்தது. அருகிலுள்ள மருத்துவமனையில் போய் பிளாஸ்திரி போட்டுவிடு பயணம் தொடர்ந்தது. வழியில் முப்பந்தல் இசக்கியிடம் வேண்டி காணிக்கை போட்டு விட்டு, காவல்கிணறு மாதா கோவிலில் மண்டியிட்டு அங்கும் காணிக்கை போட்டு ஒரு மாலயும்

வாங்கி வண்டியில் அணிவித்து விட்டு பயணம் தொடர்ந்தது. அப்போது காலை மணி பத்து.

கலந்தபனை அருகே செல்லும்போது வண்டி நின்று போனது. பெட்ரோல் எல்லாம் நிறைவாகவே இருந்தது. எதனால் ஆஃப் ஆனது என்று தெரியாமல் பக்கத்தில் ஏதேனும் ஒர்க்ஷாப் இருக்குமா என்று விசாரித்ததில் அங்கே ஒரு மாருதி சர்வீஸ் சென்டர் இருந்தது. ஆனால் அடைத்துக் கிடந்தது. பணியாட்கள் பதினொரு மணிக்குத்தான் வருவார்கள் என்று பக்கத்தில் சொன்னார்கள்.

பதினொரு மணிக்கு ஒருவர் வந்தார். விஷயத்தைச் சொன்னதும் அவர் ரிப்பேர் செய்து தந்தார். அப்போது மணி பன்னிரெண்டு. வள்ளியூர் போய்ச் சேரும்போது மணி ஒன்று. அங்கேயே ஒரு கடையில் சாப்பிட்டோம். வழிநெடுக பொட்டல் காடு. ராஜஸ்தான் மாதிரி காட்சியளித்த ஊரைக் கண்டு எனக்கு வியப்பு. இது தமிழ்நாடுதானா? என்று கூடத் தோன்றியது. அப்படியே பயணித்து வில்வனம்புதூரை அடைய மணி ரெண்டு ஆனது. ஊருக்குள் நுழைய ஊர்முகப்பிலிருந்த ஒரு வீட்டின் முன்புறமிருந்த கிணற்றில் நீரை இறைத்து அதை ஒரு சொம்பில் ஏந்திக் கொண்டு வீட்டுக்குள் நுழைந்தார் ஒரு வயதான மனிதர்.

'கடவுளே இங்கயும் சொம்பா? எழவு வுழாம இருக்கணுமே இறைவா?' என்று எண்ணிக்கொண்டே நான் அவரைத் தடுத்து,

"தாத்தா! இங்க ஒருத்தரு கைமருந்து எடுப்பாராமே? அவுரு வீடு எங்கன இருக்கு?"

அவர் என்னை மேலும் கீழும் பார்த்து விட்டு, "அது நாந்தாம்டே தம்பியளா? ஏ வாங்க.. மாறி எங்கர்ந்து வாறிய?"

"நாகர்கோயில் தாத்தா!"

"ஏ நாரோல்ல எங்கடே?"

"ஒழுகினசேரி தாத்தா!"

"ஏ ஒழ்னசேரியா? மாறி அங்கதானடே மற்ற குமாருன்னு ஒரு தேட்டரு இருக்கு? மத்த அம்மிணிகுண்டி படமெல்லாம் போடுவாவள்ளா?"

கோழிரத்தத்துக்கு வியப்பு. என்னிடம் காதில் மெதுவாக, "புட்டாங் கோழியாக்கும் கேட்டியா? கெளையொடிஞ்சகாலத்துல தாயளி மோனுக்கு ஊஞ்சாலங் கேக்கு?"

தாத்தா எங்களிடம், "யோலு! அங்கன என்னவே குசுகுசுப்பு!"

"குஷ்புவெல்லா இல்ல தாத்தா! தாத்தா மற்ற படமெல்லாம் பாப்பீரோ?" என்று கோழிரத்தம் கேட்க, அவர் அதற்கு,

"ஏ நாஞ் சும்ம கேட்டம்டே பேரப்பிள்ளையளா? வாங்க உக்காருங்க!"

என்று சொல்ல நாங்கள் அந்தத் திண்ணையில் அமர்ந்தோம். அங்கே ஏற்கனவே ஒரு தம்பதியர் காத்திருந்தார்கள். அவர்களிடம் அந்த சொம்பு நீரைக் குடித்துவிட்டு வைக்குமாறு சொல்லிவிட்டு வீட்டினுள் சென்றார். போனவர் கையில் ஒரு தீமூட்டிக் குழலோடு திரும்ப வந்து அவர்களது எதிரில் ஒரு நாற்காலியை இழுத்துப் போட்டு அமர்ந்துவிட்டு அந்த ஆணிடம் கேட்டார்,

"ஏ தம்பி பேரென்னய்யா?"

"முருகென் தாத்தா!"

"ஏ எந்தூரு?"

"அம்மச்சி கோயிலு!"

"முருகன் ஊரு சொம்புலயெல்லாந் தண்ணி குடிப்பீயளோ?"

முருகன் தன்னுடைய மனைவியைத் தயக்கத்துடன் பார்க்க அவள் முருகனை முறைத்தவாறே தலையை வெட்டிக்கொண்டாள். உடனே தாத்தா சிரித்துவிட்டு,

"முருகா! இதுல வேற காரியமெல்லா ஒண்ணுமில்ல! மாறி நம்ம வயித்துக்குள்ள அழுக்கு சேரும்லா! செல அழுக்குவ பேதியில வெளில ஓடியாந்துரும்! செலது உள்ளுக்க தங்கிருங் கேட்டுக்கா! அதத்தான் தாத்தா எடுக்கப் போறேன்! வேறொண்ணுமில்ல கேட்டியா?"

முருகன் மண்டையை ஆட்ட தாத்தா அவனிடம் தன்னுடைய கையிலிருந்த தீமூட்டிக் குழலைக் காட்டி,

"இது என்னடே முருகா?"

"தீம்ட்டி கொழலு?"

"இதுக்குள்ள ஏதாவது கண்ணுக்க தட்டுப்படுகா பாரு!" என்று அவன் கையில் அந்தக் குழலைக் கொடுக்க முருகன் தன்னுடைய கண்கள் வழியாக அதிலிருந்த துவாரத்தைப் பார்த்து விட்டு,

"வெறும் ஓட்ட மட்டுந்தா இருக்கு தாத்தா?"

"முருகனுக்கு ஓட்டைன்னா ரொம்ப இஸ்டெம் இல்லியாய்யா?" என்று சிரித்தார். முருகனது மனைவி எழுந்து வெளியே போக முயற்சிக்க தாத்தா அவளைக் கையமர்த்தி,

"எம்மோ பேத்தி! தாத்தா சும்மா வெளையாண்டம்டே! பேரம்லா? மாறி யார பரியாசம் பண்ணுகதுக்கு?"

அவள் அமர்ந்தாள். தாத்தா முருகனிடம், "எய்யா! இது மந்திரமெல்லாங் கெடையாது பாத்துக்கா! இது ஒரு டெக்னிக்கி! இந்தா இந்த செம்புக்குள்ள ஏதாவது கெ...க்கான்னு பாரு!"

முருகன் செம்பைப் பார்த்துவிட்டு, "வெறுந்தண்ணி மட்டுமிருக்கு தாத்தா!"

"ம்ம்ம்! கொழலுக்குள்ள ஒண்ணுமில்ல! செம்புக்குள்ளயும் ஒண்ணுமில்ல செர்த்தனப்போ?"

"சரிதாந் தாத்தோ!"

"தாத்தா வாய்க்குள்ள ஏதாவது இருக்கா பாரு?" என்றவாறே தாத்தா தன்னுடைய வாயை அகலமாகத் திறக்க, முருகன் அதைப் பார்த்துவிட்டு,

"வெறும் பல்லுதாந் தாத்தா இருக்கு!"

"வாய்க்குள்ள பல்லு இல்லாம புல்லா மொளைச்சிருக்கும்? யாரும் வாயத் தொறந்துரக் கூடாது! ஒடனே ஆன்னு வாயப் பொளாந்துட்டு உள்ளுக்க சாடிரணும்?"

எனக்கு ஒரே ஆச்சரியம். பேசியது முருகனின் மனைவி. கோழி ரத்தம் என்னிடம் மெதுவாக,

"பயல் ஒரு பெருங்கோழிதாங்கேட்டியா! ஊர்ச்சாலுகள ஒத்தையில உழுவாம் போலுக்கு!"

தாத்தா சப்தமாகச் சிரித்து விட்டு, "இந்தா முருகா! இந்தத் தண்ணிய வாய்க்குள்ள வச்சிக்கா! செம்புக்குள்ளயும், கொழலுக்குள்ளயும், தாத்தாக்க வாயிக்குள்ளயும் எதுவுமில்ல! நீ கண்டில்லா? தாத்தா இந்த கொழலுக்க ஒரு பக்கத்த ஒனக்க வாயில வச்சிக்கிட்டு இந்தப் பக்கத்த எனக்க வாயில வச்சி உறிவேங் கேட்டுக்கா! ஆனா நீ வாய்க்குள்ள இருக்குத தண்ணிய வுழுங்கிறவும் புடாது! துப்பிறவும் புடாது! கொழலுக்குள்ள வுட்டுறவும் புடாது! வெளங்கிச்சா?"

'ஓஹ் டிஸ்கஸ்டிங்!' எனக்கு வாந்தி வந்தது. தாத்தா குழலின் ஒருமுனையை முருகனின் வாய்க்குள் வைத்து இன்னொரு முனையைத் தன்னுடைய வாயில் வைத்து உறிஞ்சினார். என்ன ஆச்சர்யம்? தாத்தாவின் வாயிலிருந்து தண்ணீர் வர தாத்தா அதைத் தரையில் துப்பினார். அதில் ஏதோ சிறுசிறு துகள்கள் கிடந்தன.

மீண்டும் உறிஞ்சி துப்ப இப்போது அதில் கருப்பாக ஏதோ உருண்டை வடிவில் பப்பாளி விதை போன்று நிறைய கிடந்தது. மீண்டும் மீண்டும் உறிஞ்சித் துப்பி விட்டு கடைசியில் முருகனது குடல் சுத்தமாகி விட்டது என்று சொல்லி விட்டு எழுந்து வீட்டினுள் போய் கொஞ்சம் விபூதியை எடுத்து முருகனது கையில் கொடுத்து,

"ஆட்டுல ஒரு பொண்டாட்டி இருக்காலே மக்கா! பட்டினில சாவக் கெடந்தாலும் அவ கையால வாங்கித் துன்னுட்டு சாவலாம்! அவ ஒனக்கு வெசத்தையே வச்சாலும் அது வேல செய்யாது! ஊர்ல உள்ள ஊருமாறிகளுக்கிட்ட போயி கண்டதையும் தின்னா உயிரோட இருக்கும்போதே சாக்காலந்தாம்! பாத்துக்காடே! இனியாது ஒழுங்கா

கெட! கொஞ்ச காலங் கடந்து வந்துருந்தீனா இந்தா கெடக்குலா? இதுல முடி மொளச்சிருக்கும்! கடவுளே வந்தாலுங் காப்பாத்த முடியாது!"

என்று சொல்லி வெறும் ஐந்து ரூபாய் மாத்திரமே தனக்கான கட்டணமாக வாங்கிக் கொண்டு வழியனுப்பி வைத்துவிட்டு என்னிடம் வந்து,

"என்னெலே நாரோயிலு மைனர்! மோறக்கட்டை கெறக்கியடிச்சிட்டு கெடக்கு? நல்ல கல்லு உப்பா தின்னுருக்க போலயே? வா வந்து உக்காரு! பாப்பம்!"

நான் எழுந்து போய் அவரது முன்பாக அமர்ந்தேன். முருகனுக்கு செய்தது போலவே எனக்கும் செய்தார். அவர் துப்பத் துப்ப அவரது முகம் இருளடைந்தது. நான் கீழே பார்க்கவில்லை. கோழிரத்தத்தின் முகத்தில் ஒரு வித அதிர்ச்சி. தாத்தா மிரட்சியோடு என்னைப் பார்த்துவிட்டு தரையில் பார்த்தார். நானும் தரையில் பார்த்தேன். அதில் சிவப்பு நிறத்தில் ஒழுங்கற்ற உருண்டை வடிவத்தில் எதுவோ கிடந்தது. நான் தாத்தாவிடம்,

"என்ன தாத்தா இது? ரெத்தமா?"

அவர் மருண்டு போய் என்னைப் பார்த்து, "இது ரத்தமில்லடே! தேன் முட்டாயி!"

"தேன்முட்டாயா? நாந்தா தேன்முட்டாய் திங்கவேயில்லயே?"

"நீ திங்கல! உன்னய திங்க வச்சது!"

"வெறுந் தேன்முட்டாயிதானே தாத்தா? அதுல பயப்புடுகதுக்கு என்ன இருக்கு?"

"ஒண்ணுமில்ல! ஆனா நீ தின்ன தேன் முட்டாயி சுமார் நூறு வருசத்துக்கு முன்ன செஞ்சது!"

நான் அரண்டு போய்த் தாத்தாவைப் பார்த்தேன். தாத்தாவின் கருவிழிகள் மறைந்து வெறும் வெள்ளையாக இருந்தது.

பலிகேட்ட புளியமரத் தொட்டில்

நான் திடுக்கிட்டு எழுந்தேன். தாத்தா என் கைகளைப் பிடித்து அமரச் செய்தார். கோழிரத்தம் கையும் ஓடாமல், காலும் ஓடாமல் நின்று கொண்டிருந்தான். அப்போது தாத்தா என்னிடம்,

"நீ குடியிருக்குத வீட்டுல ஒரு கன்னி இருக்கு! அவளுக்கு பல காலமா ஒண்ணும் வச்சிக் குடுக்கல! பசியோட இருக்கா! அவளுக்க பசிக்கி நீதாம்லே தீனி! அவளுக்க நார்ப்பெட்டிய எடுத்து வூட்டுக் கொல்லையில போட்டுத் தீய வையி! அவளுக்க எலும்புஞ் சாம்பலும் நடு வூட்டுக்குள்ள இருக்கு! அதத் தோண்டியெடுத்து ஓடுக தண்ணியில வுடு! இல்லைன்னா நீ செத்த!"

என்று சொல்லியவாறே மயங்கினார். அந்த சொம்பிலுள்ள நீரை எடுத்து அவரது முகத்தில் தெளித்து எழுப்பினோம். அப்போது அந்த வீட்டின் முன்பாக ஒரு மினிபஸ் வந்து நின்றது. அதிலிருந்து ஒரு அம்மா இறங்கி தாத்தா இருந்த கோலத்தைக் கண்டு பதறி ஓடிவந்தார். அவரது மனைவியாம். தாத்தா கண்விழித்து என்னைப் பார்த்து,

"தம்பி! நீ வசக்கேடா சிக்கிருக்க? எனக்கே கொழப்பமா இருக்கு! ஒனக்க வூட்டுக்குள்ளாற நாலஞ்சண்ணம் நிக்கு! எது பிரேதம்? எது பிசாசுன்னே தெரியல! நீ நேரா கௌம்பிப் போயி மார்த்தாண்டத்து காரிய வைத்தியரப் போயிப் பாரு! தனியாப் போயிறாத! வீட்டுல பெரியவங்கள கூட்டிக்கிட்டு போ!"

என்று பதட்டத்தோடே சொன்னார். மேலும் நான் காசு கொடுத்ததை வாங்க மறுத்து விட்டார். நாங்கள் அங்கிருந்து கிளம்பினோம். அந்தத் தாத்தாவும்,

பாட்டியும் வாசலில் வந்து நின்றுகொண்டு அவர்கள் கண்ணிலிருந்து நாங்கள் மறையும் வரைக்கும் எங்களைப் பார்த்துக் கொண்டிருந்தார்கள். நாங்கள் வீடு வந்து சேர்ந்து நடந்த கதைகளை அம்மாவிடமும், அப்பாவிடமும் சொன்னேன். எனக்கு வயிற்றுவலி எங்கே போனது என்று தெரியவில்லை.

அப்பா வீட்டு ஓனருக்கு போன் செய்து மேல்வீட்டுச் சாவியை எடுத்துக் கொண்டு வரச் சொன்னார். என்னையும், கோழி ரத்தத்தையும், மதுவையும் பக்கத்துத் தெருவில் ஒரு வீடு பார்த்திருப்பதாகவும், அதைப் போய்ப் பார்த்துக் கொண்டு வருமாறும் சொன்னார். நாங்களும் அந்த வீட்டைப் போய்ப் பார்த்தோம்.

அழகாக, சிக்கனமாக நான்கு பேர் நிம்மதியாக வசிக்க ஏதுவானதாக இருந்தது. எங்களுக்கு மிகவும் பிடித்துப் போய்விட்டது. மீண்டும் வீடு திரும்பவும் அங்கே ஹவுஸ் ஓனர் வரவும் சரியாக இருந்தது. அப்பா அவரை வரவேற்று முதல் தளத்துக்கு அழைத்துப் போனார். நாங்களும் அவர்களோடே போனோம்.

அப்பா ஹவுஸ் ஓனரிடம், "சார்! ஒண்ணு கேட்டா தப்பா நினைச்சிக்கிட மாட்டீகள்ளா?"

"கேளுங்க சார்!"

"கடைசியா இந்த வீட்டுல யாரு குடி இருந்தாங்க?"

"நானும் எனக்க வைஃபும் இருந்தோம்! யாங் கேக்குதிய?"

"ஓங்க வைஃப் இப்ப எங்க இருக்காங்க?"

"தெரியலையே?"

"என்னது? தெரியலையா?"

"ஆமா! எனக்கும் அவளுக்கும் டைவர்ஸ் ஆகி முப்பத்திரெண்டு வருசமாச்சி! இந்த வீட்டுல வச்சிதான் எனக்கும் அவளுக்கும் கலியாணம் ஆச்சி! பிள்ள கெடையாது! சதாசர்வ காலமும் எனக்கும் அவளுக்கும் சண்ட! ஒரே வருசத்துல விவாகரத்து வாங்கிட்டுப் போயிட்டா! அப்புறம்

நா மட்டும் எதுக்கு இத்தா பெரிய வீட்டுல தனியா இருக்கணும்னு புத்தேரில இருக்க பூர்வீக ஊட்டுக்குப் போயிட்டேன்!"

"ஓஹோ! அப்ப கழிஞ்ச முப்பது வருசமா இந்த ஊட்டுல ஆட்கள் யாரும் குடியிருக்கல இல்லியா? பூட்டிதான் வச்சிருந்தீயளா?"

"இல்ல! அப்பப்ப வந்து செண்பகவல்லின்னு ஒரு அம்மா வந்து தூத்துப் பெருக்கி கிளீன் பண்ணிப் போட்டுட்டு போவும்! அதுவும் ரெண்டு வருசத்துக்கு முன்ன லாரியில அடிபட்டு செத்துப் போச்சி! வெட்டுக்காரன் அடிக்கடி தேங்கா வெட்ட வருவாம்! பழைய தட்டுமுட்டு சாமானெல்லாம் மாடியில கெடக்கும்!"

'அட தேங்கா வெட்டுக்கார நாய்? அந்தம்மா பேருதாம் செண்பகவல்லியா? தேவையில்லாம கொழப்பி வுட்டுட்டியே?' என்றவாறே நான் அப்பாவைப் பார்க்க, அப்பா ஹவுஸ் ஓனரிடம்,

"அவ்ளோதான் இல்லியா? வேற ஆளுக போக்குவரத்தெல்லாங் கெடையாது அப்பிடித்தானே?"

"ஆமா!"

"அந்தா அந்த ரூம் இருக்குல்லா? அதுக்குள்ள என்ன இருக்கு?" என்று நான் குறிப்பிட்டுச் சொன்ன அந்த அறையைக் காட்டினார்.

"நாஞ்சொன்னம்லா! பழைய சாதனங்கள் கெடக்குன்னு?"

"அதைக் கொஞ்சம் தொறப்பேளா?"

என்று அப்பா கேட்டதும் ஹவுஸ் ஓனரின் முகம் சுருங்கியது. அதுதான் ஜமுனாராணியின் அறை. நான் அன்றைக்கு மாலையில் போய் வந்த அறை. அவர் அப்பாவிடம்,

"இந்நேரத்துக்கு அத யாந் தெறக்க சொல்லுகியோ?"

"உள்ள யாரோ ஒருத்தி இருக்காளாமே? பேரென்னவோ ஜமுனா ராணின்னு சொல்லுகா? கதவ தொறங்க! என்னன்னு ஒண்ணு கேக்கட்டும்!"

"அது எப்புடி ஓங்களுக்குத் தெரியும்?"

"நேத்து சாயந்தரம் எங்க வீட்டுல சாப்புட வந்துருக்கும்போது சொன்னா!"

ஹவுஸ் ஓனர் ஒருமாதிரி அச்சத்தில் இருந்தார். அப்பா அவரிடம்,

"இப்புடி இங்க ஒரு காரியம் இருக்கு'னு ஒரு வார்த்த சொன்னா என்னய்யா ஓமக்கு?"

"இல்ல நீங்க கிறிஸ்டன்லா? ஓங்களுக்குக் கொழப்பம் ஒண்ணுமிருக்காதுன்னு நெனச்சேன்!"

"கிறிஸ்டனா? அது இப்பம்லாய்யா நூத்தம்பது வருசத்துக்கு முன்ன? அதுக்கு முன்ன இங்க எல்லாவனுஞ் சாமி கொண்டாடியாளுதானே? யேசு கிறிஸ்து என்ன இந்தியாவுலயா பொறந்தாரு? எங்களுக்கும் கன்னின்னா என்னன்னு தெரியும்!"

"அதுவந்து... நா அவளுக்குக் கொறைய காலம் ஒண்ணும் வச்சி வெளம்பிக் குடுக்கல! அதுதா ஓங்கள வந்து கேட்டுருக்கு!"

"நீங்க ஓங்க குடும்பத்துக் கன்னிக்கி ஒண்ணும் வச்சிக் குடுக்காம, கழுவிப் பொறக்கி உள்ளத உள்ளபடி சொல்லாம எங்களுக்கு வாடகைக்கி விட்டுருக்கேளே! அது எங்களல்லா சிங்கியில வச்சி ஆட்டுகு?"

"நீங்க எங்க போராயி துப்பு கேட்டிய?"

"அதெல்லா ஓமக்கிட்ட சொல்ல முடியாது! நீரு மாத்தரம் எங்ககிட்ட இந்தக் காரியங்களச் சொன்னீரா?"

ஹவுஸ் ஓனர் தடுமாறினார். அப்பா அவரிடம், "சரி! இனிமேலும் எங்ககிட்ட மறைக்காதீங்க! என்ன காரியம்னு சொன்னாத்தான் நாங்க ஏதாவது பரிகாரம் செஞ்சிக்கிட்டு இங்கேருந்து நகர முடியும்! சொல்லுங்க!" என்று சொல்லவும் ஹவுஸ் ஓனர் சொல்ல ஆரம்பித்தார்.

"சார்! எங்க அப்பா வழித் தாத்தாவுக்க பேரு செங்கோடன்! மரக் கச்சோடந்தான் அவருக்க முக்கியப்பணி! அதுபோக மாந்திரிக வேலைல கெட்டிக்காரரு! அவரும், அவருக்க தோஸ்து ஒருத்தருஞ் சேந்து சிலோன்ல யாவாரஞ் செஞ்சிக்கிட்டிருந்தாக! ரொம்ப காலத்துக்க முன்னால எங்க தாத்தா ஊருக்குள்ள ஒரு சித்து ஊச்சாளி! வர்மானியங்கள், அடிமொறைகள்

தெரியும்! அப்போ ஊருக்குள்ள இருந்த ஒரு வாலிவப் புள்ளைய அஞ்சாறு பேரு சேந்து தலைக்கி அடிச்சி கொன்னு வலாக்காரஞ் செஞ்சி இந்த ஆடு கட்டுகதுக்க முன்ன இங்க ஒரு பெரிய புளியமரம் நின்னு! அதுல தலைகீழா கெட்டித் தொங்க வுட்டுகிட்டு அவளுக்கு வேசிப் பட்டங் கெட்டிட்டானுவ! அப்பொறம் அவ இந்த ஊருக்காத்த இருந்த ஒருத்தனையும் உயிரோட வுடலை! எங்க தாத்தாதான் அவளுக்க ஆவேசத்த அடக்கி அந்தப் புளிய மரத்துல ஆணில அடிச்சித் தாத்துட்டாரு! அவளுக்க கதைய இந்த ஊருக்குள்ள வேற வேற மாதிரியெல்லாஞ் சொல்லுவுவாவ! யாராவது தேன்முட்டாயி சாப்டா அவுக கூட ஒட்டிக்கிடுவாளாம்! அதேமாதிரி தாழம்பூ அவளுக்கு ரொம்பப் புடிக்குமாம்! அவ செத்த அன்னிக்கி அவளுக்க தலையில தாழம்பூவும் தேன் முட்டாயுந்தான் இருந்திச்சாம்!"

எனக்கு அடிவயிறு ஒரு அடி கீழே இறங்கியது போலிருந்தது. அவர் சொல்லச் சொல்ல எனக்குக் காட்சிகளாக விரிந்தது. அவள் வேறு யாருமல்ல! கல்யாணிதான். அரையிருட்டு மாலைநேரம். அந்தக் குளத்தின் கரையில் கைகளில் ஒரு தாழம்பூவும், கொஞ்சம் தேன்மிட்டாய்களோடும் நடந்து வந்தவளை ஐந்தாறு பேர் வழிமறித்து, மடக்கி அவளைப் பலாத்காரமாக அடைய முயல அவள் திமிறினாள். அவளது வேகத்தைக் கண்டுமிரண்டுபோய் ஒரு பெரிய மீசை வைத்த கருப்பன் அவளது தலையின் வலதுபக்கத்தில் அடிக்க கல்யாணி அந்த இடத்திலேயே சுருண்டு விழுகிறாள். அந்த அத்தனை மிருகங்களும் அவளைப் பிய்த்துத் தின்கின்றன. நான் கண்களை மூடிக் கொண்டு கத்தினேன்.

"அய்யோ... அந்தப் புள்ளைய விடுங்கலேய்ய்!"

"மக்ளே! என்னாச்சிடே!" என்று அப்பா என்னைத் தட்டி உசுப்ப நான் கண்களைத் திறந்து பார்த்தேன். எல்லாரும் என்னையே பார்த்தார்கள். நான் ஹவுஸ் ஓனரிடம்,

"ஓங்க தாத்தா தலையில தேங்காக் கொல வுழுந்து தலை வெடிச்சித்தானே செத்தாரு?" என்று கேட்கவும் ஹவுஸ் ஓனர் வெலவெலத்துப் போனார்.

"அது எப்புடித் தம்பி ஒலக்குத் தெரியும்! அந்த சம்பவம் நடக்கம்போ நானே பொறக்கலையே?"

"இந்த மொட்ட மாடியில இருக்க பெரிய போட்டோ ஒங்க தாத்தாவுக்கதானே?"

"ஆமப்போ!"

"உண்மைய சொல்லுங்க! அந்தப் பிள்ள கலியாணிய தலையில கட்டைய எடுத்து அடிச்சது உங்க தாத்தா செங்கோடந்தானே?"

ஹவுஸ் ஒனர் தலையைக் குனிந்தபடியே கண்ணீர்விட்டார்.

"ஆமா தம்பி ஜென்ம பாவம் ஜென்மத்துக்கும் போவாதுங்குற மாதிரி எங்க குடும்பத்துல உள்ள அத்தனப் பொம்பளைப் புள்ளைகளையும் அந்த பிசாசுக்குப் பலி கொடுத்தோம் தம்பி! அன்னிக்கி காட்டுமிராண்டி மாதிரி திரிஞ்சவனுக செஞ்ச பாவங்களையெல்லாம் நாங்க இன்னிக்கும் ரத்தத்தால கழுவிக்கிட்டிருக்கோம்!"

அவர் 'ரத்தம்' என்று சொன்னதும் நான் திரும்பி கோழி ரத்தத்தைப் பார்த்தேன். அவன் வேறு பக்கம் திரும்பிக் கொண்டான். அவர் தொடர்ந்தார்.

"தாத்தா செத்து ரொம்ப காலம் கழிஞ்சி எங்கப்பா வாசுதேவன் அந்தப் புளியமரத்த அறுத்து வித்துட்டாரு! கொஞ்ச நாள் கழிச்சி இந்த வீட்டக் கட்டுனாரு! எங்கப்பாவுக்கு நாங்க மொத்தம் மூணு பிள்ளையளு! எங்கண்ணன் டாக்டர் ஜெயராமன் மூத்தவன், ரெண்டாவது நான், மூணாவது, எனக்கப்புறம் ஒரு தங்கச்சி! பேரு ஜமுனா ராணி, அவளப் பெத்து எங்கம்மயும் கொஞ்ச நாள்ல செத்துப் போயிட்டா! எங்கம்ம சாவுக்குக் காரணம் ஒரு தொட்டில்னு சொன்னா நம்புவீங்களா சார்?" என்று நிறுத்தி அப்பாவைப் பார்த்தார். அப்பா குழப்பத்தோடு அவரைப் பார்க்க அவர் கதையைத் தொடர்ந்தார்,

"என் தங்கச்சியும் தாயில்லாம எங்க சித்திக்க பராமரிப்புல வளந்தா! பதினாறு வயசுல அவளுக்கு வலது காதும், கண்ணும் கழியாம ஆயிட்டு! எங்கையெல்லாமோ கொண்டு போயி காட்டினோம்! சரிப்படலை! அப்ப எங்க வீட்டுக்கு வளையலு கொண்டு வந்த ஒரு சாய்பு பையனுக்க மேல அவளுக்குக் கொள்ளை ஆசை! ஆனா திடீர்னு ஒருநாளு ரத்தப் போக்கு அதிகமாகி செத்துப் போயிட்டா! அந்த சோகம் தாங்காம அப்பாவும் ஒரு

நாளு மேல போயி சேந்துட்டாரு! ஒருநாள் ஒரு வைத்தியன கூட்டிக்கிட்டு வந்து கேட்டப்போதான் அவன் சொன்னான்! எங்க தங்கச்சி பொறந்தப்ப வாங்குன தொட்டில் இங்க நின்ன பழைய புளிய மரத்துத் தடியில செஞ்சதுன்னு! அந்தக் கலியாணி தலைகீழா தொங்குனால்லா? அதே புளியமரத் தடி!"

நாங்கள் அரண்டு போய் நின்றோம். அவர் தொடர்ந்தார், "அப்பொறம் அண்ணன் டாக்டருக்குப் படிச்சான்! அவனுக்குக் கலியாணம் ஆச்சி! ஆணும் பெண்ணுமா அவனுக்கு ரெண்டு பிள்ளைகள்! நேத்து வந்தால்லா வைஷ்ணவி! அவ ரெண்டாவது!"

'வைஷ்ணவி' என்ற பெயரைக் கேட்டதும் எனக்கு வெட்கம் வந்து விட்டது. அப்பா என்னைக் கண்டு முறைத்தார். நான் ஒன்றும் சொல்லவில்லை. ஹவுஸ் ஓனர் தொடர்ந்தார்.

"ஜமுனா சாவுகதுக்கும் கலியாணிதாங் காரணம்! கலியாணிய தலைல அடிக்கம்போ அவளுக்க ஒருகண்ணும், ஒரு காதும் பாதிக்கப் பட்டுருக்கு! அவளுக்க ஆத்துமாதான் ஜமுனா மேல ஏறி அவளையுங் கொண்டு போயிட்டு! நாங்க ஒரு மந்திரவாதிய கூட்டியாந்து கலியாணிக்கி கொஞ்சம் உபகாரங்கள செஞ்சி அவளுக்கு தாழம்பூ தேன்மூட்டாயியெல்லா ஒரு நார்ப்பெட்டிக்குள்ள வச்சி அங்கயே பூட்டி வச்சிட்டோம்! ஆனாலும் அவ்ளோ லெகுவா கழுவக் கூடிய காரியமா கலியாணிக்க காரியம்? எனக்க பொஞ்சாதியும் என்னைய விட்டுட்டுப் போயிட்டா! நாங்களும் இந்த வீட்ட அடச்சிப் பூட்டிட்டோம்! அந்த ரூமத் தொறக்க வேண்டாம் சார்! நீங்க என்ன பரிகாரம் வேணும்ன்னாலும் செஞ்சிக்குங்க! என்ன செலவு உண்டோ நாந் தந்துருகேன்!"

அப்பா இதைக்கேட்டுக் கொண்டே தாடையைச் சொறிந்து விட்டத்தை வெறித்தார். நான் ஹவுஸ் ஓனரிடம்,

"ஏதோ காரிய வைத்தியராமே? மார்த்தாண்டத்துல இருந்து... அவரக் கூட்டியாந்து பாக்கப் போறோம்!"

"ஓங்க இஷ்டம்ப்போ! நீங்க என்ன வேணாலும் செஞ்சிக்காங்க! ஆனா இந்த மாடிக்கு மட்டும் வராதீங்க! மத்தவ வந்து நைசா எதுனா சாப்புடத்

தருவா! அதத் தின்னா அவ்ளோதான்!" என்று சொல்லவும் என்னுடைய அப்பா, கோழி ரத்தம் மற்றும் மது ஆகியோர் என்னை நடுக்கத்துடன் பார்த்தார்கள்.

என்னுடைய உடல் நடுங்கியது. கால்கள் தளர்ந்து போயின!

அத்தியாயம் – 29

மண்டையோடும், மோதிரமும்

நாங்கள் கீழ்வீட்டுக்கு வந்தோம். அப்பா அம்மாவிடம் போய் இந்தக் கதையைச் சொல்லவும் அம்மாவுக்குக் கோபம் வந்து,

"அந்த ஹவுஸ் ஓனர் போயிட்டானா? நிக்கானா? இவ்ளோ பெரிய காரியங்கள் இங்க நடந்துருக்கு! ஒரு வார்த்த சொன்னானா வர்க்கத்துக்குக் கெட்ட பெய?"

அப்பா, "இப்பந்தாம் போனாரு!"

"இந்தப் பக்கம் வரட்டும்! கால இணுங்கி அடுப்புக்க வச்சிருகேம்!"

"எம்மோ இது அவனுக்க வீடு! ஆக வேண்டியத பாத்துக்கிட்டு எடத்தக் காலி செய்வோம்!" என்று அப்பா சொல்லிவிட்டார். எனக்கும் கோழிரத்தத்துக்கும் ஒரே சங்கடம்.

'அந்தத் தேன் மிட்டாய் எப்படி என்னுடைய வயிற்றுக்குள் போனது? பேயே வந்து ஊட்டி விட்டிருக்கிறது! நானும் வெட்கமில்லாமல் தின்றிருக்கிறேன்! சை!'

கோழிரத்தத்துக்கு ஒருபக்கம் பயம். 'ஒருவேளை அந்தப் பேயால் தானும் பாதிக்கப் பட்டுவிட்டால் என்ன செய்வது?'

எல்லாரும் அமர்ந்து சாப்பிட்டோம். மார்த்தாண்டம் காரிய வைத்தியர் மறுநாள் காலையில் வருவதாக ஏற்பாடானது. எனக்கு மனம் மிகுந்த கலக்கத்தில் இருந்தது. அன்று பகலில் நிகழ்ந்த சம்பவங்கள் அனைத்தும்

மனக்கண்ணில் ஓடி மறைந்தது. 'ஒரு ஆவி இத்தனைக்கும் ஆட்டம் காட்டுமா?'

அதற்குப் பின்பாக அந்த வீட்டில் பயப்படும்படியாக எதுவுமில்லை என்பது புரிந்து போனது. வெகு ஆண்டுகளுக்கு முன்பாக அநியாயமாய்ச் செத்துப் போன கல்யாணி என்னும் இளம்பெண் தன்னைக் கொன்றவர்களைப் பழிவாங்கியிருக்கிறாள். அதில் மிச்சமிருந்த செங்கோடனையும் கொன்று தன்னுடைய ரத்தப் பலியை நிறைவேற்றியிருக்கிறாள். அதுவும் போதாமல் ஜமுனாராணியையும் ஆக்கிரமித்து அவளது உயிரையும் அபகரித்துக் கொண்டு போயிருக்கிறாள். இவர்களது ஆத்துமாக்கள்தான் எங்கள் குடும்பத்தையே அலைக்கழித்திருக்கிறது. என் மனம் நொந்து போயிருந்தது. 'எவனோ தின்ற உப்புக்கு நான் தண்ணீர் குடித்திருக்கிறேன்!'

பக்கத்தில் மது மெத்தையைப் போட்டுப் படுக்க நான் எதற்கும் மனமின்றி தரையில் வெறுமனே ஒரு போர்வையை விரித்து தலைக்கு இரண்டு தலையணைகளைப் போட்டுக் கட்டணக் கால் போட்டு விட்டத்தைப் பார்த்துப் படுத்தேன். மனதுக்குள் ஒரே இரைச்சல்.

'நாளைக்கு அந்த வைத்தியர் வந்து என்னென்ன வெடிகளைக் கொளுத்தப் போகிறாரோ இயேசப்பா? சரி! என்னவோ நல்லது நடந்தா சரி? எத்தனை நாட்களுக்குதான் செத்துப் போன பேய்களோடு சேர்ந்து நடமாடுவது?'

மனம் அமைதியாகவே என்னுடைய கண்கள் லேசாகச் சொருகியது. விழிப்புக்கும் தூக்கத்துக்கும் நடுவிலுள்ள சிறிய இடைவெளி என்றுமே மரணத்திற்கொப்பானது. தூக்கம் என்பது மரணம். அடுத்தநாள் காலையில் கண்விழித்தால்தான் நிஜம். இல்லையென்றால் வெறும் பிணம். கண்களை மூடித் தூங்க ஆரம்பித்தேன்.

ஒரு பத்து நிமிடம் கழிந்திருக்கும். அறைமுழுவதும் மகிழம்பூவின் மணம் நிறைந்து வழிந்தது. திடீரென ஜன்னலின் மேலுள்ள வெண்டிலேட்டர் தானாகவே மெதுவாக வெளிப்பக்கமாக மேலேறியது. அதிலிருந்து ஒரு பெரும்கற்றையாக ஒரு பெண்ணின் கூந்தல் இன்னவென்று சொல்லமுடியாத அளவில் அந்த அறைக்குள் மேலே உத்தரத்தில் பரவி, சுழன்று கொண்டிருந்த மின்விசிறியில் சுற்றி, மெதுவாய்க் கீழிறங்கி

என்னுடைய முகத்தின்மீது உரசவே நான் திடுக்கிட்டு எழுந்தமர்ந்தேன். 'இன்னுமா நீ என்னைய துன்புறுத்துக செவமே?' என்று மனம் முழுக்க சோகமும், பயமும் ஒருசேர அந்த அறையின் ஒரு மூலையை நோக்கி நகர்ந்து ஒடுங்கி அமர்ந்து உட்கார்ந்தேன்.

மது அமைதியாக உறங்கிக் கொண்டிருந்தான். நான் அசையவேயில்லை. 'தரையில் ஏதாவது துணியோ, போர்வையோ தட்டுப் பட்டால் எடுத்து தலையில் முக்காடு போட்டு ஒளிந்து கொள்ளலாமே' என்று தடவினால் என்னுடைய கைகளின் இருபுறமும் இரண்டு கால்களின் விரல்கள் தட்டுப்பட்டன. என்னுடைய பின்பக்கத்தில் யாரோ நின்று கொண்டிருந்தார்கள்.

நான் அவரது கால்மாட்டில் அமர்ந்திருக்கிறேன் என்பது மாத்திரம் அப்போதைக்குப் புரிந்தது. நான் சுதாரிக்கும் முன்பாக சடாரென்று என் முகத்தின் முன்பாக ஒரு பெண்ணின் கூந்தல் தலைகீழாக விழுந்தது. அது அப்படியே கீழிறங்கி முதலில் அவளின் நெற்றி, கண்கள், மூக்கு என்று அவளது இதழ்கள் தாண்டி அவளது கழுத்தை நான் ஸ்பரிசிக்கும்போது அவளது இதழ்கள் என்னுடைய உதடுகளைக் கவ்விக் கொண்டன. நான் வலியில் திமிறினேன். அப்படி ஒருத்தி தலைகீழாக வளைந்து முத்தம் கொடுக்க வாய்ப்பேயில்லை. நான் உடனடியாக துள்ளித் திமிறி எழுந்து போய் மறுமூலையில் விழுந்தேன்.

அப்போதுதான் நான் அவளை நிமிர்ந்து பார்த்தேன் ஒருவர் மீது ஒருவராக இரண்டு பேர் நின்று கொண்டு தலையைக் குனிந்தபடி நின்றதைக் கண்டு என்னுடைய இரண்டு கண்களையும் மூடிக் கொண்டேன். கொஞ்சம் தாமதித்திருந்தாலும் அந்தக் கோலத்தைக் கண்டு என்னுடைய இதயம் துடிப்பதை நிறுத்தி விட்டிருக்கக் கூடும். எனக்கு மூச்சுத் திணறியது. மெதுவாகக் கண்களை இடுக்கிக்கொண்டு பார்த்தேன். எனக்கு முன்பாக ஒருத்தி மட்டும் அமர்ந்திருந்தாள்.

நான் கண்களை அகலமாகத் திறந்து அந்த அறைமுழுவதும் பார்த்தேன். இன்னொருத்தியை அங்கே காணவில்லை. அப்போது இரண்டு பெண்களின் குரலில் ஒரு சப்தம் கேட்டது,

"என்னத்த பாக்க?"

எனக்குப் புரிந்துபோனது. இரண்டு ஆத்துமாக்கள், அதாவது அபகரித்த ஆத்துமா மற்றும் அபகரிக்கப் பட்ட ஆத்துமா இவ்விரண்டு பேரின் குரல்களால்தான் இந்தப் பேய்ப்படங்களில் வரும் பேய்கள் இரட்டைக் குரலில் பேசிக் கொண்டு திரிகின்றன. அவள் தன்னுடைய கூந்தலைத் தன்னுடைய முகத்தோடு போட்டிருந்ததைக் கண்டு எனக்குக் கோபம் வந்தது.

"எம்மோ! நீ பேயாவோ, நாயாவோ கூட இருந்துக்க! ஆனா எதுக்கு நீ இன்னேரத்துக்கு இங்க வந்துருக்க?"

"உன்கிட்ட பேசணும்! ம்ம்ம்ம்!" என்று உறுமினாள். எனக்குக் கடுப்பாகிப் போனது.

"எங்கிட்ட பேசணும்ன்னு சொல்லிக்கிட்டு மூஞ்சில மயிரச் சுத்தி மோரையக் கமத்தி வச்சிருக்க? நிமுந்து பாத்தா கொறஞ்சி போயிருவியா?"

"ம்ம்ம்ம்! ஒனக்கு எம்மேல இருந்த பயம் வுட்டுட்டு இல்லியா?"

"எம்மாளு பயத்துக்கும் ஒரு மான மரியாத இல்லியா? எப்பவாச்சும் வந்தா சரி... போனாப் போவுதுன்னு பயப்புடலாம்! டெய்லி காலம்பர பாலூத்துக கோவாலு மாதிரி வந்தீன்னா பப்படமா வரும்? போவியா அந்தால? இருட்டு அடஞ்சா போரும்! வந்துருவா கொணட்டிக்கிட்டு? மனுசன் நிம்மதியா தூங்காண்டாமா?"

என்று நான் சொல்லவும் அவளிடம் மயான அமைதி. என்ன நினைத்தாளோ தெரியவில்லை. தன்னுடைய தலைமுடியை வாரிச்சுருட்டி கொண்டை போட்டாள். அப்போதுதான் உற்றுப் பார்த்தேன். எங்கிருந்து விழுந்ததோ தெரியவில்லை! அத்தனை வெளிச்சம் அந்த முகத்தில்.... எத்தனைப் பேரழகி இவள்? என் கண்ணே பட்டுவிடும் போல இருந்தது. என்னை நிமிர்ந்து பார்த்தாள். நான் அவளிடம்,

"ஐமுனா ராணி மாதிரி இல்லியே ஒன்னியப் பாக்க? அவள விட நீ காணுகதுக்குக் கொள்ளாம்! செவசெவன்னு ரெசமா இரிக்கியம்மோ? ஆமா நீ யாரு?"

"ம்ம்ம்ம்! நாந்தா கலியாணி! ம்ம்ம்ம்!"

"யம்மாடியோ! நீயா? நீ எதுக்கு இங்க வந்த?" என்று நான் பயந்து போய் அவளிடம் கேட்க அவள் என்னிடம்,

"ம்ம்ம்ம் ம்ம்ம்ம்! ஒனக்கிட்ட ஜமுனாவுக்கு ஏதோ பேசணுமாம்? ம்ம்ம்ம்!"

"மொதல்ல இந்த உம்ம்ம்ம்மு கொட்டி உறுமுகத நிப்பாட்டு! என்னையப் பாத்தா கோம்பையன் மாதிரியா தெரியி? எந்த ஸ்கூல்ல படிச்சாளோ தெரியிலியே? ஜமுனாவுக்கு எங்கிட்டப் பேசணும்ன்னா நீ என்ன எடையில சாமியாரா? கூப்புடு அவள! என்னன்னு கேக்கட்டும்!"

நான் என்ன தைரியத்தில் பேசினேன் என்றே தெரியவில்லை. 'ஆனாலும் இவ்வளவு தூரம் வரைக்கும் வந்தாச்சி! இனி வாளி அத்து வுழுந்தா என்ன? கெணறு இடிஞ்சி வுழுந்தா என்ன? வாறது வரட்டும்! என்னன்னு பாத்துறலாம்!' என்ற தைரியம் வந்திருந்தது. எதிரில் இருந்து ஒருவிசும்பல் சப்தம் வரவே நான் அவளது கண்களை ஏறிட்டுப் பார்த்தேன். அது கல்யாணி இல்லை! ஜமுனா! மேலே இருக்கும் படத்தில் இருந்த அதே ஜமுனா. எனக்குச் சங்கடமாகி விட்டது,

'ச்சே! இந்தப் பேய்களுக்குதான் எத்தனை வசதிகளைச் செய்து கொடுத்திருக்கிறாய் இறைவா? இதெல்லாம் உயிரோடு இருக்கும் போது ஒருவருக்குக் கிடைக்கப்பெற்றால் எத்தனை ஜோராக இருந்திருக்கும்? ஒரே நேரத்தில் இருவேறு ஆத்துமாக்கள்! ஆனா ஒரே பாடி! வாவ்! நமக்கு மட்டும் இப்படி ஒரு வாய்ப்பு கிட்டியிருந்தா எப்புடி இருந்துருக்கும்? பிரின்சிபால் ரூமுக்குள் போகும்போது ஹெச்.ஓ.டியின் பாடியில் போகலாம்! ஆமா இந்த ஹெச்.ஓ.டி கெடந்தவன் எப்படிக் கெடக்கானோ? கடந்தைக்கிட்ட கடிபட்டானே? சிவனோட இருக்கானோ செத்தானோ ஏசுவே?' என்று மனம் துயருற்றது. எதிரில் அமர்ந்திருந்த ஜமுனா பேசத் துவங்கினாள்.

"உங்க எல்லாரையும் ரொம்ப கஷ்டப்படுத்திட்டேன்!" அவளது குரலில் அத்தனை சங்கடம். இதைச் சொல்லும்போதுதான் அவளது முகத்தைப் பார்த்தேன். அத்தனை அழகாக இருந்தாள். ஆனாலும் அவள்பால் நான் காதல் வயப்பட்டுவிடக் கூடாதென்பதில் உறுதியாக இருந்தேன்.

'அப்புறம் தேன்மிட்டாயோ, கல்கோனாவையோ, சீனி மிட்டாயோ தருவாளுவோ! வெக்கமில்லாம அதத் தின்னுக்கிட்டு நா வயித்து வலி வந்து சாவக் கிடக்கணும்? எதுக்கு?'

அவள் பேசத் தொடங்கினாள், "இந்தா இருக்காளே கல்யாணி?"

நான் திடுக்கிட்டு, சுற்றும் முற்றும் பார்க்க ஜமுனாராணியின் பின்னங்கழுத்திலிருந்து இன்னொரு முகம் எட்டிப்பார்க்க நான் அரண்டு போய்,

"இங்க பாருங்கம்மோ! நீங்க ரெண்டு பெரும் பல காலத்துக்கு முன்ன செத்துப் போயாச்சி! நா இன்னும் கொஞ்ச காலத்துக்கு இங்கன ஜீவிச்சிக் கெடக்கணும்! இம்மாதிரி கொரளி வித்தைய காட்டுனீயள்'னா நா பைபிள் வாசிச்சிக்கிட்டு தூங்கிருவெம் பாத்துக்க? ஒருத்தி தோளுக்க மேல இன்னொருத்தி ஏறி நிக்கா! என்னவோ இந்தாத்தண்டி வீட்டுல நிக்க எடமில்லாத மாதிரி? ஒருத்தி மோட்டுக்கு மேல நின்னுக்கிட்டு வளஞ்சி முத்தம் வைக்கா? பொடதியில இருந்து இன்னொரு தல மொளைச்சி வருகு? என்னத்தடே நடத்துகிய இங்க?"

என்று கேட்கவும் அவள் சாந்தமாகி சொல்லத் துவங்கினாள்,

"பிரபு! நீ இந்த வீட்டுக்கு வந்த நாள்ள இருந்தே கல்யாணிக்கி ஒனக்க மேல ஒரு கண்ணு! நாந்தா அவளத் தட்டித்தட்டி தாக்கடத்தி இங்க வரைக்கிம் கொண்டாந்தேன்! என்னையக் கொண்டு போன மாதிரி உன்னையும் கொண்டு போறதுக்கு நின்னா! நாந்தா சின்னப் பையம்லா கொஞ்ச நாளு வாழட்டும்னு சொல்லி வச்சேன்!"

என்று சொல்லும் முன்னர் கல்யாணி இரண்டு முறை எட்டிப்பார்த்தாள்,

'சைட் அடிக்காளாம்! செவத்த என்னத்த சொல்ல?'

நான் ஜமுனாவிடம், "நீங்க உயிரோட இருந்துருந்தா கூட இத்தன வருஷம் வாழ்ந்துருக்கவும் முடியாது! இவ்ளோ அழகா எளமையா லாந்திருக்க முடியாதே? எப்புடி இது நடக்கு! பூமியில கொஞ்சம் பேரு பேயி கெடையாதுன்னு சொல்லிக்கிட்டுத் திரியானுவா! நீங்க என்னடான்னா

நிமிசத்துக்கொரு உருவம், நொடிக்கொரு சிலை மாத்திக்கிட்டு கம்ப்ளீட்டா மேஜிக் காரியங்கள்னு பொளிக்கிய? கடவுள் இருக்காரா இல்லியா?"

"இருக்காரு! ஆனா நீங்கதா அவர வெட்டி வெட்டி மொட்டையடிக்கிய! இந்தா கெடந்து சுத்திக்கிட்டு கெடக்குல்லா பூமி! அதாங் கடவுள்! கலியாணிய கெட்டித் தொங்க வுட்டானுவல்லா புளிய மரம்? அதாங் கடவுள்!"

"ஓஹோ! இன்னேரத்துக்கு என்னைய தூக்கத்துலெர்ந்து எழுப்பி நிப்பாட்டி பூமி வெப்பமயமாதல் குறிச்சி பிரச்சாரம் பண்ணுகிய இல்லியா?"

"நீ எனக்கொரு ஒபகாரம் பண்ணனும்!"

"என்ன? துண்டு பிரசுரம் எதுனா இருக்கா சொல்லுங்க! நாளைக்கி வடசேரி பஸ் ஸ்டாண்டு வாசல்ல நின்னு குடுக்கியேன்! வந்துட்டாளுவ நாட்டிக்கிட்டு!"

"இல்ல! நாளைக்கி இங்க ஒரு வைத்தியரு வராருல்லா?"

"ஆமா?"

"அவுரு இங்க வராண்டாம்!"

"எதுக்கு! மருவுடியும் எங்க மொத்த குடும்பத்தையும் ஆட்டு ஒரல்ல வச்சி அரைக்கியதுக்கா! போதும்ம்மா ஓங்க பூச புனஸ்காரங்கள்? செர எழவால்லா இருக்கு?"

"இல்ல! அந்த வைத்தியரு வந்தா எனக்க ஆசைய நிறைவேத்த முடியாது!"

"என்ன ஆச? வைத்தியருக்க கொண்டை முடிய உருவி அடிக்கணுமா?"

"இல்ல!"

"வாயத் தொறந்து சொல்லும்மோ!"

"இக்பால்! நா சாவும்போது எனக்க பக்கத்துல கூட அவனில்ல! ஆனா நாஞ் செத்ததும் அவன் அப்டி அழுதான்! அவன இங்க விட்டுக்கிட்டு போக எனக்கு விருப்பமேயில்ல!"

"ஆரம்பத்துலெர்ந்து காதுக்குள்ள வந்து இஸ்ஸ் இக்பால்ல்ல்'னு விளிச்சி கூவுவியே? அந்த இக்பாலா?"

என்று நான் கேட்கவும் அவளது முகம் ஆக்ரோஷமாக மாறி அவளது கண்களின் கருவிழிகள் மேலே போய் வெள்ளையானது. நான் அதிர்ந்து போய்க் கீழே குனிந்து கொண்டேன். மீண்டும் அவள் தன் மிரட்டல் குரலில்,

"நாஞ் சொன்னா காது குடுத்து கேக்க மாட்ட இல்லியா?" என்றாள்.

அப்போது அவளது முகம் விகாரமாக இருந்தது. மிகுந்த உக்கிரத்தில் இருந்தாள். நான் அரண்டு போய் அமர்ந்திருந்தவாறே அவளிடம் மிகுந்த பவ்வியத்துடன்,

"நீ சொல்லும்மோ! நீ சொல்லுகத கேக்கதுக்குதான் எனக்கு சொளவு மாதிரி ரெண்டு காதுகள் தொங்கிட்டு நிக்கி?"

அவள் தன்னுடைய இளம்பருவத்தில் இக்பால் என்னும் வளையல் விற்கும் இளைஞனோடு காதல் வயப்பட்ட சமயத்தில் அதிக ரத்தப்போக்கு ஏற்பட்டு படுத்த படுக்கையாகி இருக்கையில் திடீரென ஒரு காதும், கண்ணும் விளங்காமல் போய் செத்துப் போயிருக்கிறாள். அது முழுக்கக் கல்யாணியின் கைங்கர்யம்!

கல்யாணிக்கு தான் சாகும்போது தனக்கிருந்த பிராயத்தில் ஒரு இளம்பெண்ணின் ஆத்துமா தேவைப் பட்டிருக்கிறது. போதாக்குறைக்கு ஐமுனாராணியின் தாத்தா வேறு கல்யாணியின் சாவுக்கு முகாந்திரமாய் இருந்து அவளது ஆத்துமாவை ஆணியில் அறைந்து உபத்திரவப் படுத்திருக்கிறார். அது பழிவாங்கும் படலம். ஆகையால் அதை நியாயம் தீர்க்க முயன்றால் கல்யாணி எனக்கும் ஸ்கெட்ச் போட வாய்ப்புண்டு! நான் சகலத்தையும் பொத்திக் கொண்டு கதையைக் கேட்டேன். ஐமுனா ராணி இறுதியாக,

"நா எங்க வீட்டுல ஒரே பொம்பளப் பிள்ள! ரொம்பச் செல்லப்பிள்ள! அதனால நாஞ் செத்ததும் என்னைய வீட்டுக்குள்ளயே சந்தனக் கட்டைய அடுக்கி எரிச்சி, அந்தச் சாம்பல உள்ளயே பொதச்சிட்டாங்க!"

"அத மறுபடியும் எடுத்து நாங்கொண்டு போயி தண்ணியில கரைக்கணும்? அவ்ளோதான்? அதுக்குதானே வைத்தியர விளிச்சிருக்கு? இனி அத நாங் கைகொண்டு கடப்பாற புடிச்சி அத இடிக்கணுமில்லியா?"

"ஆமா!"

"கொத்த வேலையெல்லாம் பாக்கணும் போலிருக்கே!"

"பாரு! அப்பத்தாம் நீ தப்பிக்க முடியும்? நா வுட்டாலும் இந்தா இருக்காளே கல்யாணி? அவ உன்னைய வுடமாட்டா!"

"கொத்த வேலையென்ன? கான்கிரீட் பணி கூட செய்யென்! சொல்லு செஞ்சிருவோம்! ஆள வுட்டுட்டாப் போதும்!"

நான் ஒரு கோரம்பாயைப் போலச் சுருண்டு போனேன்.

"நீதாங்கண்டு புடிச்சியே? நடுவீட்டுல மொசைக்தரையில ஒரு சதுரக்கட்டம்! அத நீயே நாளைக்கி இடிச்சி அதுக்குள்ள என்னோட சாம்பலும் ஒரு பச்சக்கல்லு மோதிரமும் இருக்கும்! அதக் கொண்டோயி இக்பால் கைல குடுக்கணும்! வயசுப்புள்ளைகள இன்னுங் கெட்டிக்குடுக்காம குடும்பக் கஷ்டத்துல இருக்கான்! நாஞ்செத்தப்பொறம் ரொம்ப காலங் கழிச்சிதான் கலியாணம் பண்ணுனான்!"

"அந்தப் பச்சக்கல்லு என்ன ஒரு ரெண்டு பவுனு இருக்குமா? அத வித்து எப்புடி மூணு கொமுறுவள இக்பாலு கரையேத்துவாரு?"

"அது சாதாரணக் கல்லு கெடையாது! எங்க தாத்தா சிலோன்ல இருந்து கொண்டாந்த மரகதக் கல்லு! இன்னிக்கி வெலைக்கி அதுக்க வெல பல லட்சம் பெறும்! வைத்தியரு வந்து அத எடுத்தா சரியாவாது! நீதான் அதப் பொன்னாம்போல எடுத்துக்கிட்டுப் போயி இக்பால்கிட்ட சேக்கணும்!"

"ஓ! அப்புடியா? இதுனால எனக்கென்ன பிரயோஜனம்?"

"அப்பத்தான் நீ உயிர் பொழைப்ப மூதேவி?"

என்று அவள் கத்தவும் நான் அமைதியானேன். அவள் எனக்கு இக்பாலின் அங்க அடையாளங்களையும், முகவரியையும் தந்தாள். நான் அதைக்

குறித்துவிட்டு அவர்களிருவரையும் ஜன்னல் வழியாக வழியனுப்பி வைத்தேன்.

புரண்டு புரண்டு படுத்தால் தூக்கமே வரவில்லை. எப்போது உறங்கினேன் என்று தெரியாது. கண்விழித்துப் பார்க்கும்போது மணி அதிகாலை ஐந்தரை. யாரும் கண்விழிக்கவில்லை. எனக்கும் பயங்கரமாக போரடித்தது. விடிந்தும் விடியாத காலையில் எழுந்து ஊர் சுற்றுவது ஒரு தனிசுகம். பைக்கை எடுத்துக் கொண்டு வெளியில் ஒரு ரவுண்ட் போய்விட்டு வந்தேன். முற்றத்தில் அமர்ந்து செய்தித்தாள் படித்துக் கொண்டிருந்த அப்பா என்னிடம்,

"எங்கடே காலைலயே பவனி? தூரமா?"

"சும்மாத்தான் அப்டியே ஒரு ரவுண்டு!"

"வைத்தியர சாயங்காலம் வரச் சொல்லிருக்கு! எங்கயும் போயிறாத!" என்று அப்பா சொல்லவும் நான் அவரிடம் தயக்கத்துடன்,

"வைத்தியர வரச் சொல்லாதீங்க! நாமளே எடுத்துறலாம்!" என்று சொல்ல அவர் திடுக்கிட்டு என்னை நோக்கித் திரும்பி,

"அது என்னடே அரிசிச் சாக்கா? பிரிச்சி ரெண்டு கிலோ அள்ளுகதுக்கு? பிரேதம்டே அது? ஏற்கனவே இவ்வளவு பாடுபடுத்தியிருக்கு! அத ஒண்ணுந்தெரியாம நம்ம எப்புடி டீல் பண்ணுகதுக்கு?"

"இல்லப்பா! அந்தப் புள்ளைக ரெண்டும் நேத்து ராத்திரி எனக்க ரூமுக்குள்ள வந்தாளுவ!"

"யாது புள்ளைகடே! பேயி கீயின்னு சொல்லிக்கிட்டு நீ காட்டுக கூத்தெல்லாஞ் சரியாப்படலை பாத்துக்க! ஏது புள்ளைகள்?"

"அந்தக் கல்யாணியும், ஜமுனாராணியும்...!"

"என்னலே குசலம் விசாரிக்க வந்த ரேஞ்சில கத சொல்லுக? பொய் சொல்லுகியோ?"

"உண்மதாம்ப்பா! அந்தக் குழிக்குள்ள ஒரு பச்சக்கல்லு மோதரம் இருக்காம்...!" என்று முந்திய நாள் இரவு ஜமுனாராணி சொன்ன கதையைச்

சொல்லவும் அவருக்கு வியப்பு. ஆனால் இதைக்கேட்டுக் கொண்டிருந்த அம்மா நம்பவில்லை.

"ம்க்கும்! உயிரோட இருக்குறவன் சொன்னாலே நம்பப்டாது! இதுல செத்துப் போனவ சொன்னாளாமே! பச்சக்கல்லு தோசக்கல்லுன்னுக்கிட்டு! திரியானே திரிச்சீலையுங் கொளுத்திக்கிட்டு?" என்றவளை அப்பா கையமர்த்தி என்னிடம்,

"என்னவோ எனக்கு ரிஸ்க் எடுக்கோம்னு தோணுகு! பாத்துக்க! நீ தோண்டுவியா?"

"இல்லப்பா! கோழி ரெத்தத்த கூப்புட்டு தோண்டலாம்!"

என்று கூறி கோழி ரத்தத்தை போனில் அழைத்தேன். மறுமுனையில் ஃபோன் அட்டெண்ட் செய்து,

"ஹேலோ! எண்ணோ சொல்லுண்ணா! காலம்பரயே கூப்புட்டுருக்க? என்ன விசேசம்!"

"ஒரு குழி ஒண்ணு தோண்டனும்டே!"

"ஆச்சி போயிட்டாளா? சொல்லவேயில்ல! ஊருக்குத் துஷ்டி சொல்லி ஆள் அனுப்பியாச்சா?"

"சொல்ல வந்தத முழுசா கேளாம்ல! கணகொணன்னுக்கிட்டு கெடக்க?"

"நீயும் சும்மா வந்து குழி வெட்டனும்ன்னு சொன்னாக்கா நா என்னத்த எண்ணுவேம்?"

"வீட்டுக்கு நடுரூமூல ஒரு பிளாக்கு கெடக்குல்லா? அத இடிக்கணும்! நேர்ல வா சொல்லுகேன்!"

"எம்மா! நீ என்னைய இழுத்து தெருவுல கெடத்திருவ போலுக்கே?"

"யாம்டே! பயப்புடுகியா?"

"என்னது பயமா? குஞ்சானுக்க பேரனையாப் பாத்து பயப்புடுகியான்னு கேக்க? இந்தா வாரன்! கைல கடப்பாற எடுத்துக்கிட்டு வரணுமா இல்லைன்னா பாரக்கோல் கம்பி வேணுமா?"

"பாரக்கோல் கம்பியா? இங்க என்னடே குவாரிக்கா வெடி வைக்கா? கடப்பாரைய மட்டும் எடுத்துக்கிட்டு வா?"

என்றதும் ஃபோன் கட் செய்யப் பட்டுவிட்டது. சற்று நேரத்தில் வந்து விட்டான். தோண்டத் தொடங்கினோம். முதலில் லேசாகக் கடைப்பாறையைக் கொண்டு தொட்டுத் தடவிக் கொண்டிருந்த கோழிரத்தத்திடம் அப்பா கேட்டார்,

"என்னலே கெடந்து சொறிஞ்சிக்கிட்டு நிக்க! தரையத் தோண்டச் சொன்னா தலைக்கி பேனு பாக்க? வெரசாத் தோண்ட வேண்டியதானே?"

"கெட்டு பழைய கெட்டுல்லா சித்தப்பா? நாம்பாட்டுக்கு ஓங்கிக் குடுத்தம்னா செவுத்துல விரிசல் வுழுந்துரப் புடாதுல்லா?"

"அதெல்லாம் வுழாது! ஒனக்க கை பிஞ்சி கடப்பாரைல போவாம பாத்துக்கா!"

என்று அப்பா பதில் சொல்லவும் கோழி ரத்தம் மெதுவாக என்னைப் பார்த்தான். எனக்குச் சிரிப்பை அடக்க முடியவில்லை. கோபத்தில் கோழிரத்தம் கடப்பாறையால் அந்த மொசைக் தரையில் மூன்று முறை குத்த நான்காவது இடியில் தரை பெயர்ந்து உள்ளிருந்து புகையாகக் கிளம்பியது. நாங்கள் பயந்து போனோம். அம்மா கத்தினாள்,

"மொதல்ல ஃபேனை நிப்பாட்டுங்கலே!"

நான் ஓடிப்போய் ஃபேன் சுவிட்சை ஆஃப் பண்ணினேன். மெதுவாக அந்தக் குழிக்குள் எட்டிப் பார்த்தோம். இரண்டடி ஆழமும், ஒரு சதுர அடியுமாக ஒரு கான்கிரீட் பெட்டிக்குள் கொஞ்சம் எலும்புத் துண்டுகளும், மண்டையோடும் கிடந்தது. கூடவே கொஞ்சம் தாயத்துகளும், அதில் துருப்பிடித்தது போன்ற மோதிர வடிவில் ஒன்றைக் கண்டதும் கையுறையை மாட்டி அதைக் கையில் எடுத்தேன். மோதிரம்தான். ஓடிப்போய்க் கழுவக் கழுவ எங்கள் எல்லாருக்கும் அதிர்ச்சி. ஜமுனாராணி சொன்ன அதே மரகதக் கல் பதித்த தங்க மோதிரம். அதிலிருந்து கிளம்பிய ஒளி சூரிய ஒளி பட்டு மின்னியது. அம்மாவுக்கு அதிர்ச்சி கலந்த ஆச்சர்யம்.

நான் அதை ஒரு சிறிய பெட்டியில் போட்டுக் கையில் எடுத்துக் கொண்டு, கோழிரத்தத்தின் பைக்கில் கோட்டாருக்குக் கிளம்பினோம். ஜமுனா சொன்ன விலாசத்தில் ஒரு கடை இருந்தது.

'ஜமீலா வாட்ச் ஒர்க்ஸ்'

அதில் ஒரு தாத்தா உட்கார்ந்து கொண்டு ஒற்றைக் கண்ணில் ஒரு லென்சை இடுக்கியவாறே வாட்ச்ஒன்றை ரிப்பேர்பார்த்துக் கொண்டிருந்தார். அவருக்கு எழுபது வயதிருக்கலாம். நான் அவரிடம் போய் அமர்ந்து கொண்டே,

"தாத்தா! உங்க பேரு இக்பால்தானே?"

அவர் என்னை நிமிர்ந்து பார்த்தபடியே லென்சைக் கண்ணிலிருந்து விடுவித்தார்.

"ஆமா தம்பி! சொல்லு நாந்தா இக்பால்!"

நான் கோழி ரத்தத்தைத் திரும்பிப் பார்த்தேன். அவன் என்னை அவரிடம் பேசுமாறு சைகை செய்தபடியே ஜாடை காட்டினான். நான் அவரிடம்,

"தாத்தா! ஓங்களுக்கு ஜமுனாராணியத் தெரியுமா?" என்றது அவரது முகத்தில் ஒரு அதிர்ச்சி.

"எந்த ஜமுனாராணி தம்பி?"

நான் ஜமுனாராணியின் அப்பா பெயரையும், நடந்த எல்லா விஷயத்தையும் சொல்லிவிட்டு அவரது கையில் அந்த மரகத மோதிரத்தைக் கொடுத்து விட்டு,

"தாத்தா! இந்த மோதிரம் பல லட்சம் பெறுமாம்! இத வித்து உங்க புள்ளைகளுக்கு கல்யாணம் பண்ணி வைப்பீங்களாம்! ஜமுனா சொன்னாங்க!"

என்றதும் அதைக் கையில் வாங்கிக் கண்ணில் ஒற்றி விட்டுக் கண்ணீர் விட்டுப் பெருங்குரலெடுத்து அழுதார்.

"ஜமீ! நா ஒனக்கு ஒண்ணுமே செய்யலியே? செத்தும்கூட எனக்க கண்ணீரப் பாத்துக்கிட்டுதான் இருந்தியா? அய்யோ அல்லா!"

எனக்குக் கண்களில் கண்ணீர் 'அப்பவோ இப்பவோ' என்று எட்டிப் பார்த்தது. கோழிரத்தம் கண்கள் பனிக்க அழுது கொண்டே வேறுபக்கம் திரும்பிக் கொண்டான். என்னதான் வீரனென்றாலும் அவனும் மனிதனல்லவா? இக்பால் கொஞ்ச நேரத்துக்கு அழுது தீர்த்தபடியே எழுந்தார். என்னிடம்,

"தம்பி! இதுக்கு பொறத்ததான் வீடு! வாங்க ஒரு வாய் காப்பி குடிச்சிக்கிட்டு போங்க!"

"இல்ல தாத்தா! நாங்க.....!" என்று இழுக்கவும், அவர் எங்களை விடாப்பிடியாகக் கூட்டிக் கொண்டு போனார். அவர் வீட்டுக்குள் நுழைந்தோம். ஒரு சோஃபாவில் அமரச் செய்து விட்டு உள்ளே போனவர் வரும்போது மூன்று பெண்பிள்ளைகளையும் கூட்டி வந்து எங்களுக்கு அறிமுகம் செய்தார்.

"இது மூத்த பெண்ணு பேரு ஜமீலா பேகம்! பிஎஸ்சி கம்பியூட்டர் சயின்சு படிக்க வச்சிருக்கேன்! இது ரெண்டாவது புள்ள பேரு ஜம்னா பேகம்! இப்பத்தான் பிஏ எக்கனாமிக்சு படிக்கா! கலெக்டர் ஆவணுமாம்! அது கடக்குட்டி ஐமீரா பேகம்! பதினொண்ணு படிக்கா! அவளுக்கு டாக்டர் ஆவணுமாம்! பெண் பிள்ளைகள் நல்லா படிச்சா எனக்கக் காலத்துக்குப் பொறவு எதுக்கும், யாருக்கும் பயராம வாழும்லா தம்பி?"

"ஆமா தாத்தா! உண்மைதான்!" என்று அவரது மூன்று பெண் பிள்ளைகளின் பெயரிலும் ஐமுனாராணி இருந்ததைக் கவனித்தேன். கிழவன் உண்மையிலேயே ஒரு காதல் ததும்பும் வாழ்க்கையை இழந்தானோ அல்லது பெற்றானோ என்று தெரியவில்லை. எங்களைக் கட்டியணைத்தபடியே வழியனுப்பி வைத்தார் இக்பால் தாத்தா.

நாங்கள் அங்கிருந்து கிளம்பினோம். வழிநெடுகிலும் நாங்கள் ஒன்றும் பேசிக் கொள்ளவில்லை. வீடு வந்து சேர்ந்தபோது அப்பாவும், பக்கத்து வீட்டு மாமாவும் சேர்ந்து அந்த எலும்புகளையும், சாம்பலையும் கொண்டு போய்ச்சானலில் கரைத்து விட்டு வந்திருந்தார்கள். நாங்கள் போன காரியம் குறித்துச் சொன்னோம்.

அதன்பிறகு அந்த வீட்டில் எந்த உபத்திரவமும் இல்லை. எல்லாரும் நிம்மதியாகத் தூங்கினார்கள். எனக்குத் தூக்கமே வரவில்லை.

'ஜமுனாவுக்கும் இக்பாலுக்கும் என்னவொரு அற்புதமான காதல்? உண்மையில் இந்த ஜோடிகள் சேர்ந்திருந்தால் கூட இப்படியொரு வாழ்க்கையை வாழ்ந்திருக்க மாட்டார்கள். ஜமுனாராணி தன்னால் செய்ய இயலாத காரியத்தை என்னைக் கொண்டு செய்திருந்தாள். ஆனாலும் நான் பட்ட அடியும், உருண்ட உருளுவலையும் சின்னதா இறைவா? சரி போகட்டும்!' என்று ஆசுவாசமடைந்தேன்.

ஒரிரு நாட்களில் காலேஜிக்குப் போனால் கடனைக் கடி வாங்கி உயிர்ப் பிழைத்து வந்திருந்த ஹெச்.ஓ.டி என்னை ஒரு தீர்க்கதரிசியாகப் பாவித்தார். நான் லேபிலிருந்த கம்பியூட்டரில் என்னுடைய பென் டிரைவிலிருந்த ஷாட் ஃபிலிமின் ரா ஃபுட்டேஜை ஓடவிட்டதும்தான் தாமதம். மிரண்டு போய் எழுந்தேன்.

அன்றைக்கு இரவில் பதிவாகியிருந்த அத்தனைக் காட்சிகளும் ஓடின... அதுபோக இன்னொரு அதிர்ச்சி என்னவென்றால் நாங்கள் ஷூட் பண்ணியேயிராத காட்சிகளும் வரிசைக்கிரமமாக எண்களால் குறிக்கப்பட்டு அதில் இருந்தன. அதில் நடித்த சாண்டியும், முருகும், மணியும் ஒரிஜினல் பேய்களும் அத்தனைச் சிறப்பாக நடித்திருந்தார்கள்.

அப்படியே அதை எடுத்து எடிட்டிங் சாஃப்ட்வேரில் வைத்து ரெண்டரிங் கொடுத்தால் போதும். ஷாட் ஃபிலிம் ரெடி. இது ஜமுனா ராணி எங்களுக்காற்றிய உதவி போலும் என்று எண்ணிக் கொண்டேன். அந்த ஷாட் ஃபிலிமும் பல்வேறு கல்லூரிகளின் குறும்படப் போட்டிகளில் கலந்து கொண்டு பரிசுகளை அள்ளித்தந்தது.

நாட்கள் கடந்தன. ஜமுனா ராணியும் வரவில்லை! மகிழம்பூ மணமும் வீசவில்லை! கல்யாணியும் வரவில்லை! தாழம்பூ மணமும் வீசவில்லை! எனக்கு ஒருமாதிரியாக இருந்தது. ஒரு நீண்ட கால நண்பர்களை இழந்து போல உணர்ந்தேன். மனம் கலக்கமடைந்தது. பாவிப்பேய்கள் கனவில் கூட வரவில்லை.

ஒருமாதம் கடந்தது. நாங்கள் புது வீட்டுக்கு மாறினோம். எல்லா சாதனங்களையும் ஒதுக்கி அடுக்கிவிட்டு லாரியில் ஏற்றினோம். எனக்கு கண்ணீர் வந்தது. குடியிருந்த வீட்டை விட்டுப் போவதுதான் ஆகப்பெரிய சோகம். அதுபோக இத்தனைக் கூத்துக்கள் நடந்த வீடு என்பதும், வாழ்க்கையில் என்றுமே மறக்க முடியாத பல நினைவுகளையும் அங்கேயே விட்டுவிட்டுக் கிளம்பினோம்.

புது வீட்டை ஒரு மாதிரியாக செட் அப் செய்தாகி விட்டது. அதுவொரு புதன் கிழமை. நான் என்னுடைய அறையில் உட்கார்ந்து கம்பியூட்டரில் வேலை செய்து கொண்டிருந்தேன். திடீரென அந்த அறையில் ஒருவிதக் குளிர்ச்சி. யாரோ குறுக்கும் மறுக்கும் நடமாடுவது போன்றதொரு உணர்வு. நான் கண்டு கொள்ளவில்லை.

மீண்டும் ஒரு குறுகுறுப்பு! என் முதுக்குப் பின்னர் யாரோ நிற்பது போல என்னுடைய கம்பியூட்டர் திரையில் நிழலாடவே, நானும் விளையாட்டாக,

"யாரு கல்யாணியா?"

சப்தமே இல்லை. நான் மீண்டும் சிரித்த படியே, "ஜமுனா ராணியாம்மா?"

இப்போது என்னுடைய காதுகளில் ஒரு சிறிய உறுமல் சப்தம் கேட்டது. நான் சற்று பயந்துபோய்,

"யாருன்னு சொல்லுங்க! ஜமுனாராணியா? கல்யாணியா?"

"ஹிர்ர்.... நா வேணி... கிருஷ்ணவேணி! கலியாணிக்க அம்ம! உர்ர்...!"

நான் சப்தநாடியும் தளர்ந்துபோய் பின்பக்கம் திரும்பாமல் அந்த சீட்டில் அப்படியே அசையாமல் அமர்ந்திருந்தேன். என்னால் சப்தம் போட்டு யாரையும் கூப்பிட முடியவில்லை. என்னுடைய கழுத்தில் நீண்டு நெடிய வளர்ந்த பத்து நகங்கள் அப்படியே துழாவிக் கொண்டிருந்தன. அப்போது கம்பியூட்டர் திரை சடாரென அணைந்தது. அதில் ஒரு கருப்பு பெண்ணின் உருவம் தெளிவாகக் தெரிந்தது. அவளது கண்களில் சிகப்பாய் தீயின் ஜுவாலைகள் நெருப்புப் போல எரிந்து கொண்டிருந்தன.

முடிந்தது என் கதை

எனக்குக் கண்களில் கண்ணீர் 'அப்பவோ இப்பவோ' என்று எட்டிப் பார்த்தது. கோழிரத்தம் கண்கள் பனிக்க அழுது கொண்டே வேறுபக்கம் திரும்பிக் கொண்டான். என்னதான் வீரனென்றாலும் அவனும் மனிதனல்லவா? இக்பால் கொஞ்ச நேரத்துக்கு அழுது தீர்த்தபடியே எழுந்தார். என்னிடம்,

"தம்பி! இதுக்கு பொறத்ததான் வீடு! வாங்க ஒரு வாய் காப்பி குடிச்சிக்கிட்டு போங்க!"

"இல்ல தாத்தா! நாங்க.....!" என்று இழுக்கவும், அவர் எங்களை விடாப்பிடியாகக் கூட்டிக் கொண்டு போனார். அவர் வீட்டுக்குள் நுழைந்தோம். ஒரு சோஃபாவில் அமரச் செய்து விட்டு உள்ளே போனவர் வரும்போது மூன்று பெண்பிள்ளைகளையும் கூட்டி வந்து எங்களுக்கு அறிமுகம் செய்தார்.

"இது மூத்த பெண்ணு பேரு ஜமீலா பேகம்! பிஎஸ்சி கம்பியூட்டர் சயின்சு படிக்க வச்சிருக்கேன்! இது ரெண்டாவது புள்ள பேரு ஜம்னா பேகம்! இப்பத்தான் பிஏ எக்கனாமிக்சு படிக்கா! கலெக்டர் ஆவணுமாம்! அது கடக்குட்டி ஜமீரா பேகம்! பதினொண்ணு படிக்கா! அவளுக்கு டாக்டர் ஆவணுமாம்! பெண் பிள்ளைகள் நல்லா படிச்சா எனக்க காலத்துக்குப் பொறவு எதுக்கும், யாருக்கும் பயராம வாழும்லா தம்பி?"

"ஆமா தாத்தா! உண்மைதான்!" என்று அவரது மூன்று பெண் பிள்ளைகளின் பெயரிலும் ஜமுனாராணி இருந்ததைக் கவனித்தேன். கிழவன் உண்மையிலேயே ஒரு காதல் ததும்பும் வாழ்க்கையை இழந்தானோ அல்லது பெற்றானோ என்று தெரியவில்லை. எங்களைக் கட்டியணைத்தபடியே வழியனுப்பி வைத்தார் இக்பால் தாத்தா.

நாங்கள் அங்கிருந்து கிளம்பினோம். வழிநெடுகிலும் நாங்கள் ஒன்றும் பேசிக் கொள்ளவில்லை. வீடு வந்து சேர்ந்தபோது அப்பாவும், பக்கத்து வீட்டு மாமாவும் சேர்ந்து அந்த எலும்புகளையும், சாம்பலையும் கொண்டு போய்ச் சானலில் கரைத்து விட்டு வந்திருந்தார்கள். நாங்கள் போன காரியம் குறித்துச் சொன்னோம்.

அதன்பிறகு அந்த வீட்டில் எந்த உபத்திரவமும் இல்லை. எல்லாரும் நிம்மதியாகத் தூங்கினார்கள். எனக்குத் தூக்கமே வரவில்லை.

'ஜமுனாவுக்கும் இக்பாலுக்கும் என்னவொரு அற்புதமான காதல்? உண்மையில் இந்த ஜோடிகள் சேர்ந்திருந்தால் கூட இப்படியொரு வாழ்க்கையை வாழ்ந்திருக்க மாட்டார்கள். ஜமுனாராணி தன்னால் செய்ய இயலாத காரியத்தை என்னைக் கொண்டு செய்திருந்தாள். ஆனாலும் நான் பட்ட அடியும், உருண்ட உருளுவலையும் சின்னதா இறைவா? சரி போகட்டும்!' என்று ஆசுவாசமடைந்தேன்.

ஒரிரு நாட்களில் காலேஜிக்குப் போனால் கடனைக் கடி வாங்கி உயிர்ப் பிழைத்து வந்திருந்த ஹெச்.ஓ.டி என்னை ஒரு தீர்க்கதரிசியாகப் பாவித்தார். நான் லேபிலிருந்த கம்பியூட்டரில் என்னுடைய பென் டிரைவிலிருந்த ஷாட் ஃபிலிமின் ரா ஃபுட்டேஜை ஓடவிட்டதும்தான் தாமதம். மிரண்டு போய் எழுந்தேன்.

அன்றைக்கு இரவில் பதிவாகியிருந்த அத்தனைக் காட்சிகளும் ஓடின... அதுபோக இன்னொரு அதிர்ச்சி என்னவென்றால் நாங்கள் ஷூட் பண்ணியேயிராத காட்சிகளும் வரிசைக்கிரமமாக எங்களால் குறிக்கப்பட்டு அதில் இருந்தன. அதில் நடித்த சாண்டியும், முருகும், மணியும் ஒரிஜினல் பேய்களும் அத்தனைச் சிறப்பாக நடித்திருந்தார்கள்.

அப்படியே அதை எடுத்து எடிட்டிங் சாஃப்ட்வேரில் வைத்து ரெண்டரிங் கொடுத்தால் போதும். ஷாட் ஃபிலிம் ரெடி. இது ஜமுனா ராணி எங்களுக்காற்றிய உதவி போலும் என்று எண்ணிக் கொண்டேன். அந்த ஷாட் ஃபிலிமும் பல்வேறு கல்லூரிகளின் குறும்படப் போட்டிகளில் கலந்து கொண்டு பரிசுகளை அள்ளித்தந்தது.

நாட்கள் கடந்தன. ஜமுனா ராணியும் வரவில்லை! மகிழம்பூ மணமும் வீசவில்லை! கல்யாணியும் வரவில்லை! தாழம்பூ மணமும் வீசவில்லை! எனக்கு ஒருமாதிரியாக இருந்தது. ஒரு நீண்ட கால நண்பர்களை இழந்து போல உணர்ந்தேன். மனம் கலக்கமடைந்தது. பாவிப்பேய்கள் கனவில் கூட வரவில்லை.